विद्यापीठ अनुदान मंडळ, नवी दिल्ली यांच्या नवीन आकृतिबंधानुसार व नवीन मार्गदर्शक तत्त्वानुसार लिहिलेले व महाराष्ट्रातील सर्व विद्यापीठातील पदवी व पदव्युत्तर विद्यार्थ्यांना उपयुक्त ठरेल असा संदर्भग्रंथ.

I0099849

वस्तुनिष्ठ समाजशास्त्र

नेट/सेट पेपर २ आणि पेपर ३ ('अ' व 'ब')

प्रा. पी. के. कुलकर्णी

संपादन
प्रा. विनायक लष्कर

डायमंड पब्लिकेशन्स

वस्तुनिष्ठ समाजशास्त्र
प्रा. पी. के. कुलकर्णी, संपादन : डॉ. विनायक लष्कर

Vastunishta Samajshashtra
Prof. P. K. Kulkarni, Edited by Dr. Vinayak Lashkar

ISBN : 978-93-86401-02-1

प्रथम आवृत्ती : फेब्रुवारी, २०१७

© डायमंड पब्लिकेशन्स

मुखपृष्ठ
शाम भालेकर

अक्षरजुळणी
संध्या कामत

प्रकाशक
डायमंड पब्लिकेशन्स
२६४/३ शनिवार पेठ, ३०२ अनुग्रह अपार्टमेंट
ओंकारेश्वर मंदिराजवळ, पुणे-४११ ०३०
☎ ०२०-२४४५२३८७, २४४६६६४२
info@diamondbookspune.com

ऑनलाईन पुस्तक खरेदीसाठी भेट द्या
www.diamondbookspune.com

प्रमुख वितरक
डायमंड बुक डेपो
६६१ नारायण पेठ, अप्पा बळवंत चौक
पुणे-४११ ०३० ☎ ०२०-२४४८०६७७

या पुस्तकातील कोणत्याही भागाचे पुनर्निर्माण अथवा वापर इलेक्ट्रॉनिक अथवा यांत्रिकी साधनांनी-फोटोकॉपिंग, रेकॉर्डिंग किंवा कोणत्याही प्रकारे माहिती साठवणुकीच्या तंत्रज्ञानातून प्रकाशकाच्या आणि लेखकाच्या लेखी परवानगीशिवाय करता येणार नाही. सर्व हक्क राखून ठेवले आहेत.

मनोगत

नेट/सेट परीक्षेला बसणाऱ्या विद्यार्थ्यांना व प्राध्यापकांना मार्गदर्शक ठरू शकेल असे 'वस्तुनिष्ठ समाजशास्त्र' हे पुस्तक प्रकाशित करताना अत्यंत आनंद होत आहे. नेट/सेट साठी परीक्षा देणाऱ्या विद्यार्थ्यांचा व प्राध्यापकांचा विचार करता समाजशास्त्रात तरी प्रथमतः पेपर २ आणि पेपर ३ मधील 'अ' व 'ब' विभागातील अभ्यासक्रमावर आधारित सुमारे १४२० वस्तुनिष्ठ प्रश्नांचा समावेश या पुस्तकात करण्यात आला आहे. हे सर्व प्रश्न 'विद्यापीठ अनुदान मंडळाने (नवी दिल्ली)' दिलेल्या मार्गदर्शक तत्त्वानुसार तयार करण्यात आले आहेत. या परीक्षेला बसणाऱ्या सर्व संबंधितांनी हे लक्षात ठेवावे की, या पुस्तकात तयार केलेले प्रश्न जसेच्या तसे परीक्षेत विचारले जातीलच असे नाही. त्यात फेरफार वा बदल करून प्रश्न विचारले जाऊ शकतात. नेट व सेट या कोणत्याही स्पर्धा परीक्षा यात आज विद्यार्थ्यांची स्मरणशक्ती (Memory Power) तपासली जाते, ज्ञान नाही; म्हणून विद्यार्थ्यांनी या पुस्तकातील प्रश्नांचा गट करून, पुस्तकात उत्तरे न पाहता सोडवावीत किती उत्तरे बरोबर आलीत हे तपासून पाहावे. स्मरणशक्ती वाढविण्याचा हा एक उपाय होय. परीक्षा कालखंडात अशा रीतीने प्रश्नांचे संच करून ते सोडविल्यास फायदा होऊ शकेल. तसा प्रयत्न करून पाहण्यास हरकत नाही.

पुस्तकासाठी आवश्यक असणाऱ्या संदर्भ ग्रंथांची उपलब्धता करून देण्यात सिद्धिविनायक महिला महाविद्यालयातील प्राचार्या पुष्पा रानडे, प्रा. वंदना पलसाने, प्रा. किरण सुरवसे व प्रा. फरिदा सैय्यद (ग्रंथपाल), स्वाध्याय महाविद्यालयातील प्रा. धनंजय व प्रा. दिलीप महाजन, माझे सुहृद मित्र व उपप्राचार्य डॉ. बी. आर. जोशी, डायमंड पब्लिकेशन्सचे श्री. दत्तात्रेय पाष्टे या सर्वांनी मोठा वाटा उचलल्यामुळेच पुस्तक लेखनाचे हे इंद्रधनुष्य मी पेलू शकलो. या सर्वांचा मी अत्यंत ऋणी आहे. तसेच या पुस्तकाचे संपादन करुन ते योग्य प्रकारे सादर करण्याची जबाबदारी प्रा. विनायक लष्कर यांनी घेतल्याबद्दल त्यांचे विशेष आभार.

डी.टी.पी. करणारे संगणक कर्मचारी, पुस्तकाचे मुखपृष्ठ तयार करणारे श्री. शाम भालेकर या सर्वांच्या एकत्रित मेहनतीचे फळ म्हणजे हे पुस्तक. या सर्वांचा मी आभारी आहे.

नेट/सेट परीक्षा देणाऱ्या प्राध्यापकांना व विद्यार्थ्यांना या पुस्तकाचा उपयोग झाला, तर ते मी माझे भाग्य समजेन.

धन्यवाद!

प्रा. पी. के. कुलकर्णी

अनुक्रम

पेपर : २

१

समाजशास्त्रीय संकल्पना

(Sociological Concepts)

(वस्तुनिष्ठ प्रश्न ५५०)

खालील सर्व प्रश्नांसाठी दिलेल्या पर्यायातील योग्य पर्यायाची निवड करून त्यावर (✓) खूण करा.

१) समाजशास्त्राचा जनक किंवा संस्थापक ही उपाधी कोणत्या विचावंताला लावली जाते?
अ) टॉलकॉट पार्सन्स ब) रेडक्लिफ ब्राऊन क) ऑगस्त कॉम्त ड) चार्ल्स् कुले

२) 'सामाजिक संबंधांचा अभ्यास करणारे शास्त्र म्हणजे समाजशास्त्र' ही व्याख्या कोणत्या समाजशास्त्रज्ञाने केली आहे?
अ) मॅक् आयव्हर व पेज ब) ऑगबर्न व निमकॉफ
क) किंग्जले डेव्हिस ड) जी. एस. घुर्ये

३) भारतात समाजशास्त्राच्या अभ्यासाला विद्यापीठीय पातळीवर केव्हा व कोठे प्रारंभ झाला?
अ) म्हैसूर विद्यापीठ-१९२३ ब) मुंबई विद्यापीठ-१९१९
क) महात्मा गांधी काशी विद्यापीठ-१९४२
ड) मराठवाडा विद्यापीठ (डॉ. बाबासाहेब आंबेडकर मराठवाडा विद्यापीठ)-१९६८

४) विद्यापीठीय पातळीवर जगात समाजशास्त्राच्या अध्ययनाला प्रथम कोठे प्रारंभ झाला?
अ) फ्रान्स ब) इंग्लंड क) जर्मनी ड) अमेरिका

५) समाजशास्त्र हे कोणत्या प्रकारचे विज्ञान वा शास्त्र आहे असे तज्ज्ञ मानतात?
अ) सामाजिक ब) मानसिक क) जीवशास्त्रीय ड) भौतिक

६) इंग्रजीतील 'सोसिऑलजि' (Sociology) हा कोणत्या दोन शब्दांचा संकर होय.
अ) Socius + Science (सोशिओ + सायन्स) ब) Socius + Logos (सोशिओ + लॉगास)
क) Socius + Group (सोशिओ + ग्रुप) ड) Socius + Humans (सोशिओ + ह्युमन)

७) ऑगस्त कॉम्त (Auguste Comte) यांनी समाजशास्त्राचा अभ्यास कोणत्या दोन दृष्टिकोनातून करावा असे म्हटले होते?
अ) गट व समुदाय ब) संस्कृती व संस्था
क) सामाजिक स्थितिशास्त्र आणि सामाजिक गतिशास्त्र ड) सामाजिक दर्जा व भूमिका

८) खालील कोणत्या समाजशास्त्रज्ञाच्या मताने सामाजिक स्थितिशास्त्र म्हणजे सामाजिक संरचना व सामाजिक गतिशास्त्र म्हणजे सामाजिक परिवर्तन होय?
अ) हर्बर्ट स्पेन्सर ब) ऑगस्त कॉम्त (Auguste Comte)
क) मॅक्स वेबर ड) रॉबर्ट मॅक्आयव्हर

९) समाजशास्त्राच्या व्याप्तीचा विचार करता हर्बर्ट स्पेन्सर व एमिल डरखाईम हे कोणत्या संप्रदायाचे समर्थक आहेत?
अ) समन्वयात्मक व जीवशास्त्रीय ब) स्वरूपप्रधान व विशेषात्मक
क) मानवशास्त्रीय व मानसशास्त्रीय ड) संख्याशास्त्रीय व भौतिकविज्ञान

१०) भारतात 'नागरी समुदाय' ही संज्ञा प्राप्त होण्यासाठी किती लोकसंख्या ही निर्धारित करण्यात आली आहे?
अ) २५००० व जास्त ब) १२००० व जास्त
क) ५००० किंवा त्यापेक्षा जास्त ड) १० लाख

११) समाजशास्त्राच्या अध्ययनात एमिल डरखाईम यांनी समाजातील कोणत्या घटकांवर भर दिला होता?
अ) सामाजिक तथ्ये ब) सामाजिक धर्म क) सामाजिक मूल्ये ड) सामाजिकता

१२) 'भारतीय खेडेगाव' म्हणजे कोणत्या प्रकारचा समुदाय होय?
अ) नागरी ब) आदिवासी क) ग्रामीण ड) राष्ट्रीय

१३) नागरी समुदाय हा प्रामुख्याने कोणत्या प्रकाचा समुदाय असतो?
अ) एकजिनसी ब) बहुजिनसी क) सांस्कृतिक ड) धार्मिक

१४) 'अभौतिक संस्कृती' ही संज्ञा खालीलपैकी कोणत्या एका घटकाशी संबंधित आहे?
अ) बैलगाडी ब) शाळा क) घर ड) ज्ञान

१५) ऑगस्त कॉम्त यांनी सोसिऑलजि (Sociology समाजशास्त्र) ही इंग्रजी भाषेतील संज्ञा कोणत्या दोन भाषेतील शब्दांपासून तयार झाली आहे?
अ) ग्रीक व रशियन ब) इंग्रजी व फ्रेंच क) लॅटिन व ग्रीक ड) फ्रेंच व जर्मन

१६) समाजशास्त्रज्ञांच्या मताने सामाजिक संस्थांचे स्वरूप कसे असते?
अ) मूर्त ब) अमूर्त क) व्यावहारिक ड) राजकीय

१७) समाजाने घालून दिलेल्या सामाजिक नियमनांच्या किंवा सामाजिक प्रमाणकांच्या भंग करणाऱ्या वर्तनास कोणत्या संज्ञेने संबोधले जाते?

अ) सामाजिक विचलन किंवा समाजबाह्य वर्तनब) सामाजिक अनुसरण
क) अपसामान्य (Abnormal) वर्तन ड) समाज विघातक (Anti Social) वर्तन

१८) जातीच्याद्वारे निर्धारित होणाऱ्या दर्जास कोणती संज्ञा वापरली जाते?
अ) अर्जित दर्जा ब) अर्पित दर्जा क) प्रतिष्ठित दर्जा ड) अप्रतिष्ठित दर्जा

१९) एखादा शेतमजूर जेव्हा उद्योजक बनतो तेव्हा तो कोणत्या प्रकारच्या गतिशीलतेचे उदाहरण आहे?
अ) समस्तरीय गतिशीलता ब) अधोगामी गतिशीलता
क) ऊर्ध्वगामी स्तंभीय गतिशीलता ड) जाातीय गतिशीलता

२०) खालीलपैकी कोणता निकष पारंपरिक जाती व्यवस्थेचे वैशिष्ट्य नाही?
अ) बहिर्विवाह (Exogamy) ब) धार्मिक उच्च-नीचता
क) पवित्र-अपवित्रता ड) जन्मावर आधारित दर्जा

२१) समाजातील व्यक्तींचे वर्तन नियंत्रित करणाऱ्या वर्तनास काय म्हणतात?
अ) सामाजिक भूमिका ब) सामाजिक प्रतिबंध (Prevention)
क) सामाजिक नियंत्रण (Control) ड) सामाजिक अभियांत्रिकी

२२) खालीलपैकी कोणी ''सामाजिक स्तरीकरण ही कार्यात्मक आवश्यकता आहे'' असे म्हटले आहे?
अ) मॅक्स वेबर व एमिल डरखाईम ब) डेव्हीस के. आणि मूर डब्ल्यू.
क) कार्ल मार्क्स व डेव्हीस ड) डाहरेनडॉर्फ व डेव्हीस

२३) आपल्या स्वत:च्या समाजाबद्दल किंवा संस्कृतीबद्दल आत्यंतिक आपुलकीच्या भावनेसाठी खालीलपैकी कोणती संज्ञा वापरतात?
अ) सांस्कृतिक समावेशकता ब) सांस्कृतिक परावर्तकता (Reflectivity)
क) स्वसमूह श्रेष्ठता/स्वसमूह केंद्रितता ड) सामाजिक सहिष्णुता

२४) भूमिका म्हणजे काय?
अ) सामाजिकगट ब) सामाजिक मूल्य क) सामाजिक संस्था ड) दर्जाची कार्यात्मक बाजू

२५) ज्या वेळी एक व्यक्ती अनेक दर्जे धारण करते त्यासाठी कोणती संज्ञा वापरतात?
अ) दर्जासंच ब) भूमिकासंच क) दर्जा उपलब्धी ड) गटसंच

२५अ) कोणत्याही समाजातील संस्कृतीचा निर्माता कोण आहे?
अ) निसर्ग ब) मनुष्य (मानव) क) मानवेतर प्राणी ड) समाज

२६) 'प्राथमिक गट' ही संकल्पना प्रथम कोणत्या समाजशास्त्रज्ञाने वापरली होती?
अ) मॅक्स वेबर ब) एफ्. टोनिज क) चार्ल्स कुले ड) यांपैकी कोणीच नाही.

२७) 'समउद्देश' हे कोणत्या गटाचे प्रभेदक लक्षण होय?
अ) प्राथमिकगट ब) दुय्यमगट क) बहिर्गट ड) संदर्भगट

२८) जेव्हा एखादा डॉक्टर स्वत:च्या कुटुंबातील सदस्यांची आरोग्य तपासणी करण्यास नकार देतो तेव्हा त्यास कोणत्या संज्ञेने संबोधले जाते?
अ) भूमिका विलगीकरण ब) भूमिका अंतर क) दर्जा तणाव ड) भूमिका संघर्ष

२९) व्यक्ती ज्या गटाची सदस्य असते तो गट कोणत्या संज्ञेने संबोधला जातो?
अ) बहिर्गट ब) अंतरगट क) मंडळ ड) समुदाय

३०) दुय्यम गटाचा आकार कसा असतो?
अ) लहान ब) मोठा क) मर्यादित ड) सूक्ष्म

३१) समाजशास्त्रीय भाषेत 'दर्जा' म्हणजे काय?
अ) व्यक्तीचे समाजातील स्थान ब) भूमिका
क) समाजाचे सभासदत्व ड) प्रमाणके/नियमने (Norms)

३२) 'अंतर्गट व बहिर्गट' या संकल्पना कोणत्या विचारवंताने मांडल्या होत्या?
अ) एफ़् टोनिज ब) चार्ल्स कुले क) सम्नेर (विल्यम) ड) एफ़् वार्ड

३३) समाजातील व्यक्तीच्या स्थानास काय म्हणतात?
अ) भूमिका ब) दर्जा क) मूल्य ड) प्रतिष्ठा

३४) समाजशास्त्रात 'संदर्भगट' ही संकल्पना प्रथम कोणत्या विचारवंताने मांडली होती?
अ) हॅरि एम् जॉन्सन ब) किंग्जले डेव्हिस क) हेमन हर्बर्ट ड) गिन्सबर्ग

३५) व्यक्ती ज्या गटाची सभासद नसते तो गट कोणत्या संज्ञेने संबोधला जातो?
अ) प्राथमिकगट ब) दुय्यमगट क) अंतर्गट ड) बहिर्गट

३६) स्त्री-पुरुषांच्या शारीरिक संबंधांना मान्यता प्रदान करणारी सामाजिक संस्था कोणती?
अ) अर्थसंस्था ब) शिक्षणसंस्था
क) विवाहसंस्था ड) यांपैकी कोणतीही नाही

३७) ''शिक्षण म्हणजे मुला-मुलींच्या सर्वांगीण विकासाचे साधन होय.'' शिक्षणाची ही व्याख्या कोणी केली?
अ) महात्मा गांधी ब) एमिल डरखाईम क) डॉ. राधाकृष्णन् ड) मार्गारेट मीड

३८) शाळा-महाविद्यालयातून प्रदान करण्यात येणाऱ्या शिक्षणाला काय म्हणतात?
अ) अनौपचारिक शिक्षण ब) औपचारिक शिक्षण
क) दूरस्थ शिक्षण (Distance Education) ड) अप्रत्यक्ष शिक्षण

३९) मेघालयातील खासी आदिवासी जमातीत विवाहानंतर कोणत्या निवास पद्धतीचा स्वीकार केला जातो?
अ) पितृस्थानीय ब) मातृस्थानीय क) नवस्थानीय ड) द्विस्थानीय

४०) भारतातील संयुक्त कुटुंबात प्रामुख्याने किती पिढ्या राहतात वा वास्तव्य करतात?
अ) ३ ते ४ पिढ्या ब) एकच पिढी क) फक्त दोन पिढ्या ड) यांपैकी एकही नाही.

४१) स्वत:च्या संस्कृतीबद्दल आत्यंतिक प्रेम व आदर यास कोणत्या संज्ञेने संबोधले जाते?
अ) उत्क्रांती ब) कार्यात्मकता किंवा प्रकार्यवाद
क) प्रत्यक्षवाद ड) स्वसमूह केंद्रितता वा स्वसमूह श्रेष्ठतावाद

४२) खालीलपैकी अर्पित दर्जाचे उत्तम उदाहरण कोणते?
अ) मुलगा ब) वरिष्ठ अधिकारी क) विद्यार्थी ड) नोकर

४३) सामाजिक आंतरक्रियांच्या विविध प्रकारास कोणत्या संज्ञेने संबोधण्यात येते?
अ) सामाजिक क्रिया ब) सामाजिक प्रक्रिया क) श्रमविभाजन ड) सामाजिक प्रेरणा

४४) ''भूमिका दर्जाचा परिवर्तनीय घटक आहे.'' असे कोणी म्हटले आहे?
अ) रॉबर्ट मर्टन ब) मॅक् आयव्हर क) मार्गारेट मीड ड) राल्फ लिंटन

४५) ''समाजशास्त्रात सामाजिकगटाचा किंवा समूहाचा अभ्यास केला जातो'' असे कोण म्हणतो?

अ) हॅरि जॉन्सन
ब) मॅक् आयव्हर
क) किंग्जले डेव्हिस
ड) जी.सी. होमन्स

४६) १९५५ सालच्या हिंदू विवाह कायद्यानुसार भारतात कोणत्या प्रकारच्या विवाह पद्धतीस मान्यता प्रदान करण्यात आली आहे?

अ) बहुपती विवाह   ब) बहुपत्नी विवाह   क) एक पती-पत्नी विवाह   ड) यांपैकी एकही नाही

४७) मातेची अधिसत्ता हे कोणत्या कुटुंबाचे वैशिष्ट्य होय?

अ) पितृसत्ताक कुटुंब ब) मातृसत्ताक कुटुंब   क) केंद्र कुटुंब   ड) भारतातील संयुक्त कुटुंब

४८) सामाजिकीकरणाच्या प्रक्रियेनुसार बालकांचा पहिला शिक्षक कोण असतो?

अ) माता
ब) पिता
क) बालक मंदिरातील शिक्षिका
ड) समवयस्क मित्र

४९) अतिमानवी शक्तीवरील श्रद्धा किंवा विश्वास म्हणजे काय?

अ) अंधश्रद्धा   ब) रूढी/प्रथा   क) धर्म   ड) यांपैकी एकही नाही.

५०) धर्माच्या सिद्धान्तात पवित्र-अपवित्र या संकल्पनांवर चर्चा कोणी केली?

अ) कार्ल मार्क्स   ब) मॅक्स वेबर   क) विल्फ्रेडो पॅरेतो   ड) एमिल डरखाईम

५१) जिथे दर्जा असतो तिथे ही असणारच?

अ) भूमिका   ब) स्थानिकता   क) प्रमाणके   ड) यांपैकी एकही नाही

५२) सर्व संस्थांची संस्था म्हणून कोणत्या संस्थेचा उल्लेख केला जातो?

अ) अर्थसंस्था   ब) राज्यसंस्था   क) विवाहसंस्था   ड) धर्मसंस्था

५३) आदेश व निषेध यांचा संग्रह म्हणजे काय?

अ) धार्मिक विधी   ब) लोकाचार   क) प्रमाणके   ड) यांपैकी एकही नाही

५४) जेव्हा एक स्त्री दोन किंवा त्यापेक्षा जास्त पुरुषांशी विवाह करते तेव्हा त्यास कोणता विवाह म्हणतात?

अ) बहुपती विवाह   ब) बहुपत्नी विवाह   क) जोडीविवाह   ड) एकविवाह

५५) 'मूल्य' म्हणजे संस्कृतीचा कोणता प्रकार आहे?

अ) भौतिक   ब) अभौतिक   क) वैधानिक   ड) राजकीय

५६) जेव्हा एखाद्या गटातील सभासद, त्याचे वर्तन, शिष्टाचार, मूल्ये इत्यादी बाबी आपल्या आदर्श बनतात, तेव्हा त्या गटास काय म्हणतात?

अ) दुय्यमगट   ब) अंतर्गट   क) मोठागट   ड) संदर्भगट

५७) खालीलपैकी सामाजिकीकरणाचे प्राथमिक साधन कोणते आहे?

अ) महाविद्यालय   ब) विद्यालय/शाळा   क) कुटुंब   ड) प्रचारमाध्यमे

५८) व्यक्तीचे व्यक्तिमत्त्व घडविण्यात खालीलपैकी कोणता घटक सापेक्षत: अधिक महत्त्वाचा व व्यापक आहे?

अ) अभौतिक संस्कृती ब) भौतिक संस्कृती   क) कायदा   ड) यांपैकी एकही नाही.

५९) अभौतिक संस्कृतीपेक्षा भौतिक संस्कृतीत वेगाने परिवर्तन होत असताना या दोन संस्कृतीत जे अंतर निर्माण होते, त्यास काय म्हणतात?

अ) एक रेषीय परिवर्तन
ब) चक्रीय परिवर्तन
क) सांस्कृतिक पसरण
ड) सांस्कृतिक पश्चायन

६०) खालीलपैकी योग्य विधान कोणते ते ओळखा?

    अ) दर्जा हा सामाजिक भूमिकेचा गतिशील पैलू आहे.

    ब) सामाजिक भूमिका ही सामाजिक दर्जाची गतिशील वा क्रियात्मक बाजू होय.

    क) सामाजिक दर्जाशिवाय सामाजिक भूमिका पार पाडता येतात.

    ड) दर्जा हा गतिशील असतो तर भूमिका ही स्थिर असते.

६१) जेव्हा दोन किंवा अधिक व्यक्ती परस्परांचे वर्तन प्रभावित करतात त्यास काय म्हणतात?

    अ) सामाजिक घटना   ब) सामाजिक वर्तन   क) सामाजिक क्रिया   ड) सामाजिक आंतरक्रिया

६२) जेव्हा नवविवाहित दांपत्य विवाहानंतर स्वतंत्र निवासात वास्तव्य करतात तेव्हा त्यास खालीलपैकी कोणत्या प्रकाराने संबोधले जाते?

    अ) पितृस्थानीय निवास   ब) मातृस्थानीय निवास

    क) नवस्थानीय/नूतनस्थानीय निवास   ड) द्विस्थानीय निवास

६३) खालीलपैकी कोणता आप्तसंबंधी समूह दुसऱ्यास सामावून घेतो?

    अ) केंद्र कुटुंब   ब) वंश   क) संयुक्त वा एकत्र कुटुंब   ड) कोणीच नाही.

६४) कोणत्या प्रकारच्या विवाहास 'ग्रामीण बहिर्विवाह' ही संज्ञा लावता येईल?

    अ) त्याच्या गावाबाहेरील परंतु त्याच गावातील.   ब)परजातीय, परंतु त्याच गावातील.

    क) गावाबाहेरील, परंतु स्वजातीय.   ड)त्याच्या जाती व गोत्राबाहेरील.

६५) संगणकाची निर्मिती मानवाने केली, त्यास 'संस्कृती' ही संज्ञा लावता येईल का?

    अ) होय   ब) नाही   क) माहिती नाही   ड) यांपैकी एकही नाही

६६) हिंदु संयुक्त कुटुंबात कुटुंब प्रमुखाला कोणत्या संज्ञेने संबोधले जाते?

    अ) श्रेष्ठ पुरुष   ब) कर्ता पुरुष   क) पती   ड) वयोवृद्ध व्यक्ती

६७) प्राथमिक गटाचे सर्वांत चांगले उदाहरण कोणते?

    अ) शाळा   ब) कार्यालय   क) कुटुंब   ड) धर्म

६८) ज्या बहुपतीक विवाहपद्धतीत 'स्त्री'चे अनेक पती जेव्हा परस्परांचे सख्खे, सावत्र अथवा चुलत भाऊ असतात, तेव्हा त्या विवाहास काय म्हणतात?

    अ) बांधविक बहुपती विवाह   ब) अबांधविक बहुपती विवाह

    क) दीर विवाह   ड) गट विवाह

६९) जी व्यक्ती समाजात स्वकतृत्वाने जो दर्जा प्राप्त करते त्या दर्जास कोणत्या संज्ञेने संबोधले जाते?

    अ) अर्पित दर्जा   ब) अर्जित दर्जा   क) राष्ट्रीय दर्जा   ड) नागरिकत्व

७०) खालीलपैकी कोणता घटक समुदायाचा अत्यावश्यक घटक आहे?

    अ) विशिष्ट भूप्रदेश   ब) धर्म   क) शिक्षण   ड) नेतृत्व

७१) समानधर्म, समानभाषा, एकजिनसीपणा ही कोणत्या समुदायांची प्रभेदक लक्षणे आहेत?

    अ) नागरी समुदाय   ब) राष्ट्रीय समुदाय   क) आदिवासी समुदाय   ड) आपला जिल्हा

७२) समुदायाची निर्मिती कशी होते?

    अ) मुद्दाम करण्यात येते.   ब) जाणीवपूर्वक मनुष्य निर्माण करतो.

    क) उत्स्फूर्तपणे होते.   ड) यांपैकी एकही नाही.

७३) व्यक्तीच्या दृष्टीने विचार करता समुदाय हा कोणत्या स्वरूपाचा गट आहे?

अ) तात्पुरत्या स्वरूपाचा

ब) अनिवार्य स्वरूपाचा

क) ऐच्छिक स्वरूपाचा

ड) राजकीय स्वरूपाचा

७४) सामाजिकगटाच्या निर्मितीसाठी कमीतकमी किती व्यक्तींची अथवा सभासदांची आवश्यकता असते?

अ) तीन

ब) पाच

क) एक

ड) दोन

७५) सामाजिक संस्थांच्या निर्मितीचा प्रमुख हेतू कोणता?

अ) मूलभूत मानवी गरजांची पूर्तता करणे.

ब) विविध मंडळांची निर्मिती करणे.

क) विवाहाद्वारे कुटुंबाची निर्मिती करणे.

ड) यांपैकी एकही नाही.

७६) कोणत्याही मंडळाची निर्मिती कशी होते?

अ) स्वयंस्फूर्तपणे

ब) व्यक्तींच्या विशिष्ट गरजांच्या पूर्ततेसाठी

क) मानवाच्या अनेक गरजांच्या पूर्ततेसाठी

ड) वरील सर्व विधाने चूक आहेत.

७७) 'आम्ही'ची भावना (We Feeling) ही कोणत्या गटाचे प्रभेदक वैशिष्ट्य वा लक्षण आहे?

अ) प्राथमिक

ब) दुय्यम

क) मंडळ

ड) यांपैकी एकही नाही.

७८) अनौपचारिक शिक्षणाचा प्रारंभ कोठे होतो?

अ) शाळा

ब) बालक मंदिरे

क) कुटुंब

ड) धर्म

७९) भारतात आजही काही प्रमाणात कोणत्या प्रकारच्या विवाहास सामाजिक मान्यता आहे?

अ) एकविवाह

ब) बहुपत्नी विवाह

क) गटविवाह

ड) कोणत्याच नाही.

८०) 'घटस्फोट' हे आज कोणत्या कुटुंबाचे प्रतीक मानले जाते?

अ) विस्तारित कुटुंब

ब) संयुक्त कुटुंब

क) जन्म कुटुंब

ड) केंद्र कुटुंब

८१) दवाखान्यातील मादक द्रव्य सेवनाधीन व्यसनी व्यक्तीचे पुनर्वसन करण्याबाबतच्या कार्यक्रमास पुढीलपैकी कोणत्या संज्ञेने संबोधता येईल?

अ) अपेक्षित सामाजिकीकरण

ब) भूमिका संघर्षाशी निगडित सामाजिकीकरण

क) पुनर्सामाजिकीकरण

ड) प्रशिक्षण

८२) कोणत्या प्रक्रियेत कनिष्ठ जातीतील लोक वरिष्ठ जातीच्या लोकांचे अनुकरण करतात?

अ) नागरिकीकरण

ब) आधुनिकीकरण

क) संस्कृतीकरण

ड) पाश्चिमात्यीकरण

८३) लिंगभाव म्हणजे ....

अ) जैविक रचित

ब) सामाजिक-सांस्कृतिक रचित

क) परिस्थिती रचित

ड) नैतिक रचित

८४) खालीलपैकी कोणत्या कारणाने मानवी समाज हा प्राण्यांच्या समाजापेक्षा वेगळा आहे?

अ) एकविवाह पद्धतीमुळे

ब) संस्कृतीच्या निर्मितीमुळे

क) मंडळांच्या निर्मितीमुळे

ड) यांपैकी एकही नाही.

८५) कुटुंब हा अत्यंत महत्त्वपूर्ण समूह वा गट आहे?

अ) हितसंबंधी

ब) दुय्यमगट

क) संदर्भसमूह/गट

ड) प्राथमिकगट/समूह

८६) धर्म व विज्ञान परस्परविरोधी आहे, कारण ....

अ) विज्ञान हे प्रयोग व पडताळा यांवर आधारित आहे.

ब) विज्ञान हे अपरिचित वा दैवी शक्तीशी संबंधित आहे.

क) विज्ञान हे प्रामुख्याने जादूटोण्याशी संबंधित आहे.

ड) विज्ञानामध्ये विविध विधी व परंपरा यांचा अभ्यास केला जातो.

८७) खालीलपैकी कोणते विधान जातीसंस्थेचे वैशिष्ट्य नाही.

अ) शुद्धता व अशुद्धता (पवित्रता/अपवित्रता) ब) अंतर्विवाह पद्धती

क) सामाजिक श्रेणीरचना ड) अनिर्बंध व्यवसायाची निवड

८८) अशी कोणती व्यवस्था आहे की, ज्यात स्वतःच्या समूहातच विवाह करणे हे अनिवार्य वा अत्यावश्यक आहे?

अ) बहिर्विवाह ब) अंतर्विवाह क) अनुलोम विवाह ड) प्रतिलोम विवाह

८९) ज्या विवाहात उच्च जातीचा पुरुष हा कनिष्ठ जातीतील 'स्त्री'शी विवाह करतो, त्याला कोणता विवाह म्हणतात?

अ) अनुलोम विवाह ब) प्रतिलोम विवाह क) अंतर्विवाह ड) यांपैकी एकही नाही.

९०) जोडीविवाह (Pair Marriage) हा कोणत्या प्रकारचा विवाह आहे?

अ) बहुविवाह ब) एक विवाह

क) बाधुविक बहुपती ड) असीमित बहुपत्नी विवाह

९१) 'प्रोटेस्टंट' या ख्रिस्तीधर्म परंपरेनुसार विवाह म्हणजे काय?

अ) सात जन्मांचे बंधन ब) पवित्र संस्कार

क) शारीरिक गरजांच्या पूर्ततेसाठी तडजोड ड) यांपैकी एकही नाही.

९२) अनुलोम विवाहात पती-पत्नी कोणत्या जातीचे सभासद असतात?

अ) पती श्रेष्ठ जातीचा तर पत्नी कनिष्ठ जातीची. ब) पती कनिष्ठ जातीचा, पत्नी श्रेष्ठ जातीची.

क) दोघेही एकाच जातीचे. ड) दोघेही विविध धर्माचे.

९३) १९५५ सालच्या हिंदू विवाह कायद्यानुसार हिंदू संकल्पनेत मोडणाऱ्या मुला-मुलींचे विवाहाचे कमीत कमी वय किती असावे?

अ) मुलगी १२ मुलगा १६ ब) मुलगी २१ मुलगा २५

क) मुलगी १८ मुलगा २१ ड) वयाची मर्यादा नाही.

९४) प्रतिलोम विवाह पद्धतीत पती-पत्नीचा दर्जा वा गट कोणता असतो?

अ) पती उच्च जातीचा पत्नी निम्न जातीची. ब) पती निम्न जातीचा पत्नी उच्च वा श्रेष्ठ जातीची.

क) दोघेही निम्न वा कनिष्ठ जातीचे. ड) दोघेही उच्च वा श्रेष्ठ जातीचे.

९५) हिंदू विवाहात कोणत्या प्रकारच्या बहिर्विवाहास सामाजिक मान्यता दिली जाते?

अ) जाती बहिर्विवाहास ब) धर्म बहिर्विवाहास

क) गोत्र बहिर्विवाहास ड) यांपैकी एकही नाही.

९६) खालीलपैकी कोणत्या घटकाचा समावेश संस्कृतीत केला जात नाही?

अ) संगणक ब) दूरदर्शन संच क) डोंगरात खोदलेले बोगदे ड) नदी

९७) भारतातील संयुक्त कुटुंबाचा आकार कसा असतो?

अ) मोठा ब) छोटा क) मर्यादित ड) यांपैकी एकही नाही

९८) हिंदूधर्मशास्त्र परंपरेनुसार 'हिंदू विवाह' म्हणजे काय?

अ) पती-पत्नीतील तडजोड वा समझोता ब) एक पवित्र धार्मिक संस्कार

क) सामाजिक करार   ड) यांपैकी एकही नाही.

९९) लोकशाही राज्यव्यवस्थेत कायदा करण्याची जबाबदारी कोणावर टाकण्यात आली होती?

अ) कार्यकारी मंडळ   ब) न्यायमंडळ   क) कायदेमंडळ   ड) भारत सरकारचे गृह खाते

१००) ज्या कुटुंबात व्यक्ती जन्माला येते त्या कुटुंबाला कोणत्या संज्ञेने संबोधले जाते?

अ) जन्म कुटुंब   ब) जनन कुटुंब   क) बहिर्विवाही कुटुंब   ड) एक पालक कुटुंब

१०१) राज्यसंस्थेच्या प्रशासकीय यंत्रणा ही कोणत्या संज्ञेने संबोधित केली जाते?

अ) गृहखाते   ब) राष्ट्रपती भवन   क) नोकरशाही   ड) न्याय यंत्रणा

१०२) खालीलपैकी कोणत्या घटकाचा समावेश हा अर्थसंस्थेत केला जात नाही?

अ) उत्पादन यंत्रणा   ब) वितरण यंत्रणा

क) बाजार व्यवस्था   ड) समवयस्क व्यक्ती वा मित्र

१०३) समाजाच्या अभौतिक संस्कृतीत खालीलपैकी कोणता घटक समाविष्ट होतो?

अ) प्रमाणके   ब) डोंगर

क) नदीवरीलधरण   ड) भ्रमणध्वनी (Mobile) समवयस्क मित्रांचा

१०४) समवयस्क मित्रांचा क्रीडा किंवा खेळाचा गट शिक्षणाच्या कोणत्या प्रकारात मोडतो?

अ) औपचारिक शिक्षण   ब) अनौपचारिक शिक्षण

क) शालेय शिक्षण   ड) यांपैकी एकही नाही.

१०५) मातृसत्ताक कुटुंब पद्धतीत कुटुंबाची सत्ता कोणाच्या हातात असते?

अ) श्रेष्ठ पुरुष   ब) बहीण   क) माता किंवा आई   ड) पती

१०६) एकत्र भोजन व्यवस्था, समान मालमत्ता हक्क ही दोन कोणत्या कुटुंबाची वैशिष्ट्ये आहेत?

अ) भारतातील संयुक्त कुटुंब   ब) केंद्र कुटुंब

क) जनन कुटुंब   ड) जन्म कुटुंब

१०७) जेव्हा कनिष्ठ जातीतील लोक वरिष्ठ जातीतील लोकांचे आचारविचार, शिष्टाचार, पोशाखाच्या पद्धती व भाषा पूर्णपणे जेव्हा आत्मसात करतात तेव्हा त्यास डॉ.एम.एस.श्रीनिवास कोणत्या संज्ञेने संबोधतात?

अ) सांस्कृतिक हस्तांतरण   ब) पाश्चिमात्यीकरण

क) संस्कृतीकरण   ड) सांस्कृतिक पश्चायन

१०८) संस्कृतीच्या कोणत्या दोन प्रकारांचा उल्लेख डॉ. इरावती कर्वे यांनी केला होता?

अ) आदिवासी व ग्रामीण संस्कृती   ब) भौतिक व अभौतिक संस्कृती

क) हिंदू व जैन संस्कृती   ड) प्राचीन व आधुनिक संस्कृती

१०९) संस्कृतीच्या निर्मितीचा प्रमुख हेतू कोणता?

अ) विविध परंपरांचे जतन करणे.   ब) आपल्या संस्कृतीचे प्रसरण करणे.

क) दुसऱ्याच्या संस्कृतीचा स्वीकार करणे.   ड) मानवाच्या विविध गरजांची पूर्तता करणे.

११०) समाजशास्त्रात खालीलपैकी कोणत्या घटकांचे अध्ययन केले जात नाही?

अ) सामाजिक आंतरक्रिया   ब) सामाजिक संबंध

क) समाज   ड) रासायनिक संबंध

१११) समाजशास्त्राच्या अध्ययन दृष्टिकोनात कोणत्या दोन अध्ययन संप्रदायांचा समावेश होतो?

अ) वारकरी व रामदासी संप्रदाय   ब) स्वरूपप्रधान व समन्वयात्मक संप्रदाय

क) कॅथॉलिक व प्रोटेस्टंट संप्रदाय ड) दिगंबर व श्वेतांबर जैन संप्रदाय

११२) समन्वयात्मक वा जीव सेंद्रिय संप्रदायाचा प्रणेता म्हणून कोणाचा उल्लेख केला जातो?
अ) ऑगस्त कॉम्त (Auguste Comte) ब) जॉकी डेरिडा (Jacque Derrida)
क) हर्बर्ट स्पेन्सर (Herbert Spencer) ड) जॉर्ज सिमेल (George Simmel)

११३) समन्वयात्मक दृष्टिकोनाचा पुरस्कार करणाऱ्या समाजशास्त्रज्ञांच्या विचारानुसार 'समाज व व्यक्ती' यांच्या संबंधात खालीलपैकी कोणते विधान योग्य आहे?
अ) समाज श्रेष्ठ व व्यक्ती कनिष्ठ ब) व्यक्ती श्रेष्ठ व समाज कनिष्ठ
क) व्यक्ती व समाज समान दर्जाचे ड) यांपैकी एकही नाही.

११४) कार्यातील व्ययच्छेदन आणि संरचनेतील एकात्मता हे कोणत्या संप्रदायाचे लक्षण आहे?
अ) स्वरूपप्रधान संप्रदाय ब) समन्वयात्मक संप्रदाय
क) प्रोटेस्टंट संप्रदाय ड) वारकरी संप्रदाय

११५) स्वरूपप्रधान वा विशेषात्मक संप्रदायाचा प्रणेता कोण आहे?
अ) एमिल डरखाईम (Emile Durkheim) ब) हॉबहाऊस एल.टी. (Hobhouse L.T.)
क) कार्ल मार्क्स (Karl Marx) ड) जॉर्ज सिमेल (George Simmel)

११६) व्यक्ती व समाज यांच्या संबंधाबाबत स्वरूपप्रधान संप्रदायाचा दृष्टिकोन कोणता?
अ) समाज श्रेष्ठ व व्यक्ती कनिष्ठ ब) समाज व व्यक्ती समान दर्जाचे
क) व्यक्ती श्रेष्ठ व समाज कनिष्ठ ड) वरील सर्व विधाने चूक आहेत.

११७) 'व्यक्तीमुळेच समाजाला अस्तित्व प्राप्त होते' हे विधान खालीलपैकी कोणत्या संप्रदायाने केले आहे?
अ) स्वरूपप्रधान किंवा विशेषात्मक संप्रदाय ब) समन्वयात्मक किंवा जीवसेंद्रिय संप्रदाय
क) फ्रॅन्कफर्ट संप्रदाय ड) शिकागो विद्यापीठ संप्रदाय

११८) समुदायाचे स्वरूप कसे असते?
अ) अमूर्त ब) मूर्त क) ऐच्छिक ड) धार्मिक

११९) समुदायाचे प्रामुख्याने किती प्रकार असतात?
अ) पाच ब) चार क) तीन ड) दोन

१२०) एक किंवा अनेक हेतूंच्या पूर्ततेसाठी संघटित झालेल्या व्यक्तींच्या समूहास किंवा गटास कोणत्या संज्ञेने संबोधित केले जाते?
अ) प्राथमिकगट ब) बहिर्गट क) मंडळ ड) समुदाय

१२१) नियोजनपूर्वक निर्मिती हे कोणत्या सामाजिकगटाचे वैशिष्ट्य आहे?
अ) समुदाय ब) दुय्यमगट क) मंडळ ड) राज्य

१२२) गटांच्या वा समूहाच्या सभासदांचे निकटचे भौतिक सान्निध्य हे कोणत्या सामाजिकगटाचे प्रभेदक लक्षण होय?
अ) प्राथमिकगट ब) दुय्यमगट क) संदर्भगट ड) राष्ट्र

१२३) परंपरांशी सामाजिक संबंधांनी बद्ध झालेल्या व्यक्तींच्या समुच्चयास काय म्हणतात?
अ) संस्कृती ब) विद्यापीठ क) सामाजिकगट ड) यांपैकी एकही नाही

१२४) सर्वसाधारणपणे सामाजिकगटाचा आकार कसा असतो?
अ) कितीही लहान वा कितीही मोठा ब) फक्त लहान

क) फक्त मोठा   ड) यांपैकी एकही नाही.

१२५) तज्ज्ञांच्या मताने खालीलपैकी कोणते लक्षण हे सामाजिकगटाचे आहे असे मानले जाते?

अ) सामाजिक गतिशीलता   ब) अनिश्चित सामाजिक संबंध

क) परिवर्तन क्षमतेचा अभाव   ड) सामाजिक स्थितिशीलता

१२६) 'कामगार संघटना' हा कोणत्या स्वरूपाचा सामाजिकगट आहे?

अ) लहान आकार असलेला.   ब) मोठा आकार असलेला.

क) अनौपचारिक स्वरूपाचा.   ड) स्थायी स्वरूपाचा.

१२७) कामगार संघटनांचे सभासदत्व हे कोणत्या प्रकारचे असते?

अ) अनिवार्य   ब) स्वयंस्फूर्त   क) ऐच्छिक   ड) बळजबरीचे

१२८) खालीलपैकी कोणत्या गटाला प्राथमिकगट ही संज्ञा लावता येईल?

अ) महाविद्यालये   ब) सैन्यदल   क) राजकीयपक्ष   ड) समवयस्कांचा गट

१२९) प्राथमिक गटाची निर्मिती कशी होते?

अ) मुद्दाम केली जाते.   ब) स्वयंस्फूर्त वा स्वयंप्रेरित स्वरूपाची.

क) ऐच्छिक.   ड) वैधानिक स्वरूपाची.

१३०) कोणाच्या मताने 'सामाजिक स्थितीशास्त्र' (Social Statics) म्हणजे सामाजिक संरचना व सामाजिक गतिशास्त्र (Social Dynamics) म्हणजे परिवर्तन होय?

अ) ऑगस्त कॉम्त (Auguste Comte)   ब) हर्बर्ट स्पेन्सर (Herbert Spencer)

क) रॉबर्ट मर्टन (Robert Merton)   ड) कन्फ्युशिअस (Confushious)

१३१) अर्पित दर्जा निर्धारित करणारा महत्त्वाचा घटक कोणता?

अ) स्वकतृत्व   ब) स्वनिर्धारण   क) जन्म   ड) शिक्षण

१३२) भारतात प्रामुख्याने संस्कृतीचे कोणते रूप आढळते?

अ) सांस्कृतिक एकरूपतेचे   ब) सांस्कृतिक पश्चायनाचे

क) सांस्कृतिक संमीलनाचे   ड) सांस्कृतिक बहुविधतेचे/विविधतेचे

१३३) 'मालमत्ता' हा घटक कोणत्या सामाजिक संस्थेचे एक महत्त्वाचे अंग आहे?

अ) अर्थसंस्था   ब) धर्मसंस्था   क) शिक्षणसंस्था   ड) वर्णसंस्था

१३४) खालीलपैकी कोणते वैशिष्ट्य अर्थ संस्थेचे वैशिष्ट्य म्हणून सांगता येईल?

अ) भूप्रदेश   ब) संस्कृती   क) दर्जा   ड) उत्पादन

१३५) उत्पादन प्रक्रियेत मानवी शक्तीच्या क्रियेचा वापर करण्याच्या क्रियेला काय म्हणतात?

अ) अमानवीशक्ती   ब) श्रमशक्ती   क) यांत्रिक ऊर्जा   ड) सौर ऊर्जा

१३६) हॅरी जॉन्सन यांनी मालमत्तेचे कोणते दोन प्रकार प्रतिपादन केले होते?

अ) दृश्य वा अदृश्य मालमत्ता (Tangible or Intangible Property)

ब) सामाजिक मालमत्ता (Social Property)

क) आर्थिक मालमत्ता (Economic Property)

ड) खासगी मालमत्ता (Personal Property)

१३७) उपभोग (Consumption) या संकल्पनेचा अर्थ काय आहे?

अ) वस्तू आणि सेवा यांच्या वापरामुळे मिळणारे असमाधान.

ब) वस्तू आणि सेवा यांच्या वापरामुळे मिळणारे समाधान.

क) धार्मिक विधींचे आयोजन करण्यातून प्राप्त होणारे समाधान.

ड) राजकीय समारंभातून मिळणारे समाधान.

१३८) उत्पादित वस्तूंचे, मागणी व पुरवठा या आधाराने, गरजू व्यक्तींना वाटप करण्याच्या क्रियेला काय म्हणतात?

अ) उपभोग ब) भांडवल क) वितरण ड) संयोजन

१३९) एखाद्या व्यक्तीच्या स्वत:च्या मालकीचे घर मालमत्तेच्या कोणत्या प्रकारात मोडते?

अ) समाजसत्तावादी मालमत्ता ब) सार्वजनिक मालमत्ता

क) धार्मिक मालमत्ता ड) खासगी मालमत्ता

१४०) जो श्रम करतो त्यास तज्ज्ञ कोणत्या संज्ञेने संबोधतात?

अ) कारकून ब) तंत्रज्ञ क) श्रमिक ड) परिचारिका/परिचारक

१४१) खालीलपैकी कोणता घटक मालमत्तेचा एक प्रकार म्हणून संबोधता येईल?

अ) डोंगर ब) पाऊस क) समुद्र ड) स्वत:च्या मालकीचे घर

१४१अ) मालमत्ता धारणे संबंधीचे अधिकार हे प्रामुख्याने कोणत्या मालमत्ता प्रकाराशी संबंधित आहे?

अ) खासगी मालमत्तेच्या संदर्भात ब) सार्वजनिक मालमत्तेच्या संदर्भात

क) धार्मिक मालमत्ता ड) वितरण व्यवस्था

१४२) खालीलपैकी कोणत्या मालमत्तेला 'सार्वजनिक मालमत्ता' ही संज्ञा लावता येईल?

अ) स्वत:चे घर ब) रेल्वे व बस सेवा

क) विश्वस्त मंडळाचे कार्यालय ड) टाटांचा मोटार निर्मितीचा कारखाना

१४३) खालीलपैकी कोणते वैशिष्ट्य अर्थसंस्थेचे वैशिष्ट्य नाही.

अ) उपभोग ब) वितरण क) निवडणुका ड) उत्पादन

१४४) 'विनिमय' या संकल्पनेचा नेमका अर्थ काय आहे?

अ) वस्तूंचे आणि सेवांचे वाटप/वितरण होय ब) वस्तू आणि सेवा यांचा उपभोग

क) वस्तू व सेवा यांची विक्री ड) राजकीय प्रदेशांची देवाणघेवाण

१४५) दुय्यम स्वरूपाचे सामाजिक संबंध यासाठी एफ्.टोनिज (F.Tonnies) यांनी जर्मन भाषेतील कोणती संज्ञा वापरली होती?

अ) गेमेनशॉफ्ट (Gemeninschaft) ब) गेसेलशॉफ्ट (Gesellschaft)

क) व्हर्स्टेहेन (Verstehen) ड) वर्टशॉफ्टसेटिक (Wirtschaftsethik)

१४६) समाजसत्तावादी मालमत्ता हे कोणत्या विचारप्रणालीचे प्रतीक होय?

अ) साम्यवादी ब) साम्राज्यवादी क) लोकशाहीवादी ड) बहुजनसत्तावादी

१४७) हॅरी जॉन्सन यांच्या मताने 'मानवी ज्ञान' हे कोणत्या मालमत्ता प्रकारात मोडते?

अ) खगोलशास्त्रीय मालमत्ता ब) दृश्य स्वरूपाची मालमत्ता

क) अदृश्य/अस्पर्श स्वरूपाची मालमत्ता ड) राजकीय स्वरूपाची मालमत्ता

१४८) अर्थतज्ज्ञांच्या व समाजशास्त्रज्ञांच्या विचारानुसार मालमत्ते व्यतिरिक्त, दुसरा कोणता घटक अर्थ व्यवस्थेचा मानला जातो?

अ) रेल्वे वाहतूक व्यवस्था ब) विमान वाहतूक व्यवस्था

क) करार   ड) राजकीय विचार परंपरा

१४९) हॅरी जॉन्सन यांनी 'विनिमयाचा समावेश असलेल्या विशिष्ट ठरावाला' कोणत्या संज्ञेने संबोधले होते?

अ) करार   ब) उपभोग   क) भांडवल   ड) श्रम

१५०) करार करण्यासाठी कमीत कमी किती 'व्यक्ती अथवा व्यक्तींचे गट' आवश्यक असतात?

अ) पाच   ब) सहा   क) पंधरा   ड) दोन

१५१) काही तज्ज्ञांच्या मताने खालीलपैकी कोणता घटक श्रमविभाजनाचा एक भाग आहे?

अ) वितरण   ब) करार   क) मालमत्ता   ड) यांपैकी एकही नाही

१५२) दुसऱ्या एखाद्या व्यक्तीकडून आपण जेव्हा एखादी वस्तू खरेदी करतो व त्यास खरेदीचा मोबदला म्हणून एखादी वस्तू अथवा प्रत्यक्ष पैसा देतो तेव्हा या प्रक्रियेस काय म्हणतात?

अ) विनिमय   ब) विभाजन   क) विचलन   ड) अनुचलन

१५३) करार करताना करार करणाऱ्या दोन व्यक्तींचे कमीत कमी वय किती असावे, असा नियम आहे?

अ) १८ वर्षांपेक्षा कमी   ब) १८ किंवा १८ पेक्षा जास्त

क) वयाची अट नाही   ड) २५ पेक्षा जास्त

१५४) जेव्हा आपण पैशांच्या मोबदल्यात सेवा किंवा वस्तू खरेदी करतो तेव्हा त्यास काय म्हणतात?

अ) वस्तू विनिमय पद्धती   ब) चलन विनिमय पद्धती

क) राजकीय विचार विनिमय पद्धती   ड) सांस्कृतिक आचार-विचारांची देवाणघेवाण

१५५) भारतातील बलुतेदारी पद्धती ही कोणत्या प्रकाराच्या विनिमयात मोडते?

अ) पैसा विनिमय पद्धती   ब) मुक्त विनिमय पद्धती

क) वस्तू किंवा सेवा विनिमय पद्धती   ड) नियंत्रित विनिमय पद्धती

१५६) जेव्हा एखादे राष्ट्र त्याच्या राष्ट्रातील वस्तूंच्या किमती वितरण अथवा उत्पादन इत्यादी प्रक्रियेवर निर्बंध लादते तेव्हा त्यास कोणत्या प्रकारची विनिमय पद्धती म्हणतात?

अ) मुक्त किंवा खुली विनिमय पद्धती   ब) नियंत्रित विनिमय पद्धती

क) चलन विनिमय पद्धती   ड) अप्रत्यक्ष विनिमय पद्धती

१५७) विवाह समारंभ, वाढदिवस वा अन्य तत्सम प्रसंगी उपस्थित लोक संबंधित उत्सवमूर्तींना जी भेट देतात त्याला काय म्हणतात?

अ) पुनर्विनिमय पद्धती   ब) प्रत्यक्ष विनिमय पद्धती

क) धन विनिमय पद्धती   ड) भेट विनिमय पद्धती

१५८) आपली स्वत:ची उपजीविका करण्यासाठी व्यक्ती ज्या मार्गाचा स्वीकार करतात त्यास कोणत्या संज्ञेने संबोधले जाते?

अ) काम   ब) कर्म   क) प्रतिक्रिया   ड) व्यवसाय

१५९) सर्वसाधारणपणे आधुनिक समुदायात व्यवसायाचे स्वरूप कसे असते?

अ) जन्माधिष्ठित   ब) पारंपरिक   क) स्वसंपादित   ड) सांस्कृतिक

१६०) आधुनिक समाजात व्यवसायाची साधने कोणाच्या ताब्यात असतात?

अ) मालकाच्या   ब) कुटुंबाच्या   क) धर्ममार्तंडाच्या   ड) संस्कृतीच्या

१६१) मुक्त विनिमय हे कोणत्या अर्थव्यवस्थेचे प्रतीक होय?

अ) समाजवादी   ब) साम्यवादी   क) भांडवलशाहीवादी   ड) दहशतवादी

१६२) सरकार किंवा शासनयंत्रणा कोणत्या सामाजिक संस्थेचे प्रतिनिधित्व करतात?
अ) अर्थसंस्था ब) कुटुंबसंस्था क) धर्मसंस्था ड)राज्यसंस्था
१६३) तज्ज्ञांच्या मते कोणती संरचना ही सार्वभौम असते?
अ) राजकीय ब) सामाजिक क) धार्मिक ड) जाती
१६४) कायदेमंडळाने तयार केलेल्या कायद्यांचा अर्थ लावून त्यानुसार आरोपीस योग्य शिक्षा करणाऱ्या यंत्रणेस कोणत्या संज्ञेने संबोधले जाते?
अ) कार्यकारीमंडळ ब) न्यायमंडळ क) धर्ममंडळ ड) शिक्षणमंडळ
१६५) अधिकार म्हणजे एका व्यक्तीचे किंवा गटाचे दुसऱ्या व्यक्तीवर असलेले ...... होय.
अ) वर्चस्व/प्रभुत्व ब) सहानुभूती क) मूल्यात्मकता ड) स्पर्धात्मकता
१६६) मालमत्तेचे अधिकार हे प्रामुख्याने कोणत्या प्रकारच्या मालमत्तेशी निगडित असतात?
अ) समाजसत्तावादी ब) खासगी क) साम्यवादी ड) धार्मिक
१६७) खालीलपैकी कोणता घटक हा सामाजिकीकरणाच्या साधनात समाविष्ट होत नाही?
अ) समवयस्कांचा गट ब) कुटुंब क) शिक्षक ड) अर्थतज्ज्ञ
१६८) नोकरशाही म्हणजे कशाच्या वितरणाची व्यवस्था होय?
अ) वस्तूंच्या ब) अधिकाराच्या क) प्रदेशाच्या ड) मालमत्तेच्या
१६९) धर्मगुरू व शिष्य यांचे संबंध हे कोणत्या प्रकारच्या अधिकाराचे प्रतीक होय?
अ) विभूतीमत्वाचे अधिकार ब) नोकरशाहीने प्रदान केलेले अधिकार
क) परंपरागत अधिकार ड) राजकीय अधिकार
१७०) भारतातील जातीव्यवस्था ही खालीलपैकी कोणत्या निकषांवर आधारित आहे?
अ) स्वकर्तृत्वावर ब) जन्मावर क) कायद्यावर ड) नेतृत्वावर
१७१) भारतातील जातीव्यवस्था हे कोणत्या प्रकारच्या सामाजिक स्तरीकरण व्यवस्थेत मोडते?
अ) खुली स्तरीकरण व्यवस्था ब) सार्वजनिक स्तरीकरण व्यवस्था
क) बंदिस्त स्तरीकरण व्यवस्था ड) आर्थिक स्तरीकरण व्यवस्था
१७२) समाजात भौतिक संस्कृती व अभौतिक संस्कृती यात जे अंतर पडते त्यासाठी समाजशास्त्रात कोणती संज्ञा वापरतात?
अ) सांस्कृतिक भेद ब) सामाजिक अंतर क) भौतिक अंतर ड) सांस्कृतिक पश्चायन
१७३) आपल्याजवळ असलेल्या अलौकिक गुणांच्या आधारे इतरांवर प्रभाव पाडणाऱ्या अधिकारास कोणते अधिकार म्हणतात?
अ) राजकीय स्वरूपाचे अधिकार ब) आर्थिक स्वरूपाचे अधिकार
क) कौटुंबिक स्वरूपाचे अधिकार ड) विभूतीमत्वाचे अधिकार
१७४) भारतातील लोकशाहीला कोणत्या संज्ञेने संबोधले जाते?
अ) संसदीय लोकशाही ब) साम्यवादी लोकशाही
क) अध्यक्षीय लोकशाही ड) साम्राज्यवादावर आधारित लोकशाही
१७५) संसदीय लोकशाहीत राज्याचे अधिकार कोणाच्या हातात असतात?
अ) राजा (King) ब) अध्यक्ष (President)
क) पंतप्रधान (Prime Minister) ड) हुकूमशहा (Dictator)

१७६) अमेरिकेत कोणत्या प्रकारची लोकशाही आहे?
अ) संसदीय लोकशाही ब) अध्यक्षीय लोकशाही
क) समाजसत्तावादी लोकशाही ड) अल्पजनसत्ताक लोकशाही

१७७) भारतीय लोकशाहीत प्रशासकीय प्रमुखाचे अधिकार कोणास देण्यात आले आहेत?
अ) राजा ब) पंतप्रधान क) राष्ट्रपती ड) सेनाधिपती

१७८) भारतीय लोकशाहीत कायदे तयार करण्याचे अधिकार कोणास प्रदान करण्यात आले आहेत?
अ) केवळ लोकसभेला ब) केवळ राज्यसभेला
क) राष्ट्रपती भवनाला ड) संसदेच्या दोन्ही सभागृहांना

१७९) खालीलपैकी कोणते तत्त्व हे राज्याच्या मूलभूत तत्त्वात समाविष्ट होत नाही?
अ) भूप्रदेश ब) लोकसंख्या क) धार्मिक संघटना ड) सार्वभौमत्व

१८०) कल्याणकारी राज्य ही संकल्पना प्रथमत: वास्तवात आणण्याचे श्रेय कोणत्या राष्ट्राकडे जाते?
अ) जपान ब) ग्रेट ब्रिटन क) रशिया ड) अमेरिका

१८१) संसदीय लोकशाहीत राज्यातील जनता किंवा मतदार कोणाला मतदान करतो?
अ) पंतप्रधानाला ब) राष्ट्रपतीला क) संसद सदस्यांना ड) आमदाराला

१८२) भारतातील 'पंचायत राजव्यवस्था' ही कशासाठी निर्माण करण्यात आली आहे?
अ) राजकीय सत्तेचे सजातीकरण ब) राजकीय सत्तेचे केंद्रीकरण
क) सामाजिकीकरण ड) राजकीय सत्तेचे विकेंद्रीकरण

१८३) 'सामाजिक संबंधांचे जाळे म्हणजेच समाज' ही समाजाची व्याख्या कोणी केली?
अ) ऑगस्त कॉम्त (Auguste Comte) ब) आर.एम.मॅक्आयव्हर (R. M. MacIver)
क) मॉरिस गिन्सबर्ग (Morris Gingsberg) ड) हर्बर्ट स्पेन्सर (Herbert spencer)

१८४) व्यक्तीचे वर्तन चांगले की वाईट, चूक की बरोबर हे ठरविण्यासाठी लोक सामान्यपणे जी मानके वापरतात त्यास कोणत्या संज्ञेने संबोधित केले जाते?
अ) संबंधात्मक नियमने ब) निषेधात्मक नियमने
क) सामाजिक नियमने ड) धार्मिक नियमने

१८५) क) भारतात संसदीय लोकशाही अस्तित्वात आहे.
ख) भारतीय संसदेचा प्रमुख नेता हा राष्ट्रपती असतो.
तुमच्या मताने वरील विधानांसाठी खालीलपैकी कोणता पर्याय योग्य आहे?
अ) 'क' व 'ख' ही दोन्ही विधाने बरोबर आहेत. ब) 'क' व 'ख' ही दोन्ही विधाने चूक आहेत.
क) 'क' बरोबर व 'ख' चूक आहे. ड) 'क' चूक व 'ख' बरोबर आहे.

१८५) (अ)क) अमेरिकेतील अध्यक्षाची निवड अमेरिकन नागरिक प्रत्यक्ष मतदानाने करतात.
ख) नंतर हा नवनिर्वाचित अध्यक्ष स्वत:च्या अधिकारात सरकारमधील इतर मंत्र्यांची निवड करतो.
वरील विधानांसाठी खालीलपैकी कोणता पर्याय तुम्हास योग्य वाटतो?
अ) 'क' आणि 'ख' ही दोन्हीही बरोबर आहेत. ब) 'क' आणि 'ख' हे दोन्हीही चूक आहे.
क) 'क' बरोबर 'ख' चूक आहे. ड) 'क' चूक 'ख' बरोबर आहे.

१८६) क) कल्याणकारी राज्य नागरिकांचा सार्वमताचा अधिकार मान्य करीत नाही?
ख) कल्याणकारी राज्य नोकरांच्या पगारवाढीच्या कल्पनेला पाठिंबा देत नाही.

वरील विधानांसाठी खालीलपैकी कोणता पर्याय तुम्हाला योग्य वाटतो.

अ) 'क' आणि 'ख' दोन्हीही बरोबर. ब) 'क' आणि 'ख' दोन्हीही चूक.

क) 'क' बरोबर 'ख' चूक ड) 'क' चूक 'ख' बरोबर

१८७) ख) अमेरिकेत अध्यक्ष संसदेला जबाबदार नसतो.

ग) अमेरिकेत अध्यक्षाला बरखास्त करण्याचा अधिकार संसदेला नसतो.

वरील विधानांसाठी खालीलपैकी कोणता पर्याय योग्य आहे?

अ) 'ख' व 'ग' दोन्हीही बरोबर ब) 'ख' व 'ग' दोन्हीही चूक

क) 'ख' बरोबर 'ग' चूक ड) 'ख' चूक 'ग' बरोबर

१८८) भारत हे कोणत्या प्रकारचे राज्य आहे?

अ) समाजसत्तावादी ब) संघराज्यात्मक क) एकाधिकारशाहीवादी ड) अतिरेकीवादी

१८९) ख) तुमचे घर ही तुमची खासगी मालमत्ता आहे.

ग) तुमची मोटारकार मात्र सार्वजनिक मालमत्ता आहे.

वरील विधानांसाठी खालीलपैकी कोणता पर्याय तुमच्या मताने योग्य आहे?

अ) 'ख' आणि 'ग' दोन्हीही बरोबर. ब) 'ख' आणि 'ग' दोन्हीही चूक

क) 'ख' चूक 'ग' बरोबर ड) 'ख' बरोबर'ग'चूक

१९०) ख) अन्नशोधन वा मृदावस्था

ग) कृषीप्रधान अवस्था

वरीलपैकी कोणता पर्याय आर्थिक विकासाचा टप्पा म्हणून स्वीकारता येईल?

अ) 'ख' आणि 'ग' हे दोन्हीही पर्याय स्वीकारता येतील.

ब) 'ख' आणि 'ग' हे दोन्हीही पर्याय स्वीकारता येणार नाही.

क) 'ख' पर्याय नाही पण 'ग' पर्याय होय.

ड) 'ख' पर्याय होय पण 'ग' पर्याय नाही.

१९१) ख) आपण ज्या गटाचे सभासद असतो तो आपला बहिर्गट होय.

ग) आपण ज्या गटाचे सभासद नसतो तो आपला अंतर्गट होय.

वरील विधानांसाठी खालील कोणता पर्याय योग्य आहे असे तुम्हास वाटते?

अ) 'ख' आणि 'ग' हे दोन्हीही पर्याय बरोबर. ब) 'ख' आणि 'ग' हे दोन्हीही पर्याय चूक.

क) 'ख' चूक आणि 'ग' बरोबर. ड) 'ख' बरोबर आणि 'ग' चूक.

१९२) ख) स्व-समूह श्रेष्ठतावाद (Ethnocentrism) ही संकल्पना सम्नेर या समाजशास्त्रज्ञाने प्रथम प्रतिपादन केली होती.

ग) स्व-समूह श्रेष्ठतावादात बहिर्गटातील सभासदांना परके मानले जाते.

वरील विधानांसाठी खालीलपैकी कोणता पर्याय योग्य आहे असे तुम्हास वाटते?

अ) 'ख' बरोबर 'ग' चूक ब) 'ख' चूक 'ग' बरोबर

क) 'ख' आणि 'ग' दोन्हीही बरोबर ड) 'ख' आणि 'ग' दोन्हीही चूक

१९३) जे गट 'प्राथमिकगट' या संज्ञेला पात्र ठरत नाही त्यासाठी दुय्यमगट ही संज्ञा कोणी वापरली होती?

अ) चार्ल्स् कुले ब) किंग्जले डेव्हीस क) एफ् टोनिज ड) टी. पार्सन्स

१९४) ख) समाजशास्त्र म्हणजे नीतिशास्त्र.

ग) समाजशास्त्र म्हणजे जीवशास्त्र.

वरील विधानांसाठी खालीलपैकी कोणता पर्याय तुम्हास योग्य वाटतो?

अ) 'ख' आणि 'ग' दोन्हीही चूक   ब) 'ख' बरोबर 'ग' चूक

क) 'ख' चूक 'ग' बरोबर   ड) 'ख' आणि 'ग' दोन्हीही बरोबर.

१९५) ख) प्राथमिक गटातील संबंध हे समोरासमोरचे (Face to Face) असतात.

ग) प्राथमिक गटातील संबंध हे स्वयंस्फूर्त पण असतात.

वरील विधानांसाठी खालीलपैकी कोणता पर्याय तुम्हास योग्य वाटतो?

अ) 'ख' आणि 'ग' दोन्हीही चूक.   ब) 'ख' आणि 'ग' दोन्हीही बरोबर.

क) 'ख' बरोबर 'ग' चूक.   ड) 'ख' चूक 'ग' बरोबर.

१९६) ख) भारत हा आपला देश असून तो प्राथमिक गटात समाविष्ट होतो.

ग) तसेच एखादी कामगार संघटना हा पण एक प्राथमिक गटच होय.

वरील विधानांसाठी खालीलपैकी कोणता पर्याय योग्य आहे?

अ) 'ख' बरोबर 'ग' चूक   ब) 'ख' चूक 'ग' बरोबर

क) 'ख' आणि 'ग' दोन्हीही चूक.   ड) 'ख' आणि 'ग' दोन्हीही बरोबर.

१९७) ख) संस्कृती ही निसर्गनिर्मित असते.

ग) 'मानवी ज्ञान' ही एक अभौतिक संस्कृती होय.

वरील विधानांसाठी खालीलपैकी कोणता पर्याय योग्य आहे?

अ) 'ख' बरोबर 'ग' चूक   ब) 'ख' व 'ग' दोन्हीही बरोबर

क) 'ख' व 'ग' दोन्हीही चूक   ड) 'ख' चूक 'ग' बरोबर

१९८) ख) समुदाय हा व्यक्तीच्या दृष्टीने विचार करता एक अनिवार्य गट आहे.

ग) मंडळ हा पण व्यक्तीच्या दृष्टीने विचार करता कायमस्वरूपी गट आहे.

वरील विधानांसाठी खालीलपैकी कोणता पर्याय तुम्हाय योग्य वाटतो?

अ) 'ख' आणि 'ग' दोन्हीही बरोबर.   ब) 'ख' आणि 'ग' दोन्हीही चूक.

क) 'ख' बरोबर 'ग' चूक.   ड) 'ख' चूक 'ग' बरोबर.

१९९) बहिर्गटातील व्यक्तींना काय समजले जाते?

अ) आपले   ब) स्वकीय   क) दहशतवादी   ड) परके

२००) निलगिरी पर्वताच्या सान्निध्यात राहणाऱ्या तोडा आदिवासींमध्ये जगातील कोणत्या प्रकारची कुटुंब व्यवस्था आढळते?

अ) बांधविक बहुपतिक कुटुंब   ब) अ-बांधविक बहुपतिक कुटुंब

क) मातृसत्ताक कुटुंब   ड) एकपत्नीक कुटुंब

२०१) 'सांस्कृतिक पश्चायन' ही संकल्पना कोणत्या समाजशास्त्रज्ञाने मांडली?

अ) सम्नेर विलियम ग्राहम   ब) विलियम एफ् ऑगबर्न

क) आर.एम. मॅक्आयव्हर   ड) हॅरी जॉन्सन

२०२) कोणत्याही समाजातील संस्कृतीच्या भौतिक आणि अभौतिक घटकात होणाऱ्या परिवर्तन प्रक्रियेतील गतिभिन्नतेमुळे जे अंतर पडते त्यास कोणत्या संज्ञेने संबोधले जाते?

अ) पाश्चिमात्यीकरण ब) संस्कृतीकरण क) सांस्कृतिक पश्चायन ड) विभेदीकरण

२०३) ख) एकत्रित भोजन व्यवस्था हे संयुक्त कुटुंबाचे एक वैशिष्ट्य होय.

ग) तसेच मालमत्तेची सामूहिक मालकी हे पण संयुक्त कुटुंबाचे वैशिष्ट्य होय.

वरील विधानांसाठी खालीलपैकी कोणता पर्याय तुम्हास योग्य वाटतो.

अ) 'ख' बरोबर 'ग' चूक ब) 'ख' चूक 'ग' बरोबर.

क) 'ख' आणि 'ग' दोन्हीही चूक. ड) 'ख' आणि 'ग' दोन्हीही बरोबर.

२०४) 'सामाजिक मूल्ये' खालीलपैकी कोणत्या घटकांशी संबंधित आहेत?

अ) संपूर्ण रूप म्हणून संघटित सामाजिक जीवनाशी.

ब) असंघटित सामाजिक जीवनाशी.

क) संघटित सामाजिक समूहाशी.

ड) समाजातील विविध धार्मिक विचारांशी.

२०५) 'भारतीय खेडे' म्हणजेच इंडियन व्हिलेज (Indian Village) या सुप्रसिद्ध ग्रंथाचे लेखक कोण आहेत?

अ) एम. एन. श्रीनिवास ब) आर.के. मुखर्जी

क) आर. रेडफिल्ड ड) एस.सी.दुबे

२०६) खालीलपैकी कोणते विधान हे संदर्भसमूहाशी संबंधित आहे असे तुम्हास वाटते?

अ) सदस्यांवर आधारित गट/समूह.

ब) असा समूह की ज्यातून व्यक्ती स्वत:ची प्रमाणके व मूल्ये मिळवित नाही असा समूह.

क) असदस्यता समूह.

ड) संभाषणात आपण नेहमी ज्या समूहाचा संदर्भ देतो तो समूह.

२०७) खालीलपैकी कोणता घटक हा सांस्कृतिक पश्चायनाशी संबंधित आहे?

अ) भौतिक संस्कृती

ब) अभौतिक संस्कृती

क) अभौतिक व भौतिक संस्कृती यात असणारी दरी वा अंतर.

ड) विशिष्ट प्रसंगी असणारी संस्कृती.

२०८) विवाहाच्या प्राथमिक व्यवस्थेचे कोणत्याही समाजातील प्रमुख लक्षण कोणते?

अ) अंतर्विवाही पद्धती ब) बहिर्विवाही पद्धती

क) प्राधान्यदर्शक विवाह पद्धती ड) निषेधात्मक विवाह पद्धती

२०९) जात हा प्रामुख्याने काय आहे?

अ) बहिर्विवाही समूह ब) उपयुक्ततावादी समूह

क) अंतर्विवाही समूह ड) अपरिहार्य

२१०) 'आम्ही पणाची भावना' (We Feeling) ज्या सामाजिक समूहाचे प्रमुख लक्षण आहे, त्या समूहास वा गटास काय म्हणतात?

अ) मंडळ ब) समुदाय क) समाज ड) प्राथमिकगट

२११) विल्यम सम्नेर (William Sumner) यांच्या मताने, 'संस्था' या संकल्पनेत खालीलपैकी कोणत्या घटकांचा अंतर्भाव होतो?

अ) उद्दिष्टे व प्रतीके   ब) संकल्पना व संरचना   क) संरचना व प्रकार्य   ड) स्थैर्य व परिवर्तन

२१२) ख) इ.स. १९५५च्या हिंदू विवाह कायद्यानुसार घटस्फोट घेण्याचा अधिकार हा फक्त स्त्रियांनाच प्रदान करण्यात आला आहे?

     ग) इ.सन १९५५ सालच्या हिंदू विवाह कायद्यानुसार घटस्फोटाचा अधिकार हा फक्त पुरुषांनाच प्रदान करण्यात आला आहे.

     वरील दोन विधानांसाठी खालीलपैकी कोणता पर्याय तुम्हास योग्य वाटतो?

अ) 'ख' चूक 'ग' बरोबर   ब) 'ख' बरोबर 'ग' चूक

क) 'ख' व 'ग' दोन्हीही चूक   ड) 'ख' व 'ग' दोन्हीही बरोबर

२१३) ख) केंद्र कुटुंब म्हणजे समानसत्ता कुटुंब होय.

     ग) केंद्र कुटुंबात फक्त पती-पत्नी त्यांची अविवाहित मुले व मुलीच राहतात.

     वरील विधानांसाठी खालीलपैकी कोणता पर्याय तुम्हास बरोबर वाटतो?

अ) 'ख' व 'ग' दोन्हीही चूक.   ब) 'ख' आणि 'ग' दोन्हीही बरोबर.

क) 'ख' बरोबर 'ग' चूक.   ड) 'ख' चूक 'ग' बरोबर.

२१४) ख) मनोरंजनात्मक कार्य हे कुटुंबाचे एक मूलभूत कार्य होय?

     ग) आर्थिक कार्य हे कुटुंबाचे एक अनावश्यक व दुय्यम कार्य होय.

     वरील विधानांसाठी खालीलपैकी कोणता पर्याय तुम्हास योग्य वाटतो?

अ) 'ख' चूक 'ग' बरोबर.   ब) 'ख' व 'ग' दोन्हीही चूक.

क) 'ख' व 'ग' दोन्हीही बरोबर.   ड) 'ख' बरोबर 'ग' चूक.

२१५) ख) आपल्या माता-पित्याचे कुटुंब हे आपले जन्म कुटुंब होय.

     ग) आपल्या विवाहानंतर आपण जे कुटुंब निर्माण करतो ते आपले 'जनन कुटुंब' होय.

     वरील विधानांसाठी खालीलपैकी कोणता पर्याय तुम्हास बरोबर वाटतो?

अ) 'ख' आणि 'ग' दोन्हीही बरोबर   ब) 'ख' आणि 'ग' दोन्हीही चूक

क) 'ख' चूक 'ग' बरोबर   ड) 'ख' बरोबर 'ग' चूक

२१६) ख) मातृसत्ताक कुटुंब पद्धतीत मालमत्तेचा वारसाहक्क मातेकडून मुलाकडे हस्तांतरित होतो.

     ग) मातृसत्ताक कुटुंब पद्धतीत कुटुंबाची सत्ता मातेच्या हातात असते.

     वरील विधानांसाठी खालीलपैकी कोणता पर्याय तुम्हास योग्य वाटतो?

अ) 'ख' व 'ग' दोन्हीही चूक   ब) 'ख' व 'ग' दोन्हीही बरोबर

क) 'ख' चूक व 'ग' बरोबर   ड) 'ख' बरोबर 'ग' चूक

२१७) ख) असे म्हणतात की अबांधविक विवाह पद्धतीत पत्नी ही पतीच्या घरची पाहुणी असते.

     ग) अबांधविक विवाह पद्धतीत 'स्त्री'चे अनेक पती हे वेगवेगळ्या कुटुंबातील असतात.

     वरील विधानांसाठी खालीलपैकी कोणता पर्याय तुम्हास योग्य वाटतो?

अ) 'ख' बरोबर 'ग' चूक   ब) 'ख' चूक 'ग' बरोबर

क) 'ख' आणि 'ग' दोन्हीही चूक   ड) 'ख' आणि 'ग' दोन्हीही बरोबर

२१८) खालीलपैकी कोणत्या प्रकारास 'बहुपत्नी विवाह' ही संज्ञा लावता येईल?

    अ) जोडीविवाह   ब) द्विभार्याविवाह   क) एकविवाह   ड) पलायन विवाह

२१९) खालील कोणते उद्दिष्ट विवाहाचे एक उद्दिष्ट म्हणून सांगता येईल?

    अ) शारीरिक गरजांची पूर्तता करणे.   ब) आर्थिक गरजांची पूर्तता करणे.

    क) राजकीय सत्ता विभाजित करणे.   ड) कुटुंब नियोजन करणे.

२२०) खालीलपैकी कोणत्या देशात घटस्फोटाचे प्रमाण कमी आहे?

    अ) भारत   ब) अमेरिका   क) इंग्लंड व वेल्स   ड) ऑस्ट्रेलिया

२२१) खालीलपैकी कोणत्या कुटुंबाचा आकार मर्यादित असतो?

    अ) संयुक्त कुटुंब   ब) विस्तारित कुटुंब   क) बहुपत्नीक कुटुंब   ड) केंद्रकुटुंब

२२२) मजा करण्यासाठी विवाह (Marriage is for the sake of enjoyment) हा विचार कोणत्या धर्मातील कोणत्या पंथाचा आहे?

    अ) हिंदूधर्म – रामदासी संप्रदाय   ब) ख्रिस्तीधर्म – प्रोटेस्टंट संप्रदाय

    क) इस्लामधर्म – शिया पंथ   ड) शीखधर्म – खालसा पंथ

२२३) खालीलपैकी कोणता विवाह प्रकार सर्वच समाजात आदर्श समजला जातो?

    अ) बहुपत्नी   ब) असीमित विवाह   क) एकविवाह   ड) अस्थाई विवाह

२२४) कोणत्या कायद्याने भारतातील हिंदू धर्मीय व्यक्तींच्या घटस्फोटास मान्यता प्रदान करण्यात आली?

    अ) १९५६चा हिंदू वारसा हक्क कायदा   ब) १९५५चा हिंदू विवाह कायदा

    क) १९६१चा हुंडा प्रतिबंधक कायदा   ड) यांपैकी एकही नाही.

२२५) ख) संस्थीकरण ही एक सामाजिक प्रक्रिया आहे.

    ग) संस्थीकरण प्रक्रियेचे स्वरूप स्पष्ट असते.

    वरील विधानांसाठी खालीलपैकी कोणता पर्याय योग्य आहे असे तुम्हास वाटते?

    अ) 'ख' आणि 'ग' दोन्हीही बरोबर   ब) 'ख' आणि 'ग' दोन्हीही चूक

    क) 'ख' चूक 'ग' बरोबर   ड) 'ख' बरोबर 'ग' चूक

२२६) खालील विधानाशी संबंधात योग्य कारणाची निवड करा?

विधान (Statement) : आपण मंडळाशी संबंधित असतो संस्थांशी नव्हे.

कारणे (Reasons)

    अ) मंडळ व संस्था परस्परविरोधी असतात.

    ब) मंडळ म्हणजे लोकसमूह असतात तर संस्था नियमांचे आणि नियामक तत्त्वांचे संच असतात.

    क) मंडळे आधुनिक आहेत तर संस्था पारंपरिक असतात.

    ड) मंडळे अनेक असतात तर संस्था या मर्यादित असतात.

२२७) ख) मूल्य ही चिरंतन टिकणारी असतात.

    ग) मूल्य ही आदर्शात्मक असतात.

    वरील विधानांसाठी खालीलपैकी कोणता पर्याय योग्य आहे असे तुम्हास वाटते?

    अ) 'ख' आणि 'ग' दोन्हीही बरोबर   ब) 'ख' बरोबर 'ग' चूक

    क) 'ख' व 'ग' दोन्हीही चूक   ड) 'ख' चूक व 'ग' बरोबर

२२८) खालीलपैकी कोणता घटक हा सामाजिक संरचनेत समाविष्ट नाही.

अ) दर्जा व भूमिका ब) सामाजिकगट क) कार्यकारी मंडळ ड) प्रमाणके

२२९) खालीलपैकी कोणता घटक हा सामाजिकीकरणाचा घटक नाही?

अ) कुटुंब ब) शेजारी क) समवयस्क व्यक्ती ड) राज्य

२३०) जेव्हा दोन किंवा अधिक व्यक्ती त्यांची समान उद्दिष्टे पूर्ण करण्यासाठी एकत्र येऊन सामाजिक संबंधांनी बद्ध होतात, तेव्हा त्यास कोणत्या संज्ञेने संबोधले जाते?

अ) भूमिका ब) धर्म क) मूल्य ड) सामाजिकगट

२३१) 'प्रमाणक शून्यता' म्हणजे काय?

अ) प्रमाणकांचे अस्तित्व नाकारणे. ब) प्रमाणकांचे अस्तित्व स्वीकारणे.

क) प्रमाणके म्हणजेच प्रमाणक शून्यता होय. ड) मूल्यांशी निगडित वर्तन करणे.

२३२) जेव्हा एकच व्यक्ती एकाच वेळेला अनेक भूमिका बजावते तेव्हा त्यास कोणत्या संज्ञेने संबोधले जाते?

अ) भूमिका संच (Role Set) ब) दर्जा संच (Status Set)

क) सामाजिक क्रिया (Social Action) ड) सामाजिक वर्तन (Social Behaviour)

२३३) ख) भूमिका म्हणजे अनिर्बंध क्रिया होय.

ग) दर्जाशी निगडित क्रिया म्हणजेच भूमिका होय.
वरील दोन विधानांसाठी तुम्ही कोणत्या योग्य त्या पर्यायाची निवड कराल?

अ) 'ख' बरोबर 'ग' चूक ब) 'ख' चूक 'ग' बरोबर

क) 'ख' व 'ग' दोन्हीही बरोबर ड) 'ख' व 'ग' दोन्हीही चूक

२३४) ख) सामाजिक संस्थांचे स्वरूप हे अमूर्त असते.

ग) सामाजिक संस्था ह्या तात्पुरत्या स्वरूपाच्या असतात.
वरील विधानांसाठी तुम्ही कोणता योग्य पर्याय निवडाल?

अ) 'ख' व 'ग' दोन्हीही चूक ब) 'ख' बरोबर 'ग' चूक

क) 'ख' व 'ग' दोन्हीही बरोबर ड) 'ख' चूक 'ग' बरोबर

२३५) ख) व्यक्तींच्या व्यक्तिमत्त्वाचा विकास करणे हे सामाजिक संस्थांचे एक कार्य होय.

ग) समाजात सामाजिक परिवर्तन घडवून आणणे हे सामाजिक संस्थांचे आणखी एक कार्य होय.
वरील विधानांसाठी खालीलपैकी कोणता पर्याय बरोबर आहे असे तुम्हास वाटते?

अ) 'ख' आणि 'ग' दोन्हीही चूक ब) 'ख' बरोबर 'ग' चूक

क) 'ख' चूक 'ग' बरोबर ड) 'ख' व 'ग' दोन्हीही बरोबर

२३६) सामाजिक संस्था जर अमूर्त असतील तर सामाजिक संस्थांचे कार्य कोण करतो?

अ) धर्मसंस्था ब) नोकरशाही क) सामाजिकगट ड) शिक्षणसंस्था

२३७) ख) समाजाची राजकीय संघटना म्हणजे राज्य किंवा राजकीय संस्था होय.

ग) लोकसंख्या हा राज्याचा मूलभूत घटक किंवा तत्त्व मानले जात नाही.
वरील विधानांसाठी खालीलपैकी कोणता पर्याय बरोबर आहे असे तुम्हास वाटते?

अ) 'ख' बरोबर 'ग' चूक ब) 'ख' चूक 'ग' बरोबर

क) 'ख' व 'ग' दोन्हीही चूक ड) 'ख' व 'ग' दोन्हीही बरोबर

२३८) ख) समाजासाठी कायदा करण्याचा अधिकार फक्त राज्यसंस्थेलाच आहे.

ग) नैतिकता व तसेच समाजातील विविध सामाजिक नियमने (रूढी, परंपरा, श्रद्धा इत्यादी) यावरही राज्य बंधन लादू शकते.

वरील विधानांसाठी खालीलपैकी कोणता पर्याय बरोबर आहे असे तुम्हास वाटते?

अ) 'ख' व 'ग' दोन्हीही बरोबर ब) 'ख' व 'ग' दोन्हीही चूक

क) 'ख' चूक 'ग' बरोबर ड) 'ख' बरोबर व 'ग' चूक

२३९) ख) प्राध्यापकाचा दर्जा हे अर्पित दर्जाचे उत्तम उदाहरण होय.

ग) अर्पित दर्जा स्व-कतृत्वानेच प्राप्त होतो.

वरील विधानांसाठी खालीलपैकी कोणता योग्य पर्याय तुम्ही निवडाल.

अ) 'ख' व 'ग' दोन्ही बरोबर ब) 'ख' व 'ग' दोन्हीही चूक

क) 'ख' बरोबर 'ग' चूक ड) 'ख' चूक 'ग' बरोबर

२४०) व्यक्तीचा धर्म हा कोणत्या स्वरूपाचा सामाजिक दर्जा होय?

अ) अर्पित दर्जा ब) अर्जित दर्जा क) प्रतिष्ठित दर्जा ड) राष्ट्रीयत्व

२४१) व्यक्ती जेव्हा स्वतःच्या मनाशी विशिष्ट स्वरूपाची क्रिया करण्याचा जो निश्चय करते, तेव्हा त्याला कोणत्या संज्ञेने संबोधले जाते?

अ) सामाजिक स्वरूपाचे मूल्य. ब) संमतीदर्शक स्वरूपाची प्रमाणके.

क) वैयक्तिक स्वरूपाची प्रमाणके. ड) निषेधात्मक स्वरूपाची प्रमाणके.

२४२) 'मूल्य' म्हणजे नेमके काय?

अ) प्रमाणके ब) वर्तन क) शिष्टाचार ड) आदर्शाची प्रतीके

२४३) 'सुंदर' किंवा 'सौंदर्य' हे मूल्य कोणत्या स्वरूपाचे आहे?

अ) वैयक्तिक ब) सार्वत्रिक क) धर्माधिष्ठित ड) यांपैकी एकही नाही.

२४४) मूल्य ही चिरंतन असतात पण त्यांचे निकष कसे असतात?

अ) स्थल, काल सापेक्ष ब) स्थल, काल निरपेक्ष

क) अनिवार्य स्वरूपाचे ड) वैयक्तिक स्वरूपाचे

२४५) वर्तनावर काही मर्यादा घालणाऱ्या व मनात बाळगणाऱ्या अमूर्त अथवा भावनात्मक आदर्शाला काय म्हणतात?

अ) कायदा ब) परंपरा क) नियमन/प्रमाणके ड) धर्मतत्त्व

२४६) सामाजिक व्यवस्थेच्या संरचनात्मक घटकांत खालीलपैकी कशाचा समावेश होत नाही?

अ) दर्जा व भूमिका ब) प्रमाणके वा नियमने क) सामाजिकगट ड) सामाजिक स्तरीकरण

२४७) समाजातील व्यक्तीच्या व्यक्तिमत्त्व विकासाच्या प्रक्रियेला कोणत्या संज्ञेने संबोधले जाते?

अ) विभेदीकरणाची ब) सामाजिकीकरणाची क) शारीरिक विकासाची ड) पर्यावरणाची

२४८) ख) निग्रो हक्क समितीच्या नेत्यांनी 'काळे सुंदर आहे' (Black is beauty) ही घोषणा दिली होती.

ग) प्राचीन हिंदू समाजात सावळा रंग सौंदर्याचे प्रतीक मानला जात होता.

वरील विधानांसाठी खालीलपैकी कोणता पर्याय तुम्हास योग्य वाटतो?

अ) 'ख' बरोबर 'ग' चूक ब) 'ख' चूक 'ग' बरोबर

क) 'ख' व 'ग' दोन्हीही बरोबर ड) 'ख' व 'ग' दोन्हीही चूक

२४९) प्रा. आर. के. मर्टन यांनी कार्याचे कोणते दोन प्रकार विशद केले होते?

अ) प्रकट व अप्रकट कार्य.   ब) राजकीय व शैक्षणिक कार्य.

क) नैतिक व अनैतिक कार्य.   ड) वैधानिक व अवैधानिक कार्य.

२५०) तुमची स्वत:ची जात म्हणजे कोणता सामाजिकगट?

अ) अंतर्गट   ब) बहिर्गट   क) प्राथमिकगट   ड) संदर्भगट

२५१) ख) दारूबाज मनुष्य मनाशी जेव्हा असा निश्चय करतो की, ''यापुढे मी दारूच्या थेंबालाही स्पर्श करणार नाही,'' तेव्हा हे विधान 'सामाजिक प्रमाणक' या संज्ञेला पात्र ठरते.

ग) सामाजिक प्रमाणके समाजातील सर्वांनीच पाळली पाहिजेत असे बंधन असते.

वरील विधानांसाठी खालीलपैकी कोणता पर्याय तुम्हास बरोबर वाटतो?

अ) 'ख' बरोबर 'ग' चूक   ब) 'ख' चूक 'ग' बरोबर

क) 'ख' व 'ग' दोन्हीही चूक   ड) 'ख' व 'ग' दोन्हीही बरोबर

२५२) ख) मूल्य व श्रद्धा यात भेद आहेत.

ग) मूल्य व श्रद्धा या एकच आहेत.

वरील विधानांसाठी खालीलपैकी कोणता पर्याय तुम्हास बरोबर वाटतो.

अ) 'ख' आणि 'ग' दोन्हीही चूक   ब) 'ख' आणि 'ग' दोन्हीही बरोबर

क) 'ख' चूक व 'ग' बरोबर   ड) 'ख' बरोबर 'ग' चूक

२५३) ख) गटाचा मोठा आकार हे प्राथमिक गटाचे वैशिष्ट्य होय.

ग) प्राथमिक गटातील सभासदांचे संबंध हे अत्यंत औपचारिक असतात.

वरील विधानांसाठी खालीलपैकी कोणता पर्याय तुम्हास योग्य वाटतो?

अ) 'ख' बरोबर 'ग' चूक   ब) 'ख' चूक 'ग' बरोबर

क) 'ख' व 'ग' दोन्हीही चूक   ड) 'ख' व 'ग' दोन्हीही बरोबर

२५४) ख) दुय्यम गटातील संबंध हे अत्यंत वरवरचे (Touch and go variety) व तात्पुरत्या स्वरूपाचे असतात.

ग) तसेच दुय्यम गटातील संबंध हे अवैयक्तिक स्वरूपाचे असतात.

वरील विधानांसाठी खालीलपैकी कोणता पर्याय तुम्हास बरोबर वाटतो.

अ) 'ख' आणि 'ग' दोन्हीही चूक   ब) 'ख' आणि 'ग' दोन्हीही बरोबर

क) 'ख' आणि 'ग' बरोबर   ड) 'ख' बरोबर 'ग' चूक

२५५) ख) नियम-परंपरा आणि रीतिरिवाज यांची संघटना म्हणजे सामाजिकगट होय.

ग) तर समुदाय म्हणजे विशिष्ट भू-प्रदेशात राहणाऱ्या व समुदाय भावना बाळगणाऱ्या लोकांचा समूह होय.

खालीलपैकी कोणता पर्याय वरील विधानांसाठी योग्य आहे असे तुम्हास वाटते?

अ) 'ख' बरोबर 'ग' चूक.   ब) 'ख' आणि 'ग' दोन्हीही बरोबर

क) 'ख' आणि 'ग' दोन्हीही चूक   ड) 'ख' चूक 'ग' बरोबर

२५६) ख) अंतर्गटातील लोकांना परके मानून त्यांना दूर ठेवले जाते.

ग) आपली जात हा आपला बहिर्गट होय.

वरील विधानांसाठी खालीलपैकी कोणता पर्याय बरोबर आहे असे तुम्हास वाटते?

अ) 'ख' बरोबर 'ग' चूक. ब) 'ख' चूक 'ग' बरोबर
क) 'ख' आणि 'ग' दोन्हीही चूक ड) 'ख' आणि 'ग' दोन्हीही बरोबर

२५७) तुमचे स्वत:चे कुटुंब हा कोणता गट होय?
अ) दुय्यम ब) प्राथमिक क) संदर्भ ड) बहिर्गट

२५८) जर्मन भाषेतील 'गेसेलशॉफ्ट' (Gesellschaft) या संज्ञेचा अर्थ काय आहे?
अ) दुय्यम स्वरूपाचे सामाजिक संबंध ब) प्राथमिक स्वरूपाचे सामाजिक संबंध
क) अत्यंत आत्मीयतेचे सामाजिक संबंध ड) वैयक्तिक स्वरूपाचे सामाजिक संबंध

२५९) जर्मन भाषेतील'गेसेलशॉफ्ट' (Gesellschaft) या संज्ञेचा वापर प्रथम कोणत्या समाजशास्त्रज्ञाने केला होता?
अ) चार्ल्स कुले (Charles Cooley) ब) जॉर्ज सिमेल (George Simmel)
क) एफ टोनिज (F.Tonnies) ड) कार्ल मार्क्स (Karl Marx)

२६०) जर्मन भाषेतील 'गेमेनशॉफ्ट' (Gemeinschaft) या संज्ञेचा अर्थ काय आहे?
अ) वरवरचे सामाजिक संबंध ब) औपचारिक स्वरूपाचे सामाजिक संबंध
क) दुय्यम स्वरूपाचे सामाजिक संबंध ड) प्राथमिक स्वरूपाचे सामाजिक संबंध

२६१) तुमच्या मताने अमेरिकेतील नागरिक खालीलपैकी कोणत्या गटाच्या सभासदत्वाचा एक भाग होय?
अ) प्राथमिक गटाच्या ब) समुदायाच्या क) बहिर्गटाच्या ड) अंतर्गटाच्या

२६२) ख) प्रा. किंग्जले डेव्हीस यांच्या मताने कोणताही गट हा पूर्णपणे प्राथमिक वा दुय्यम नसतो.
ग) कुटुंबातील सासू-सुनेचे संबंध हे प्राथमिक गटातील दुय्यम संबंधाचे स्वरूप होय. कारण त्यात (त्या संबंधात) आत्मीयतेपेक्षा दूरावाच जास्त प्रमाणात आढळून येतो.
वरील विधानांसाठी खालीलपैकी कोणता पर्याय तुम्हास बरोबर वाटतो?
अ) 'ख' आणि 'ग' दोन्हीही चूक ब) 'ख' आणि 'ग' दोन्हीही बरोबर
क) 'ख' चूक 'ग' बरोबर ड) 'ख' बरोबर 'ग' चूक

२६३) खालीलपैकी कोणते वैशिष्ट्य हे समाजाचे वैशिष्ट्य म्हणून संबोधले जात नाही.
अ) समाज म्हणजे समानता. ब) समाज म्हणजे विषमता.
क) समाज म्हणजे परस्परावलंबन. ड) समाज म्हणजे समुदाय.

२६४) ख) दर्जाची क्रियात्मक बाजू म्हणजे 'समुदाय' होय.
ग) व्यक्तीला एकाच वेळी फक्त एकच भूमिका पार पाडावी लागते.
वरील विधानांसाठी तुम्ही खालीलपैकी कोणता पर्याय बरोबर आहे असे मानता?
अ) 'ख' आणि 'ग' दोन्हीही चूक ब) 'ख' आणि 'ग' दोन्हीही बरोबर
क) 'ख' बरोबर 'ग' चूक ड) 'ख' चूक 'ग' बरोबर

२६५) छोटे (लहान) भारतीय खेडे म्हणजे खालीलपैकी कोणता गट होय?
अ) दुय्यमगट ब) मंडळ क) प्राथमिकगट ड) संदर्भगट

२६६) महाविद्यालयाच्या स्नेहसंमेलन प्रसंगी संमेलन यशस्वी व्हावे म्हणून ज्या विविध समित्या स्थापन केल्या जातात, त्यांना समाजशास्त्रात काय संबोधले जाते?
अ) समुदाय ब) मंडळ क) बहिर्गट ड) प्राथमिकगट

२६७) १९५६च्या हिंदू वारसाहक्क कायद्यानुसार हिंदू कुटुंबाच्या मालमत्तेत खालीलपैकी कोणाला मालमत्तेत वारसाहक्क प्राप्त होऊ शकतो?

अ) मुलगा, मुलगी पत्नी यांना समान वाटा.
ब) कुटुंबातील फक्त मुलांनाच समान वाटा.

क) कुटुंबातील फक्त मुलींनाच समान वाटा.
ड) कुटुंबातील मृत व्यक्तीच्या फक्त पत्नीलाच वाटा.

२६८) सामाजिक व्यवस्थेच्या संरचनात्मक घटकात खालीलपैकी कोणता घटक समाविष्ट नाही?

अ) सामाजिक दर्जा व भूमिका
ब) सामाजिकगट

क) मूल्ये
ड) समुदाय

२६९) भारतात राष्ट्रपतींची (अध्यक्षांची) निवडणूक कशी होते?

अ) जनतेने केलेल्या प्रत्यक्ष मतदानाने.
ब) फक्त खासदारांनी केलेल्या मतदानाने.

क) सर्व खासदार व राज्यातील सर्व आमदार यांनी केलेल्या मतदानाने.

ड) पंतप्रधानांनी केलेल्या नियुक्तीद्वारे.

२७०) भारताचा 'राष्ट्रपती' हे पद कसे आहे?

अ) नामधारी पण प्रतिष्ठेचे
ब) सर्व प्रकारचे अधिकार धारण करणारे

क) अधिकार विरहित
ड) यांपैकी एकही नाही.

२७१) भारताचा पंतप्रधान कोणास जबाबदार असतो?

अ) राष्ट्रपतींना
ब) संसदेला
क) फक्त लोकसभेला
ड) फक्त राज्यसभेला

२७२) ख) राज्य हे प्रामुख्याने कल्पनेत असते तर सरकार मात्र प्रत्यक्ष वस्तुस्थिती होय.

ग) कोणतेही राज्य हे कधीच सार्वभौम नसते.

वरील विधानांसाठी खालीलपैकी कोणता पर्याय तुम्हास बरोबर वाटतो.

अ) 'ख' व 'ग' हे दोन्हीही बरोबर
ब) 'ख' व 'ग' दोन्हीही चूक

क) 'ख' बरोबर 'ग' चूक
ड) 'ख' चूक व 'ग' बरोबर

२७३) अमेरिकेत कोणत्या प्रकारची लोकशाही आहे?

अ) संसदीय
ब) अध्यक्षीय
क) अल्पजनसत्ताक
ड) असंसदीय

२७४) ख) राज्यासाठी भूप्रदेश हा अत्यावश्यक तत्त्वात येत नाही.

ग) राज्यासाठी कायदे तयार करण्याचा अधिकार कार्यकारी मंडळाला आहे असे तज्ज्ञांना वाटते.

वरील विधानांसाठी खालीलपैकी कोणता पर्याय तुम्हास बरोबर वाटतो?

अ) 'ख' व 'ग' दोन्हीही चूक
ब) 'ख' व 'ग' दोन्हीही बरोबर

क) 'ख' बरोबर 'ग' चूक
ड) 'ख' चूक 'ग' बरोबर

२७५) भारतात मतदानाचा हक्क प्राप्त होण्यासाठी कमीत कमी किती वय पाहिजे?

अ) २१ वर्षे
ब) १६ वर्षे
क) १८ वर्षे
ड) २५ वर्षे

२७६) भारतीय संसदेत किती सभागृहे आहेत?

अ) पाच
ब) दोन
क) चार
ड) एक

२७७) कोणत्याही क्षेत्रात व विशेषत: आर्थिक क्षेत्रात करार करण्याचा अधिकार कोणाला आहे?

अ) अज्ञान व्यक्तींना
ब) फक्त सरकारला

क) कोणत्याही दोन सज्ञान व्यक्तींना
ड) फक्त बँकांना

२७८) कराराचे स्वरूप सर्वसामान्यपणे कसे असते?

अ) अवैयक्तिक व औपचारिक　　ब) वैयक्तिक व अनौपचारिक

क) सार्वत्रिक स्वरूपाचे　　ड) नि:स्वार्थी स्वरूपाचे

२७९) कुटुंबातील सभासदांच्या श्रमविभाजन तत्त्वाचा महत्त्वाचा निकष कोणता?

अ) कुटुंबातील व्यक्तींची बौद्धिकता　　ब) कुटुंबातील व्यक्तींची शारीरिक क्षमता.

क) कुटुंबातील व्यक्तींचे स्त्री/पुरुष विभेदीकरण　　ड) कुटुंबातील व्यक्तींची कार्यकुशलता

२८०) खालीलपैकी कोणता घटक उत्पादन प्रक्रियेचा घटक असू शकत नाही?

अ) भूमी　　ब) श्रम　　क) भांडवल　　ड) राजकीय पक्ष

२८१) मातृस्थानीय विकास पद्धतीत विवाहानंतर वधू-वर कोठे वास्तव्य करतात?

अ) वराच्या पित्याच्या घरी　　ब) वधू आणि वर त्यांच्या त्यांच्या मातेच्या घरी.

क) वधू व वर दोघेही स्वतंत्र निवासात राहतात.

ड) काही दिवस वधूच्या पित्याच्या घरी व काही दिवस वराच्या पित्याच्या घरी.

२८२) ज्या विवाह पद्धतीत एका पुरुषाला कितीही बायकांशी किंवा स्त्रियांशी विवाह करण्यास मान्यता असते; तेव्हा तो कोणत्या प्रकारचा बहुपत्नी विवाह असतो?

अ) सीमित बहुपत्नी विवाह　　ब) सशर्त बहुपत्नी विवाह

क) असीमित बहुपत्नी विवाह　　ड) प्राधान्य दर्शक विवाह

२८३) बहुपती विवाहासाठी खालीलपैकी कोणते कारण तुम्हास योग्य वाटते?

अ) पुरुषांच्या तुलनेने स्त्रियांची संख्या जास्त असणे.

ब) स्त्रियांपेक्षा पुरुषांची संख्या जास्त असणे.

क) स्त्री-पुरुष दोघांचे प्रमाण समसमान असणे.

ड) पुरुषांची आवड म्हणून.

२८४) ख) हिंदू समाजात वधू-वर एकाच गोत्राचे सभासद असतात.

ग) हिंदू समाजातील काही जातीत मामाची मुलगी ही हक्काची बायको समजली जाते.

वरील विधानांसाठी खालीलपैकी कोणता पर्याय तुम्हास बरोबर वाटतो?

अ) 'ख' व 'ग' दोन्हीही बरोबर　　ब) 'ख' व 'ग' दोन्हीही चूक

क) 'ख' बरोबर 'ग' चूक　　ड) 'ख' चूक 'ग' बरोबर

२८५) भारतातील काही जातीत व आदिवासी जमातीत पुरुषाला जर दुसरा विवाह करावयाचा असेल तर त्याला त्याच्या पत्नीच्या धाकट्या बहिणीस प्राधान्य द्यावे लागते. या विवाह प्रकारास काय म्हणतात?

अ) मेहुणी विवाह　　ब) दीर विवाह　　क) अनुनयात्मक विवाह　　ड) प्रेम विवाह

२८६) भारतातील संयुक्त कुटुंब प्रामुख्याने कोणत्या प्रकारच्या कुटुंबात मोडते?

अ) पितृसत्ताक कुटुंब　　ब) द्विसत्ताक कुटुंब　　क) बहुपतिक कुटुंब　　ड) समसत्ताक कुटुंब

२८७) भारतातील संयुक्त कुटुंबात नवोदित वधु-वरांसाठी कोणती निवास पद्धती समाजमान्य आहे?

अ) द्विस्थानीय निवास पद्धती　　ब) पितृस्थानीय निवास पद्धती

क) नूतनस्थानीय निवास पद्धती　　ड) एकस्थानीय निवास पद्धती

२८८) 'दर्जा' म्हणजे काय?

अ) व्यक्तीची प्रतिष्ठा　　ब) समाजातील शिष्टाचार　　क) व्यक्तीचे समाजातील स्थान　　ड) सामाजिक मूल्य

२८९) ख) 'वय' व्यक्तीचा अर्पित दर्जा निर्धारित करणारा एक घटक होय.

ग) वयानुसार व्यक्तीचा अर्पित दर्जा बदलतो.

वरील विधानांसाठी खालीलपैकी कोणता पर्याय तुम्हास बरोबर वाटतो?

अ) 'ख' आणि 'ग' दोन्हीही चूक ब) 'ख' बरोबर 'ग' चूक

क) 'ख' चूक व 'ग' बरोबर ड) 'ख' व 'ग' दोन्हीही बरोबर

२९०) खालीलपैकी कोणता दर्जा आप्तसंबंधामुळे माणसाला प्राप्त होतो?

अ) माणसाची जात ब) खेळाडू क) जिल्हाधिकारी ड) नाटकातील नट व नट्या

२९१) व्यक्ती स्वकतृत्वाने जो दर्जा प्राप्त करते त्यास कोणत्या संज्ञेने संबोधले जाते?

अ) अर्पित दर्जा ब) स्वसंपादित वा अर्जित दर्जा

क) पारंपरिक दर्जा ड) मूल्याधिष्ठित दर्जा

२९२) ख) समाजशास्त्राने 'काय आहे' (What is?) याचा अभ्यास करावा असे एमिल डरखाईम म्हणतो?

ग) 'इतिहास' ही समाजशास्त्राची प्रयोगशाळा आहे.

वरील विधानांसाठी खालीलपैकी कोणता पर्याय तुम्हास बरोबर वाटतो?

अ) 'ख' व 'ग' दोन्हीही बरोबर ब) 'ख' व 'ग' दोन्हीही चूक

क) 'ख' बरोबर 'ग' चूक ड) 'ख' चूक 'ग' बरोबर

२९२ अ) खालीलपैकी कोणता घटक समाजशास्त्राच्या अध्ययनाचा एक सैद्धान्तिक पैलू आहे?

अ) ग्रह, तारे यांचा अध्ययनात्मक पैलू. ब) संरचनात्मक-कार्यात्मक पैलू वा घटक.

क) साहित्याच्या अध्ययनाच्या पैलू. ड) यांपैकी एकही नाही.

२९२ ब) 'प्राध्यापक' हा व्यक्तीचा कोणता दर्जा आहे?

अ) राजकीय क्षेत्रातील प्रतिष्ठा.

ब) व्यक्तीला अर्पण केलेला दर्जा (अर्पित दर्जा)

क) व्यक्तीने स्व-कर्तृत्वाने प्राप्त केलेला दर्जा (अर्जित दर्जा)

ड) नोकरशाहीतील सर्वोच्च स्थान

२९३) समाजात व्यक्तीला एकाच वेळेला किती दर्जे असतात असे तुम्हास वाटते?

अ) एक ब) दोन क) पाच ड) अनेक

२९४) ख) दर्जाचे क्रियाशील स्वरूप म्हणजेच भूमिका होय.

ग) 'आजोबा' हा दर्जा अर्जित अथवा स्वसंपादित असतो.

वरील विधानांसाठी खालीलपैकी कोणता पर्याय तुम्हास बरोबर वाटतो?

अ) 'ख' व 'ग' दोन्हीही बरोबर. ब) 'ख' व 'ग' दोन्हीही चूक.

क) 'ख' बरोबर 'ग' चूक. ड) 'ख' चूक 'ग' बरोबर.

२९५) ख) प्रत्येक मंडळाची निर्मिती ही निश्चित उद्देशाच्या पूर्ततेसाठीच झालेली असते.

ग) समुदायाचा आकार नेहमीच प्रचंड असतो असे तज्ज्ञ मानतात.

वरील विधानांसाठी खालीलपैकी कोणता पर्याय तुम्हास योग्य किंवा बरोबर आहे असे वाटते?

अ) 'ख' बरोबर 'ग' चूक ब) 'ख' चूक 'ग' बरोबर

क) 'ख' व 'ग' दोन्हीही चूक ड) 'ख' व 'ग' दोन्हीही बरोबर

२९६) ख) रॉबर्ट मर्टन यांनी कार्याचे 'प्रकट कार्य' आणि 'अप्रकट कार्य' असे दोन प्रकार प्रतिपादन केले होते.

ग) सामाजिक व्यवस्थेच्या कार्यिक पूर्वावश्यक तत्त्वात 'एकात्मीकरण' याही तत्त्वाचा समावेश होतो.

वरील विधानांसाठी खालीलपैकी कोणता पर्याय तुम्हास योग्य अथवा बरोबर आहे?

अ) 'ख' चूक 'ग' बरोबर
ब) 'ख' बरोबर 'ग' चूक
क) 'ख' व 'ग' बरोबर
ड) 'ख' व 'ग' चूक

२९७) स्तंभ (I) मधील विधानांच्या स्तंभ (II) मधील विधानांशी जोड्या लावा.

स्तंभ (I)	स्तंभ (II)
अ) समाजशास्त्र	I) जैविकशास्त्र
ब) गणित	II) जड वस्तूंचे अध्ययन
क) प्राणिशास्त्र	III) नैसर्गिक शास्त्र
ड) भौतिक शास्त्र	IV) सामाजिक शास्त्र

खालीलपैकी उत्तराचा योग्य पर्याय निवडा.

	(a)	(b)	(c)	(d)
अ)	II	IV	I	IV
ब)	IV	III	IV	II
क)	I	I	II	III
ड)	III	II	III	I

२९८) स्तंभ (I) मधील विधानांच्या स्तंभ (II) मधील विधानांशी जोड्या लावा.

स्तंभ (I)	स्तंभ (II)
अ) मानवनिर्मित वस्तू	I) दर्जा
ब) कुटुंबातील पत्नीचे कार्य	II) आर्थिक क्रिया
क) उत्पादन	III) संस्कृती
ड) व्यक्तीचे समाजातील स्थान	IV) भूमिका

खालीलपैकी उत्तराचा योग्य तो पर्याय निवडा.

	(a)	(b)	(c)	(d)
अ)	III	II	IV	I
ब)	IV	III	I	IV
क)	II	I	II	II
ड)	I	IV	III	III

२९९) 'कुटुंब' हा कोणत्या प्रकारचा समूह आहे?

अ) सांस्कृतिक   ब) वांशिक   क) दुय्यम   ड) प्राथमिक

३००) खालीलपैकी कोणता घटक सामाजिक व्यवस्थेच्या कार्यात्मक घटकात समाविष्ट होत नाही?

अ) अनुकूलन
ब) एकात्मता
क) साध्यसंप्राप्ती/ध्येयसिद्धी
ड) उत्क्रांतीवाद

३०१) स्तंभ (I) मधील विधानांच्या स्तंभ (II) मधील विधानांशी योग्य जोड्या लावा.

स्तंभ (I)   स्तंभ (II)

अ) जातीचे सभासदत्व   I) ज्ञान देणारा ज्ञाता

ब) संरचनात्मक घटक   II) अर्पित दर्जा

क) पवित्र/अपवित्र   III) मूल्य

ड) शिक्षक   IV) धर्मकल्पना

खालीलपैकी उत्तराचा कोणता पर्याय योग्य वाटतो?

	(a)	(b)	(c)	(d)
अ)	IV	III	II	IV
ब)	III	IV	III	II
क)	II	I	IV	I
ड)	I	II	I	III

३०२) स्तंभ (I) मधील विधानांच्या स्तंभ (II) मधील विधानांशी योग्य जोड्या लावा.

स्तंभ (I)   स्तंभ (II)

अ) स्त्री-पुरुष शारीरिक संबंधांना   I) शिक्षण संस्था
   सामाजिक व कायदेशीर मान्यता
   देणारी व्यवस्था

ब) संस्थांची संस्था   II) आर्थिक संस्था

क) मालमत्ता   III) राज्य संस्था

ड) व्यक्तीच्या व्यक्तिमत्त्व विकासाचे   IV) विवाह संस्था
   औपचारिक केंद्र

खालीलपैकी उत्तराचा कोणता पर्याय तुम्हास बरोबर अथवा योग्य वाटतो?

	(a)	(b)	(c)	(d)
अ)	II	III	I	IV
ब)	III	I	IV	III
क)	IV	II	II	II
ड)	I	IV	III	I

३०३) ख) आर्थिकदृष्टीने विचार करता भारत हा कृषीप्रधान देश आहे.

ग) भारतात अध्यक्षीय लोकशाही राज्यपद्धती अस्तित्वात आहे.

वरील विधानांसाठी खालीलपैकी कोणता पर्याय तुम्हास बरोबर वाटतो?

अ) 'ख' आणि 'ग' दोन्हीही चूक   ब) 'ख' आणि 'ग' दोन्हीही बरोबर

क) 'ख' बरोबर 'ग' चूक   ड) 'ख' चूक 'ग' बरोबर

३०४) स्तंभ (I) मधील विधानांच्या स्तंभ (II) मधील विधानांशी योग्य जोड्या लावा.

स्तंभ (I)   स्तंभ (II)

अ) आम्हीची भावना   I) दुय्यमगट

ब) कामगार संघटना   II) बहिर्गट

क) मी ज्या गटाचा सभासद आहे तो गट III) प्राथमिकगट

ड) परक्याचागट IV) अंतर्गट

खालीलपैकी उत्तराचा कोणता पर्याय तुम्हास बरोबर अथवा योग्य वाटतो?

	(a)	(b)	(c)	(d)
अ)	II	III	I	IV
ब)	III	I	IV	I
क)	IV	IV	II	II
ड)	I	II	III	III

३०५) प्रथा किंवा रूढी संस्कृतीच्या कोणत्या प्रकारात मोडतात?

अ) भौतिक संस्कृती ब) राजकीय संस्कृती क) अभौतिक संस्कृती ड) दृश्य संस्कृती

३०६) स्तंभ (I) मधील विधानांच्या स्तंभ (II) मधील विधानांशी योग्य जोड्या लावा.

स्तंभ (I)	स्तंभ (II)
अ) मूल्य	I) मंडळ
ब) एकात्मता	II) समुदाय
क) ऐच्छिकगट	III) सामाजिक संरचनेचा घटक
ड) अनिवार्यगट	IV) कार्यात्मक पूर्वावश्यक तत्त्व/समस्या.

खालीलपैकी उत्तराचा कोणता पर्याय तुम्हास बरोबर अथवा योग्य वाटतो?

	(a)	(b)	(c)	(d)
अ)	III	IV	II	II
ब)	IV	III	I	III
क)	I	II	IV	I
ड)	II	I	III	IV

३०७) स्तंभ (I) मधील विधानांच्या स्तंभ (II) मधील विधानांशी योग्य जोड्या लावा.

स्तंभ (I)	स्तंभ (II)
अ) मी रोज व्यायाम करीन	I) संमतीदर्शक प्रमाणके
ब) एक पत्नीत्वाचा स्वीकार करणे	II) मूल्य
क) आदर्शात्मक वर्तन	III) वैयक्तिक प्रमाणक
ड) मनुष्याने निर्व्यसनी असावे	IV) सामाजिक प्रमाणके

खालीलपैकी उत्तराचा कोणता पर्याय तुम्हास बरोबर अथवा योग्य वाटतो?

	(a)	(b)	(c)	(d)
अ)	II	IV	II	III
ब)	I	II	III	IV
क)	IV	I	IV	II
ड)	III	III	I	I

३०८) ख) संस्कृती शिकावी लागते.

ग) मानवाप्रमाणेच मानवेतर प्राणी पण संस्कृतीची निर्मिती करतात.

वरील विधानांसाठी खालीलपैकी कोणता पर्याय तुम्हास योग्य वा बरोबर वाटतो?

अ) 'ख' बरोबर 'ग' चूक

ब) 'ख' चूक 'ग' बरोबर

क) 'ख' आणि 'ग' दोन्हीही बरोबर

ड) 'ख' आणि 'ग' दोन्हीही चूक

३०९) सांस्कृतिक दृष्टीने विचार करता 'भारत' हा कोणत्या प्रकारचा देश आहे?

अ) एक सांस्कृतिक   ब) बहु सांस्कृतिक

क) संस्कृती विरहित   ड) यांपैकी एकही नाही.

३१०) स्तंभ (I) मधील विधानांच्या स्तंभ (II) मधील विधानांशी योग्य जोड्या लावा.

	स्तंभ (I)		स्तंभ (II)
अ)	भ्रमणध्वनी	I)	समुदाय
ब)	मूल्य	II)	भौतिक संस्कृती
क)	डोंगर	III)	अभौतिक संस्कृती
ड)	खेडेगाव	IV)	निसर्गनिर्मित

खालीलपैकी उत्तराचा कोणता पर्याय तुम्हास बरोबर अथवा योग्य वाटतो?

	(a)	(b)	(c)	(d)
अ)	II	III	IV	II
ब)	III	IV	III	IV
क)	IV	I	II	I
ड)	I	II	I	III

३११) 'समाज म्हणजे सामाजिक संबंधांचे जाळे' ही व्याख्या कोणत्या समाजशास्त्रज्ञाने केली होती?

अ) मॅक्आयव्हर व पेज   ब) किंग्जले डेव्हिस

क) टॉलकॉट पार्सन्स   ड) डाहरेन डॉर्फ

३१२) स्तंभ (I) मधील विधानांच्या स्तंभ (II) मधील विधानांशी योग्य जोड्या लावा.

	स्तंभ (I)		स्तंभ (II)
अ)	स्नेहसंमेलन प्रसंगी महाविद्यालयात निर्माण करण्यात आलेल्या विविध समित्या	I)	सामाजिक संस्था
ब)	राज्य	II)	मूल्य
क)	समाजाचे आदर्श	III)	प्रमाणक
ड)	वर्तनाचे समाजमान्य नियम	IV)	मंडळ

खालीलपैकी उत्तराचा योग्य पर्याय निवडा.

	(a)	(b)	(c)	(d)
अ)	III	IV	II	IV
ब)	IV	I	III	III

क)	I	II	IV	I
ड)	II	III	I	II

३१३) स्तंभ (I) मधील विधानांच्या स्तंभ (II) मधील विधानांशी योग्य जोड्या लावा.

स्तंभ (I)	स्तंभ (II)
अ) समउद्देश	I) दुय्यमगट
ब) मोठाआकार	II) अंतर्गट
क) माझागट	III) संदर्भगट
ड) माझा आदर्शगट	(IV) प्राथमिकगट

खालीलपैकी उत्तराचा योग्य तो पर्याय निवडा.

	(a)	(b)	(c)	(d)
अ)	II	III	IV	IV
ब)	IV	I	I	III
क)	I	IV	II	II
ड)	III	II	III	I

३१४) स्तंभ (I) मधील विधानांच्या स्तंभ (II) मधील विधानांशी योग्य जोड्या लावा.

स्तंभ (I)	स्तंभ (II)
अ) बहुपत्नी विवाह	I) अर्थ संस्थेचा घटक
ब) एकत्रित भोजन व्यवस्था	II) प्रशासकीय यंत्रणा
क) श्रमविभाजन	III) विवाहाचा प्रकार
ड) नोकरशाही	IV) संयुक्त कुटुंबाचे एक वैशिष्ट्य

खालीलपैकी उत्तराचा योग्य पर्याय निवडा.

	(a)	(b)	(c)	(d)
अ)	II	IV	III	III
ब)	IV	III	IV	IV
क)	I	II	II	I
ड)	III	I	I	II

३१५) ख) मुस्लीम विवाह एक करार आहे.

ग) हिंदू विवाह कायदेशीर तडजोड आहे.

वरील विधानांसाठी खालीलपैकी कोणता पर्याय योग्य आहे असे तुम्हास वाटते?

अ) 'ख' आणि 'ग' दोन्हीही बरोबर ब) 'ख' आणि 'ग' दोन्हीही चूक.

क) 'ख' चूक 'ग' बरोबर ड) 'ख' बरोबर 'ग' चूक

३१६) भारतात हिंदू वारसाहक्क कायदा कधी मंजूर करण्यात आला.

अ) १९५६ ब) १९५५ क) १९५४ ड) १९६२

३१७) हिंदू वारसाहक्क कायद्यानुसार वडिलोपार्जित मालमत्ता कोणाकोणात वाटली जाते?

अ) मृताच्या फक्त मुलांना. ब) मृताच्या सर्व मुले, मुली, पत्नी यांना.

क) मृताच्या फक्त पत्नीला. ड) मृताच्या फक्त भावांना.

३१८) स्तंभ (I) मधील विधानांच्या स्तंभ (II) मधील विधानांशी योग्य जोड्या लावा.

स्तंभ (I)	स्तंभ (II)
अ) समुदाय	I) मानव निर्मित असते.
ब) मंडळ	II) अमूर्त असतात.
क) सामाजिक संस्था	III) ऐच्छिक सभासदत्व
ड) संस्कृती	IV) प्रादेशिक गट पण विशिष्ट भूप्रदेश हा अत्यावश्यक

खालीलपैकी उत्तराचा योग्य तो पर्याय निवडा.

	(a)	(b)	(c)	(d)
अ)	IV	III	II	I
ब)	III	II	I	II
क)	II	I	IV	III
ड)	I	IV	III	IV

३१९) खालीलपैकी कोणता घटक हा सामाजिकीकरण प्रक्रियेचा घटक असू शकत नाही?

अ) अनुकरण ब) सूचन क) भाषा ड) अंधश्रद्धा

३२०) चार्ल्स कुले यांच्या मताने सामाजिकीकरण प्रक्रियेचा आत्मा म्हणून कोणता घटक महत्त्वाचा आहे?

अ) व्यक्तीच्या स्वत:चा ब) शिक्षक क) आई ड) धर्म

३२१) व्यक्तीच्या स्वत्व विकास प्रक्रियेत खालीलपैकी कोणत्या भाषिक घटकांना महत्त्व आहे?

अ) तू, तुझा, तुझे ब) मी, माझा, माझे क) आम्ही, आमचा, आमचे ड) ते, त्यांचा, त्यांचे

३२२) सामाजिकीकरणाची प्रक्रिया म्हणजे नेमके काय?

अ) शारीरिक वाढ ब) मानसिक वाढ

क) व्यक्तीच्य व्यक्तिमत्त्वाचा विकास ड) धार्मिक ज्ञानाचा विकास

३२३) सामाजिकीकरण प्रक्रियेतील प्रतिबिंबित स्वत्व संबंधीचा सिद्धान्त खालीलपैकी कोणत्या विचारवंताने मांडला?

अ) जी.एच.मीड ब) विलियम जेम्स क) हर्बर्ट ब्लमर ड) चार्ल्स कुले

३२४) फ्राईड यांच्या मताने व्यक्तीच्या 'स्वत्वा'च्या जीवशास्त्रीय इंद्रियास काय म्हणतात?

अ) ईड (Id) ब) अहम् क) मी ड) तू

३२५) व्यक्तीचे सामाजिकीकरण करणारे पहिले व आत्यंतिक महत्त्वाचे साधन कोणते?

अ) शाळा ब) माता-पिता क) मित्रमंडळी ड) धर्म

३२६) प्रौढाचे सामाजिकीकरण म्हणजे काय?

अ) जुन्या भूमिकेऐवजी नवीन भूमिका स्वीकारण्यास तयार करणे.

ब) सांस्कृतिक परिवर्तन क) धर्मशिक्षण

ड) व्यावहारिक शिक्षण

३२७) 'प्रतिबिंबित स्वत्वाच्या सिद्धान्ता'त चार्ल्स कुले यांनी कोणत्या प्रतिमेचा किंवा प्रतीकाचा वापर केला होता?

अ) राज्य ब) आरसा क) खडू-फळा ड) भित्तिपत्रके

३२८) सामाजिकीकरणाचे एक साधन म्हणून मूल समवयस्कांकडून कोणते ज्ञान प्राप्त करते?

अ) विविध परंपरा व प्रथा

ब) विविध धार्मिक श्रद्धा आणि तद्संबंधी समजुती.

क) जे ज्ञान सर्वसाधारणपणे माता-पित्यांकडून प्राप्त होत नाही असे स्त्री-पुरुष संबंधांचे, तद्संबंधी द्व्यर्थी शब्दांचे अर्थ इत्यादींचे.

ड) संस्कृतीकरणाचे

३२९) सामाजिकीकरण म्हणजे नेमके काय?

अ) एक प्रकारची शिक्षण प्रक्रिया होय.
ब) सामाजिक परिवर्तनाची प्रक्रिया होय.
क) समाज विघटनाची प्रक्रिया होय.
ड) व्यक्ती विघटनाची प्रक्रिया होय.

३३०) खालीलपैकी कोणते साधन सामाजिकीकरणाच्या अधिकारी व्यक्तींच्या साधनात समाविष्ट नाही?

अ) आई-वडील ब) अन्य नातेवाईक क) प्रचारमाध्यमे ड) शिक्षक

३३१) जी.एच.मीड यांच्या मताने स्वत्वाचे दोन पैलू कोणते?

अ) तू, तुम्ही ब) मी, माझे क) आम्ही, आमचे ड) ते, त्यांचे

३३२) 'बहुजन समाजातील स्वत्व' या संकल्पनेचा वापर कोणी केला होता?

अ) इर्विंग गॉफमन (Irving Geoffman)
ब) जी.एच.मीड (G..H. Mead)
क) सिगमंड फ्राईड (Sigmund Freud)
ड) चार्ल्स कुले (Charles Cooley)

३३३) फ्राईडच्या मताने 'अहम्' म्हणजे काय?

अ) व्यक्तीची आरशातील प्रतिमा

ब) अहम् (ego) म्हणजे मध्यस्थांची भूमिका बजावणारा महत्त्वाचा घटक होय.

क) व्यक्तीच्या सामाजिक जाणिवा.

ड) अहम् म्हणजे स्वत:बद्दलचा आत्यंतिक अभिमान होय.

३३४) सामाजिकीकरणाच्या दृष्टिकोनातून 'विभेद' या प्रक्रियेचा अर्थ काय आहे?

अ) समाजातील श्रेष्ठ-कनिष्ठत्वाची जाणीव.

ब) समाजातील वर्गभेदाची जाणीव.

क) समाजात काय चांगले व काय वाईट यांत भेद करण्याची क्षमता.

ड) धर्म भेदाची जाणीव.

३३५) 'सामाजिकीकरण प्रक्रियेत' बक्षीस या संकल्पनेचा अर्थ काय आहे?

अ) मुलांच्या चांगल्या वागणुकीबद्दल संमतीदर्शक स्मित करणे.

ब) एखादी चांगली वस्तू भेट देणे.

क) मुलाला भरपूर चॉकलेट भेट देणे.

ड) यांपैकी एकही नाही.

३३६) खालीलपैकी घटक सामाजिकीकरणाच्या प्रक्रियेत समाविष्ट आहेत?

अ) भाषा क्षमता ब) न्यायप्रियता क) वस्तुनिष्ठता ड) धर्मनिष्ठता

३३७) खालीलपैकी कोणता घटक सामाजिकीकरणाच्या औपचारिक साधनात मोडतो?

अ) कुटुंबातील विविध सभासद
ब) व्यक्तींचा समुदाय
क) समवयस्क व्यक्ती
ड) यांपैकी एकही नाही.

३३८) सामाजिकीकरण प्रक्रियेत बक्षिसाबरोबरच आणखी कोणत्या घटकाला प्राधान्य दिले जाते ?

    अ) धर्मज्ञान   ब) प्रेरणा   क) शिक्षा   ड) शिक्षण

३३९) 'सामाजिकीकरण' ही कोणत्या प्रकारची प्रक्रिया आहे ?

    अ) राजकीय स्वरूपाची   ब) असातत्यपूर्ण स्वरूपाची

    क) खगोलशास्त्रीय स्वरूपाची   ड) सतत चालणारी किंवा सातत्य स्वरूपाची

३४०) ख) 'ईड' (Id) ही संकल्पना जी.एच.मीड यांनी मांडली होती.

    ग) 'बहुजन समाजातील सत्व' ही संकल्पना चार्ल्स कुले यांनी विशद केली होती.

    वरील विधानांसाठी खालीलपैकी कोणता पर्याय तुम्हास बरोबर आहे असे वाटते.

    अ) 'ख' आणि 'ग' दोन्हीही चूक   ब) 'ख' आणि 'ग' दोन्हीही बरोबर

    क) 'ख' बरोबर आणि 'ग' चूक   ड) 'ख' चूक आणि 'ग' बरोबर

३४१) गॉफमन (Geoffman) यांनी इतर किंवा विरोधी व्यक्तींचे (Other or Discrepant) किती प्रकारात विभाजन केले होते ?

    अ) सहा   ब) पाच   क) तीन   ड) सात

३४२) ख) व्यक्तीच्या जीवनाला योग्य वळण लावणारी प्रक्रिया म्हणजे सामाजिकीकरण होय – किंग्जले डेव्हीस.

    ग) वाईट शिक्षणामुळे व्यक्ती व पर्यायाने समाजपण विसकळीत होतो.

    वरील विधानांसाठी खालीलपैकी कोणता पर्याय तुम्हास योग्य वाटतो ?

    अ) 'ख' बरोबर 'ग' चूक   ब) 'ख' आणि 'ग' दोन्हीही चूक

    क) 'ख' आणि 'ग' दोन्हीही बरोबर   ड) 'ख' चूक 'ग' बरोबर

३४३) ख) शिक्षा म्हणजे व्यक्तीच्या अयोग्य किंवा वाईट वागणुकीचे प्रतीक होय.

    ग) शिक्षा ही नेहमी कडक व भीतीदायक असली पाहिजे असे सामाजिकीकरणाचा अभ्यास करणारे समाजशास्त्रज्ञ मानतात.

    वरील दोन विधानांसाठी खालीलपैकी कोणता पर्याय बरोबर आहे असे तुम्हास वाटते ?

    अ) 'ख' बरोबर 'ग' चूक   ब) 'ख' चूक 'ग' बरोबर

    क) 'ख' व 'ग' दोन्हीही बरोबर   ड) 'ख' व 'ग' दोन्हीही चूक

३४४) ख) सामाजिकीकरणाच्या अधिकारी व्यक्तीत शाळा, महाविद्यालयातील मित्रांचाही समावेश होतो.

    ग) 'सामाजिकीकरण' म्हणजे एक प्रकारची शिक्षण प्रक्रियाच होय.

    वरील दोन्ही विधानांसाठी खालीलपैकी कोणता पर्याय तुम्हास योग्य वाटतो ?

    अ) 'ख' आणि 'ग' दोन्हीही चूक   ब) 'ख' आणि 'ग' दोन्हीही बरोबर

    क) 'ख' चूक, 'ग' बरोबर   ड) 'ख' बरोबर 'ग' चूक

३४५) ख) प्रेरणा व परस्परावलंबन या व्यक्तीच्या बौद्धिक वाढीसाठी आवश्यक असलेल्या प्रक्रिया होत.

    ग) सामाजिकीकरणाचा हेतू 'व्यक्तीला शिस्त लावणे' हा नसतो.

    वरील विधानांसाठी खालीलपैकी कोणता पर्याय तुम्हास बरोबर वाटतो ?

    अ) 'ख' आणि 'ग' दोन्हीही बरोबर   ब) 'ख' बरोबर 'ग' चूक

    क) 'ख' चूक 'ग' बरोबर   ड) 'ख' आणि 'ग' दोन्हीही चूक

३४६) ख) 'प्रतिबिंबित स्वत्व' ही संकल्पना जी.एच.मीड यांनी प्रतिपादन केली होती.

ग) स्वत्वाचे जीवशास्त्रीय केंद्र म्हणजे ईड (Id) होय.

वरील विधानांसाठी खालीलपैकी कोणता पर्याय तुम्हास बरोबर आहे असे वाटतो?

अ) 'ख' आणि 'ग' दोन्हीही चूक   ब) 'ख' आणि 'ग' दोन्हीही बरोबर

क) 'ख' बरोबर 'ग' चूक   ड) 'ख' चूक 'ग' बरोबर

३४७) ख) स्वत्वाचे दोन पैलू, जी.एच.मीड यांच्या मताने मला (me) आणि मी (I) हे आहेत.

ग) फ्राईड यांच्या मताने 'अहम्' (ego) म्हणजे शहाणपणा होय.

वरील विधानांसाठी खालीलपैकी कोणता पर्याय तुमच्या दृष्टीने बरोबर आहे.

अ) 'ख' आणि 'ग' दोन्हीही बरोबर   ब) 'ख' आणि 'ग' दोन्हीही चूक

क) 'ख' चूक 'ग' बरोबर   ड) 'ख' बरोबर 'ग' चूक

३४८) ख) चांगल्या शिक्षणाचा एक हेतू नैराश्यावर नियंत्रण ठेवणे हा आहे.

ग) शैक्षणिक व्यवस्थेचा समावेश हा सामाजिकीकरणाच्या औपचारिक साधनात होत नाही.

वरील विधानांसाठी खालीलपैकी कोणता पर्याय तुम्हास बरोबर आहे असे वाटते?

अ) 'ख' चूक 'ग' बरोबर   ब) 'ख' बरोबर 'ग' चूक

क) 'ख' आणि 'ग' दोन्हीही चूक   ड) 'ख' आणि 'ग' दोन्हीही बरोबर

३४९) ख) वाईट शिक्षणामुळे व्यक्तीच्या प्रेरणांवर नियंत्रण ठेवले जाते.

ग) व्यक्तीची शारीरिक वाढ मुद्दाम किंवा प्रयत्नपूर्वक घडवून आणली जाते.

वरील विधानांसाठी तुम्हास खालीलपैकी कोणता पर्याय योग्य वा बरोबर वाटतो.

अ) 'ख' बरोबर 'ग' चूक   ब) 'ख' चूक 'ग' बरोबर

क) 'ख' आणि 'ग' दोन्हीही चूक   ड) 'ख' आणि 'ग' दोन्हीही बरोबर

३५०) स्तंभ (I) मधील विधानांच्या स्तंभ (II) मधील विधानांशी योग्य जोड्या लावा.

स्तंभ (I)	स्तंभ (II)
अ) इड (Id)	I) अधिकारी व्यक्ती
ब) प्रेरणा	II) सामाजिकीकरणाचे औपचारिक घटक
क) आई/वडील	III) सिगमंड फ्राईड
ड) समुदाय	IV) निश्चित स्वरूपाचा जीवशास्त्रीय घटक

खालीलपैकी उत्तराचा योग्य पर्याय निवडा.

	(a)	(b)	(c)	(d)
अ)	II	I	IV	III
ब)	III	IV	I	IV
क)	IV	II	III	I
ड)	I	III	II	II

३५१) सामाजिकीकरणाच्या दृष्टिकोनातून विचार करता मानवी मुलाचा परावलंब कालावधी कसा असतो?

अ) प्रदीर्घ   ब) अत्यल्प   क) अल्प   ड) स्वावलंबी

३५२) इतर व्यक्तींसाठी (Others) गॉफमन (Geoffman) यांनी कोणती पर्यायी संज्ञा वापरली होती?

अ) मी (I)   ब) स्वत्व (Self)   क) विरुद्ध व्यक्ती   ड) तिसरी व्यक्ती

३५३) खालीलपैकी कोणता घटक हा सामाजिकीकरणाच्या प्रक्रियेचा भाग नाही?

अ) प्रेरणा   ब) परावलंबन   क) शिक्षणक्षमता   ड) अर्थप्राप्ती

३५४) स्तंभ (I) मधील विधानांच्या स्तंभ (II) मधील विधानांशी योग्य जोड्या लावा.

स्तंभ (I)	स्तंभ (II)
अ) व्यक्तींच्या प्रेरणा मोकाट सुटतात.	I) विभेद
ब) व्यक्तीची भाषा क्षमता	II) वाईट शिक्षणामुळे
क) केवळ स्मित करणे	III) ज्ञानाची देवाणघेवाण करण्याचे साधन.
ड) चांगले-वाईट ओळखण्याची क्षमता	IV) बक्षीस

खालीलपैकी कोणता पर्याय उत्तरासाठी तुम्हास योग्य वाटतो?

	(a)	(b)	(c)	(d)
अ)	IV	II	III	IV
ब)	II	III	IV	III
क)	I	IV	II	I
ड)	III	I	I	II

३५५) स्तंभ (I) मधील विधानांच्या स्तंभ (II) मधील विधानांशी योग्य जोड्या लावा.

स्तंभ (I)	स्तंभ (II)
अ) प्रतिबिंबित स्वत्व	I) सामाजिकीकरणाचा एक हेतू
ब) शेजारी	II) मित्रमंडळ
क) समवयस्क व्यक्ती	III) सामाजिकीकरणाचे एक साधन
ड) व्यक्तीला शिस्त लावणे	IV) चार्ल्स कुले

खालीलपैकी उत्तराचा कोणता पर्याय योग्य वाटतो?

	(a)	(b)	(c)	(d)
अ)	IV	II	III	I
ब)	III	I	IV	III
क)	II	IV	I	II
ड)	I	III	II	IV

३५६) स्तंभ (I) मधील विधानांच्या स्तंभ (II) मधील विधानांशी योग्य जोड्या लावा.

स्तंभ (I)	स्तंभ (II)
अ) कमला/अमला	I) प्रतिबिंबित स्वत्वाचे प्रतीक
ब) आरसा	II) सामाजिकीकरणाचे एक औपचारिक साधन
क) धर्म	III) सामाजिकीकरणाचा एक उद्देश
ड) व्यक्तिमत्त्वाबद्दल आकांक्षा निर्माण करणे.	IV) बंगालमधील त्रिदनापुरच्या जंगलात सापडलेल्या व लांडग्यांनी पालनपोषण केलेल्या दोन मुली.

खालीलपैकी उत्तराचा कोणता पर्याय तुम्हास योग्य वाटतो?

	(a)	(b)	(c)	(d)
अ)	III	IV	II	I

	(a)	(b)	(c)	(d)
ब)	IV	I	III	IV
क)	I	II	IV	III
ड)	II	III	I	II

३५७) स्तंभ (I) मधील विधानांच्या स्तंभ (II) मधील विधानांशी योग्य जोड्या लावा.

स्तंभ (I)	स्तंभ (II)
अ) जुने स्वत्व नष्ट करून नवीन स्वत्वाचा स्वीकार करणे.	I) सामाजिकीकरणाचे एक साधन.
ब) २० वर्षे वयापेक्षा जास्त वयाच्या व्यक्तींचे सामाजिकीकरण	II) केवळ डोळे वटारून पाहणे.
क) शाळा व शिक्षक	III) पुनर्सामाजिकीकरण
ड) शिक्षा	IV) प्रौढांचे सामाजिकीकरण करणे.

खालीलपैकी उत्तराचा कोणता पर्याय तुम्हास योग्य वाटतो?

	(a)	(b)	(c)	(d)
अ)	II	IV	III	II
ब)	III	I	IV	III
क)	IV	II	I	IV
ड)	I	III	II	I

३५८) स्तंभ (I) मधील विधानांच्या स्तंभ (II) मधील विधानांशी योग्य जोड्या लावा.

स्तंभ (I)	स्तंभ (II)
अ) स्वत्वाच्या विकासात जी.एच.मीड यांनी कोणत्या संज्ञा वापरल्या होत्या.	I) व्यक्ती – व्यक्तीमधील विविध प्रेरणांना संयमाचा बांध घालता येतो.
ब) स्वत: व्यतिरिक्त अन्य व्यक्तींसाठी गॉफमन (Geoffman) यांनी कोणती संज्ञा वापरली होती.	II) मी, मला या संज्ञा वापरल्या होत्या.
क) स्वत्वाचे जीवशास्त्रीय केंद्र	III) विरुद्ध (Discrepant) व्यक्ती
ड) चांगले शिक्षण	IV) इड (Id)

खालीलपैकी उत्तराचा योग्य तो पर्याय निवडा.

	(a)	(b)	(c)	(d)
अ)	IV	III	I	II
ब)	II	I	IV	III
क)	I	II	III	IV
ड)	III	IV	II	I

३५९) खालीलपैकी कोणता घटक बक्षीस संज्ञेत अंतर्भूत नाही?

अ) डोळे वटारून पाहणे. ब) केवळ स्मित करणे. क) चॉकलेट देणे. ड) शाबासकी देणे.

३६०) ख) सामाजिकीकरण ही प्रदीर्घ चालणारी सामाजिक प्रक्रिया होय.

ग) स्वत्वाचा विकास हा सामाजिकीकरण प्रक्रियेचा आत्मा होय.

वरील विधानांसाठी पुढीलपैकी कोणता पर्याय तुम्हास योग्य वाटतो?

अ) 'ख' व 'ग' दोन्हीही चूक   ब) 'ख' व 'ग' दोन्हीही बरोबर

क) 'ख' बरोबर 'ग' चूक   ड) 'ख' चूक 'ग' बरोबर

३६१) स्तंभ (I) मधील विधानांच्या स्तंभ (II) मधील विधानांशी योग्य जोड्या लावा.

स्तंभ (I)	स्तंभ (II)
अ) चांगले शिक्षण	I) आई–वडील
ब) अधिकारी व्यक्ती	II) प्रतिबिंबित स्वत्वाचे प्रतीक
क) आरसा	III) सामाजिकीकरणाचे औपचारिक साधन
ड) समुदाय	IV) व्यक्तीच्या व्यक्तिमत्त्व विकासाचे साधन

खालीलपैकी उत्तराचा कोणता पर्याय तुम्हास योग्य वाटतो?

	(a)	(b)	(c)	(d)
अ)	IV	III	II	IV
ब)	I	II	IV	III
क)	II	IV	I	II
ड)	III	I	III	I

३६२) कडक शिक्षेमुळे मुलाच्या मनात सामाजिकीकरण करणाऱ्या घटकाबद्दल काय निर्माण होते?

अ) नैराश्य   ब) तिरस्कार   क) अभिमान   ड) अनुराग

३६३) स्तंभ (I) मधील विधानांच्या स्तंभ (II) मधील विधानांशी योग्य जोड्या लावा.

स्तंभ (I)	स्तंभ (II)
अ) एक व्यक्ती दुसऱ्या व्यक्तीच्या क्रियेची नक्कल करणे म्हणजे....	I) एक शिक्षण प्रक्रिया
ब) सामाजिक संबंधांचे माध्यम म्हणजे...	II) अनुकरण
क) मानवी वर्तनाचे स्पष्टीकरण म्हणजे...	III) भाषा
ड) सामाजिकीकरण म्हणजे...	IV) सहजप्रवृत्ती

खालीलपैकी उत्तराचा कोणता पर्याय तुम्हास योग्य वाटतो?

	(a)	(b)	(c)	(d)
अ)	III	II	IV	III
ब)	IV	III	I	IV
क)	II	IV	II	I
ड)	I	I	III	II

३६४) हॅरी जॉन्सन या समाजशास्त्रज्ञाच्या मताने सामाजिकीकरणाची प्रक्रिया किती टप्प्यात पूर्ण होते?

अ) पाच   ब) सात   क) चार   ड) दोन

३६५) ख) सामाजिकीकरणाचा एक हेतू व्यक्तीला शिस्तीचे वळण लावणे हा असतो.

ग) सामाजिक भूमिकेबद्दल ज्ञान प्रदान करणे हा पण सामाजिकीकरणाचा आणखी एक हेतू होय.

वरील विधानांसाठी खालीलपैकी कोणता पर्याय तुम्हास बरोबर वाटतो?

अ) 'ख' बरोबर 'ग' चूक   ब) 'ख' चूक 'ग' बरोबर.

क) 'ख' आणि 'ग' दोन्हीही चूक   ड) 'ख' आणि 'ग' दोन्हीही बरोबर

३६६) स्तंभ (I) मधील विधानांच्या स्तंभ (II) मधील विधानांशी योग्य जोड्या लावा.

स्तंभ (I)	स्तंभ (II)
अ) सामाजिकीकरणाचा स्थितीज्ञान विकासाचा सिद्धान्त कोणी मांडला?	I) जी.एच.मीड (G.H.Mead)
ब) सामाजिकीकरणाच्या नैतिक विकासाचा सिद्धान्त कोणी मांडला?	II) सिगमंड फ्राईड (Sigmand Freud)
क) सामाजिकीकरण म्हणजे भूमिका प्रक्रिया हा सिद्धान्त कोणी मांडला?	III) लॉरेन्स कोहलबर्ग (Lawrence Kohlberg)
ड) सामाजिकीकरणाच्या सिद्धान्तात इड (Id) ही संकल्पना कोणी मांडली?	IV) पिगेट (Paiget)

खालीलपैकी उत्तराचा कोणता पर्याय तुम्हास योग्य वाटतो?

	(a)	(b)	(c)	(d)
अ)	II	III	IV	II
ब)	III	I	III	IV
क)	I	IV	II	I
ड)	IV	II	I	III

३६७) ख) अपेक्षात्मक सामाजिकीकरण म्हणजे भविष्यात पार पाडावयाच्या भूमिकांचे शिक्षण होय.

ग) प्रौढांचे सामाजिकीकरण म्हणजे आपण पार पाडीत असलेल्या भूमिका नव्याने शिकणे होय.

वरील विधानांसाठी खालीलपैकी कोणता पर्याय तुम्हास योग्य वाटतो?

अ) 'ख' आणि 'ग' दोन्हीही चूक   ब) 'ख' आणि 'ग' दोन्हीही बरोबर

क) 'ख' चूक 'ग' बरोबर   ड) 'ख' बरोबर 'ग' चूक

३६८) ख) आजकाल 'दूरदर्शन' हे सामाजिकीकरणाचे प्रभावी माध्यम असल्याचे तज्ज्ञ मानतात.

ग) सामाजिकीकरणात बालकाचा पहिला शिक्षक म्हणजे त्या बालकाचा पिता होय.

वरील विधानांसाठी खालीलपैकी कोणता पर्याय तुम्हास योग्य वाटतो?

अ) 'ख' चूक 'ग' बरोबर   ब) 'ख' आणि 'ग' दोन्हीही बरोबर

क) 'ख' आणि 'ग' दोन्हीही चूक   ड) 'ख' बरोबर 'ग' चूक

३६९) वेगळ्या स्वरूपाच्या श्रद्धा व्यवस्थांचा स्वीकार करण्याच्या प्रक्रियेस काय म्हणतात?

अ) पुनर्सामाजिकीकरण   ब) बालकांचे सामाजिकीकरण

क) शिक्षण प्रक्रिया   ड) परिवर्तन प्रक्रिया

३७०) सामाजिकीकरण म्हणजे नेमके काय?

अ) परिवर्तन   ब) व्यक्तिमत्त्वाची विकास प्रक्रिया

क) बेशिस्त वर्तन   ड) विपथगामीत्व

३७१) स्तंभ (I) मधील विधानांच्या स्तंभ (II) मधील विधानांशी योग्य जोड्या लावा.

स्तंभ (I)	स्तंभ (II)
अ) अठरा वर्षे वयानंतरची सामाजिकीकरणाची प्रक्रिया.	I) सदोष सामाजिकीकरण
ब) ० ते १० वयोगटातील व्यक्तींचे सामाजिकीकरण.	II) प्रौढांचे सामाजिकीकरण
क) दुसऱ्या गटाच्या परंपरा, प्रथा यांचे आत्मसातीकरण करणे.	III) बालकांचे सामाजिकीकरण
ड) समाजातील चुकीच्या माहितीचे आत्मसातीकरण करणे.	IV) पुनर्सामाजिकीकरण

खालीलपैकी उत्तराचा योग्य तो पर्याय निवडा.

	(a)	(b)	(c)	(d)
अ)	IV	III	II	II
ब)	III	I	III	IV
क)	I	II	IV	III
ड)	II	IV	I	I

३७२) ख) 'अनुकरण' सामाजिकीकरण प्रक्रियेचा एक महत्त्वाचा घटक आहे.
ग) सामाजिकीकरणासाठी शिक्षण प्रक्रिया महत्त्वाची मानली जात नाही.
वरील विधानासाठी उत्तराचा खालीलपैकी कोणता पर्याय तुम्हास योग्य वाटतो?
अ) 'ख' आणि 'ग' दोन्हीही बरोबर ब) 'ख' आणि 'ग' दोन्हीही चूक.
क) 'ख' चूक 'ग' बरोबर ड) 'ख' बरोबर 'ग' चूक

३७३) 'सामाजिक स्तरीकरण' ही प्रक्रिया कशावर आधारित आहे?
अ) विभेदीकरण ब) समानता क) शिक्षणसंस्था ड) संस्कृती

३७४) भारतातील जातीव्यवस्था हा कोणत्या प्रकारचा सामाजिकवर्ग वा सामाजिकगट आहे?
अ) मुक्त स्वरूपाचा ब) बंदिस्त स्वरूपाचा क) बहिर्गट ड) परक्यांचागट

३७५) श्रेष्ठत्व आणि कनिष्ठत्व या निकषांवर ज्यांचे परस्परसंबंध आधारलेले आहेत, अशा कायम स्वरूपाच्या गटात समाजाचे जे विभाजन होते त्यास काय म्हणतात?
अ) सामाजिक संस्था ब) सामाजिकगट वा समूह
क) सामाजिक स्तरीकरण ड) सामाजिक परिवर्तन

३७६) युरोप खंडातील राष्ट्रात मध्ययुगात अस्तित्वात असलेले सामाजिक स्तरीकरण कोणत्या संज्ञेने संबोधले जाते?
अ) वर्गव्यवस्था ब) जातीव्यवस्था
क) नोकरशाही व्यवस्था ड) अमीर-उमराव किंवा सरंजामशाही व्यवस्था

३७७) भारतात प्रामुख्याने सामाजिक स्तरीकरणाचा कोणता प्रकार आढळतो?
अ) जातीव्यवस्था ब) वर्गव्यवस्था क) सरंजामशाही ड) सांस्कृतिक व्यवस्था

३७८) भारतात जातीव्यवस्थेचा प्रमुख घटक कोणता?

अ) कर्तृत्व ब) जन्म क) स्व-संपादन ड) राज्य

३७९) भारतातील जातीव्यवस्थेत सर्वोच्च दर्जा कोणत्या जातीला बहाल करण्यात आला आहे?

अ) क्षत्रिय ब) वैश्य क) ब्राह्मण ड) मराठा

३८०) समाजशास्त्रज्ञांच्या मताने सामाजिक स्तरीकरण प्रक्रियेचा गाभा काय आहे?

अ) समानता ब) राजकारण

क) धार्मिक अंधश्रद्धा ड) श्रेष्ठत्व-कनिष्ठत्व या संकल्पना

३८१) ख) 'सामाजिक स्तरीकरण' हे फक्त भारतीय समाजाचेच वैशिष्ट्य आहे.

ग) सामाजिक विषमता हे सामाजिक स्तरीकरणाचे एक अंग आहे.

वरील विधानांसाठी खालीलपैकी कोणता पर्याय बरोबर आहे?

अ) 'ख' आणि 'ग' दोन्हीही बरोबर ब) 'ख' आणि 'ग' दोन्हीही चूक

क) 'ख' चूक 'ग' बरोबर ड) 'ख' बरोबर 'ग' चूक

३८२) मध्ययुगातील युरोप खंडातील देशात अस्तित्वात असलेल्या अमीर-उमराव पद्धतीचा तोंडावळा कोणासारखा आहे?

अ) वर्गव्यवस्थेसारखा ब) नोकरशाहीसारखा

क) गोऱ्या अमेरिकेतील लोकांसारखा ड) भारतातील जाती व्यवस्थेसारखा

३८३) व्यक्ती-व्यक्तीतील बौद्धिकभेद हा सामाजिकीकरणाचा कोणता घटक आहे?

अ) सामाजिक ब) राजकीय क) सांस्कृतिक ड) जैविक

३८४) बहुसंख्य समाजात सामाजिक स्तरीकरणाचे अस्तित्व केव्हापासून आहे?

अ) अति-प्राचीन काळापासून ब) मध्ययुगापासून

क) अत्यंत आधुनिक काळाच्या प्रारंभापासून ड) औद्योगिकीकरणानंतरच्या काळापासून

३८५) भारतातील जातीव्यवस्थेची निर्मिती कोणत्या घटकापासून झाली?

अ) वर्गव्यवस्थेतून ब) वर्णव्यवस्थेतून क) सरंजामशाही पद्धतीतून ड) घराणेशाही व्यवस्थेतून

३८६) औद्योगिकदृष्टीने प्रगत राष्ट्रात कोणत्या प्रकारचे सामाजिक स्तरीकरण आढळते?

अ) जातीवर आधारित ब) वर्गव्यवस्थेवर आधारित

क) समानतेवर आधारित ड) सरंजामशाहीवर आधारित

३८७) जाती एक साचेबंद वर्ग आहे, कारण........

अ) त्यात सामाजिक गतिमत्वाला प्रोत्साहन दिले जाते.

ब) त्यात सामाजिक गतिमत्व जलद घडून येते.

क) त्यात सामाजिक गतिमत्वाचा पूर्णपणे अभाव असतो.

ड) यांपैकी एकही पर्याय योग्य वाटत नाही.

३८८) प्रत्येक जातीचा स्वत:चा असा कोणता व्यवसाय असतो.

अ) औद्योगिक ब) कृषी क) व्यक्तीविशेष ड) पारंपरिक

३८९) भारतात गावकुसाबाहेर राहणाऱ्या जातीचा उल्लेख पूर्वी कोणत्या संज्ञेने केला जातो?

अ) सवर्ण जाती ब) वैश्य जाती क) अस्पृश्य जाती ड) विमुक्त जाती

३९०) मध्ययुगातील युरोप खंडातील राष्ट्रात अमीर-उमरावांचा दर्जा निर्धारित करणारा घटक कोणता?
अ) स्व-कर्तृत्व ब) जन्म क) धर्म ड) संस्कृती

३९१) आनुवंशिकतेच्या तत्त्वावर आधारलेला गट किंवा वर्ग म्हणजे 'जात' (Caste). जातीची ही व्याख्या खालीलपैकी कोणी केली होती?
अ) डॉ. मदन व डॉ. मुजुमदार ब) डॉ. जी.एस.घुर्ये
क) प्रा. डेव्हिड मायकेल ओरेन स्टाईन ड) प्रा. चार्ल्स कुले

३९२) जाती व्यवस्थेचा अभ्यास करणाऱ्या समाजशास्त्रज्ञांच्या मताने 'जात' हा कोणत्या प्रकारचा सामाजिकगट आहे?
अ) अंतर्विवाही गट ब) बर्हिविवाही गट क) बहुविवाही गट ड) बहुपतिक गट

३९३) पूर्वीच्या काळी तथाकथित अस्पृश्यांना कशापासून वंचित करण्यात आले होते?
अ) शिक्षणापासून ब) विवाह करण्यापासून
क) कुटुंब स्थापन करण्यापासून ड) यांपैकी एकही नाही.

३९४) युरोप खंडातील विविध राष्ट्रात अमीर-उमराव पद्धतीची स्थापना कोणत्या शतकात झाली?
अ) १५ व्या ब) १२ व्या क) १० व्या ड) १७ व्या

३९५) युरोपातील 'अमीर-उमराव' ही स्तररचना प्रामुख्याने किती स्तरात विभागली गेली होती?
अ) सात ब) पाच क) तीन ड) दोन

३९६) समाजशास्त्रज्ञांच्या दृष्टीने जातीचे हे ही महत्त्वाचे वैशिष्ट्य होते किंवा आहे?
अ) स्व-कर्तृत्व ब) शिक्षणाला मुक्तद्वार क) मुक्त गतिमत्व ड) ठळकगट

३९७) व्यक्तीचा जन्म सोडून अन्य मार्गाने समाजाचे विभाजन कोणत्या संज्ञेने संबोधले जाते?
अ) वर्गव्यवस्था ब) जातीव्यवस्था क) सरंजामशाहीव्यवस्था ड) धर्मव्यवस्था

३९८) अमेरिकेतील वर्गव्यवस्था प्रामुख्याने कशावर आधारलेली आहे?
अ) जन्मावर ब) आर्थिक विषमतेवर क) धर्मावर ड) संस्कृतीवर

३९९) कार्ल मार्क्स यांनी त्यांच्या वर्गव्यवस्थेच्या सिद्धान्तात किती वर्गाची कल्पना केली होती?
अ) सहा ब) चार क) दोन ड) तीन

४००) वर्गव्यवस्था खालीलपैकी कोणत्या निकषावर आधारित आहे?
अ) धार्मिक ब) सांस्कृतिक
क) जन्माधिष्ठित ड) श्रेष्ठत्व/कनिष्ठत्वावर आधारित सामाजिक संबंध

४०१) ख) जातीव्यवस्था व्यक्तीच्या स्व-कतृत्वावर आधारित असते.
ग) जातीव्यवस्था सामाजिक गतिमत्वाला प्रोत्साहन देते.
वरील विधानांसाठी खालील कोणता पर्याय तुम्हास बरोबर वाटतो?
अ) 'ख' व 'ग' दोन्हीही चूक ब) 'ख' व 'ग' दोन्हीही बरोबर
क) 'ख' बरोबर 'ग' चूक ड) 'ख' चूक 'ग' बरोबर

४०२) खालीलपैकी कोणता निकष वर्गव्यवस्थेचा निकष नाही?
अ) सामाजिक गतिमत्वाचे प्रमाण ब) वर्गभावनांची जाणीव
क) जन्मावर आधारित गट ड) व्यवसाय स्वातंत्र्य

४०३) सामाजिक स्तरीकरणाचे सर्वांत महत्त्वाचे वैशिष्ट्य खालीलपैकी कोणते आहे?

अ) योग्य व्यक्ती योग्य ठिकाणी (Right person in right place)

ब) पारंपरिक व्यवसायावर आधारित गट

क) सामाजिक गतिमत्वाचा अभाव असणारा गट

ड) धर्मतत्त्वावर आधारित गट

४०४) वर्गव्यवस्थेचे महत्त्वाचे वैशिष्ट्य म्हणून खालीलपैकी कोणत्या घटकांचा उल्लेख केला जातो?

अ) वर्गजाणिवा /वर्गभावना   ब) धर्मभावनेची जाणीव

क) पारंपरिक व्यवसाय   ड) कायम स्वरूपाचा गट

४०५) सामाजिक स्तरीकरणाचा एक प्रकार म्हणून वर्गव्यवस्थेचे स्वरूप कसे असते?

अ) साचेबंद स्वरूपाचे   ब) मुक्तवर्गाच्या स्वरूपासारखे

क) एखाद्या धार्मिक संप्रदायाप्रमाणे   ड) एखाद्या राजकीय पक्षासारखे

४०६) वर्गव्यवस्थेत सामाजिक गतिमत्वाचे प्रमाण कसे आहे?

अ) मंद   ब) अतिमंद   क) जलद वा जास्त   ड) गतिमत्वाचा अभाव

४०७) सामाजिक स्तरीकरणाचा संघर्षात्मक सिद्धान्त कोणी मांडला होता?

अ) कार्ल मार्क्स   ब) प्रा. किंग्जले डेव्हिस   क) डॉ. जी.एस.घुर्ये   ड) चार्ल्स कुले

४०८) सामाजिक स्तरीकरण समाजाला आवश्यक असणाऱ्या कोणत्या घटकाचे पोषण करते?

अ) समानता   ब) धार्मिकता   क) विषमता किंवा असमानता   ड) आर्थिकता

४०९) 'केवळ वरिष्ठ वर्गाकडे संपत्तीचे संचयीकरण' हे सामाजिक स्तरीकरणाचे कोणत्या स्वरूपाचे कार्य आहे?

अ) चांगल्या किंवा सुकार्य स्वरूपाचे   ब) अकार्य किंवा अपकार्य स्वरूपाचे

क) अनिवार्य स्वरूपाचे कार्य   ड) समानतेशी संबंधित कार्य

४१०) सामाजिक वर्ग व्यवस्थेत कोणते चक्र सातत्याने चालू असते?

अ) समानता निर्माण करण्याचे   ब) केवळ प्रगतीचे

क) केवळ अधोगतीचे   ड) प्रगतीचे व अधोगतीचे

४११) वर्गव्यवस्थेचे एक महत्त्वाचे वैशिष्ट्य कोणते?

अ) जन्म तत्त्वावर आधारित गट   ब) सामाजिक गतिमत्वाचा अभाव असणारा गट

क) दर्जाची सोपान परंपरा असणारा गट   ड) धर्माने आधार प्रदान केलेला गट

४१२) 'ज्यांच्याकडे उत्पादन साधनांची मालकी' आहे असा गट. गटाचा हा प्रकार कोणी प्रतिपादन केला होता?

अ) इब्न खालदून (Ibn Khaldun)   ब) हॅरी जॉन्सन (Hurry Johnson)

क) एमिल डरखाईम (Emile Durkheim)   ड) कार्ल मार्क्स (Karl Marx)

४१३) वर्गव्यवस्थेचे सर्वांत महत्त्वाचे वैशिष्ट्य कोणते?

अ) वर्गभावना किंवा वर्गजाणिवा   ब) सामाजिक व्यवहारावर निर्बंध

क) पारंपरिक व्यवसायाला प्राधान्य   ड) धार्मिक निर्बंध असलेला गट

४१४) ख) पारंपरिक व्यवसाय हे जातीचे एक वैशिष्ट्य होय.

ग) 'धार्मिक निर्बंधाचा अभाव' हे पण जातीचे एक वैशिष्ट्य मानले जाते.

वरील विधानांसाठी खालीलपैकी कोणता पर्याय तुम्हास योग्य वाटतो?

अ) 'ख' आणि 'ग' दोन्हीही चूक   ब) 'ख' बरोबर 'ग' चूक

क) 'ख' चूक 'ग' बरोबर   ड) 'ख' आणि 'ग' दोन्हीही बरोबर

४१५) 'जातीव्यवस्था' ही स्तरीकरण संरचना खालीलपैकी कशावर आधारित आहे?

अ) राज्यकर्त्यांवर   ब) कर्तृत्वावर   क) जन्मावर   ड) संस्कृतीवर

४१६) ख) 'सामाजिक स्तरीकरण' समाजातील समानतेचे प्रतीक होय.

ग) 'सामाजिक स्तरीकरण' व्यवस्था ही सर्वव्यापी आहे.

वरील विधानांसाठी खालीलपैकी कोणता पर्याय तुम्हास बरोबर वाटतो?

अ) 'ख' आणि 'ग' दोन्हीही बरोबर   ब) 'ख' आणि 'ग' दोन्हीही चूक

क) 'ख' चूक 'ग' बरोबर   ड) 'ख' बरोबर 'ग' चूक

४१७) ख) भारतात प्रामुख्याने जातींवर आधारित सामाजिक स्तरीकरण आढळते.

ग) आधुनिक औद्योगिकदृष्टीने प्रगत राष्ट्रात प्रामुख्याने वर्गावर आधारित सामाजिक स्तरीकरण व्यवस्था आढळते.

वरील विधानांसाठी खालीलपैकी कोणता पर्याय तुम्हास योग्य वाटतो?

अ) 'ख' आणि 'ग' दोन्हीही चूक   ब) 'ख' बरोबर 'ग' चूक

क) 'ख' चूक 'ग' बरोबर   ड) 'ख' आणि 'ग' दोन्हीही बरोबर

४१८) ख) 'अमीर-उमराव पद्धतीवर' आधारित सामाजिक स्तरीकरण व्यवस्था प्रामुख्याने अमेरिकेत अस्तित्वात होती.

ग) वांशिकतेवर आधारित सामाजिक स्तरीकरण व्यवस्था भारतीय समाजाचे वैशिष्ट्य होय.

वरील विधानांसाठी खालीलपैकी कोणता पर्याय तुम्हास योग्य वाटतो?

अ) 'ख' चूक 'ग' बरोबर   ब) 'ख' बरोबर 'ग' चूक

क) 'ख' व 'ग' दोन्हीही बरोबर   ड) 'ख' व 'ग' दोन्हीही चूक

४१९) ख) 'व्यवसाय स्वातंत्र्य' हे वर्गव्यवस्थेचे प्रमुख अंग होय.

ग) वर्गव्यवस्था ही जन्मावरआधारित असते.

वरील विधानांसाठी खालीलपैकी कोणता पर्याय तुम्हास योग्य वाटतो?

अ) 'ख' बरोबर 'ग' चूक   ब) 'ख' व 'ग' दोन्हीही चूक

क) 'ख' व 'ग' दोन्हीही बरोबर   ड) 'ख' चूक व 'ग' बरोबर

४२०) ख) अमेरिकेत 'काळे अमेरिकन्स' (Black Americans) आणि 'गोरे अमेरिकन्स' (White Americans) असे दोन वर्ग आढळतात व त्याचे स्वरूप हे भारतातील जातीव्यवस्थेसारखे असते.

ग) अमीर-उमराव पद्धतीवर आधारित सामाजिक स्तरीकरण व्यवस्था युरोप खंडातील राष्ट्रांचे वैशिष्ट्य होय.

वरील विधानांसाठी खालीलपैकी कोणता पर्याय तुम्हास योग्य वाटतो?

अ) 'ख' व 'ग' दोन्हीही चूक   ब) 'ख' व 'ग' दोन्हीही बरोबर

क) 'ख' बरोबर 'ग' चूक   ड) 'ख' चूक व 'ग' बरोबर

४२१) ख) भारतात पूर्वीच्या काळी (व काही प्रमाणात आजही) तथाकथित अस्पृश्य समजल्या जाणाऱ्या जातीला गावकुसाबाहेर राहावे लागे.

ग) मुक्त गतिमत्व हे जाती स्तरीकरणाचे एक वैशिष्ट्य होय.
वरील विधानांसाठी खालीलपैकी कोणता पर्याय तुम्हास योग्य वाटतो?

अ) 'ख' आणि 'ग' दोन्हीही बरोबर
ब) 'ख' आणि 'ग' दोन्हीही चूक
क) 'ख' बरोबर 'ग' चूक
ड) 'ख' चूक व 'ग' बरोबर

४२२) ख) सामाजिक स्तरीकरणाचा संघर्ष सिद्धान्त हा 'हर्बर्ट स्पेन्सर' यांनी मांडला होता.

ग) 'वर्गविरहित' म्हणजे स्तरीकरण विरहित समाज ही सैद्धान्तिक संकल्पना प्रा. चार्ल्स कुले यांनी प्रतिपादन केली होती.
वरील विधानांसाठी खालीलपैकी कोणता पर्याय तुम्हास बरोबर वाटतो?

अ) 'ख' व 'ग' दोन्हीही चूक
ब) 'ख' व 'ग' दोन्हीही बरोबर
क) 'ख' चूक व 'ग' बरोबर
ड) 'ख' बरोबर 'ग' चूक

४२३) ख) सामाजिक स्तरीकरण एक सामाजिक वर्तनबंध (Social Pattern) आहे.

ग) सामाजिक स्तरीकरणाचे सामाजिक घटक हे निसर्गनिर्मित असतात.
वरील विधानांसाठी खालीलपैकी कोणता पर्याय तुम्हास योग्य वाटतो?

अ) 'ख' चूक 'ग' बरोबर
ब) 'ख' बरोबर 'ग' चूक
क) 'ख' आणि 'ग' दोन्हीही बरोबर
ड) 'ख' आणि 'ग' दोन्हीही चूक

४२४) ख) वर्ण व्यवस्थेतून आधुनिक वर्गव्यवस्था आकाराला आली.

ग) जातीव्यवस्थेचा श्रेष्ठ-कनिष्ठ दर्जा हा जन्माधिष्ठित (जन्मावर आधारित) असतो.
वरील विधानांसाठी खालीलपैकी कोणता पर्याय तुम्हास बरोबर वाटतो?

अ) 'ख' चूक 'ग' बरोबर
ब) 'ख' बरोबर 'ग' चूक
क) 'ख' आणि 'ग' दोन्हीही बरोबर
ड) 'ख' आणि 'ग' दोन्हीही चूक

४२५) ख) 'अमीर-उमराव' सामाजिक स्तरीकरण व्यवस्थेत पहिल्या स्तरात धर्मगुरूंचा समावेश होतो.

ग) पूर्वीच्या काळी आणि आजही बऱ्याच प्रमाणात तथाकथित अस्पृश्य समजल्या जाणाऱ्या जातीतील लोकांना धार्मिक क्रियेत सहभागी होण्यास मान्यता नाही.
वरील विधानांसाठी खालीलपैकी कोणता पर्याय तुम्हास योग्य वाटतो?

अ) 'ख' बरोबर 'ग' चूक
ब) 'ख' चूक 'ग' बरोबर
क) 'ख' आणि 'ग' दोन्हीही चूक
ड) 'ख' आणि 'ग' दोन्हीही बरोबर

४२६) ख) वर्ग म्हणजे अमर्यादित सामाजिक संबंधांचे आगार होय.

ग) सामाजिक स्तरीकरणात्मक सिद्धान्तातील कार्यात्मक सिद्धान्त मांडणाऱ्या विचारवंतात प्रा. किंग्जले डेव्हिस यांचाही समावेश होतो.
वरील विधानांसाठी खालीलपैकी कोणता पर्याय तुम्हास योग्य वाटतो?

अ) 'ख' चूक 'ग' बरोबर
ब) 'ख' बरोबर 'ग' चूक
क) 'ख' आणि 'ग' दोन्हीही बरोबर
ड) 'ख' आणि 'ग' दोन्हीही चूक

४२७) ख) समाजाला ज्या प्रकारच्या विषमतेची आवश्यकता असते, त्या विषमतेचे पोषण सामाजिक स्तरीकरण करते.

ग) प्रत्येक जात व उपजात अंतर्विवाही गट आहे.

वरील विधानांसाठी खालीलपैकी कोणता पर्याय तुम्हास योग्य वाटतो?

अ) 'ख' चूक 'ग' बरोबर

ब) 'ख' आणि 'ग' दोन्हीही बरोबर

क) 'ख' आणि 'ग' दोन्हीही चूक

ड) 'ख' बरोबर 'ग' चूक

४२८) ख) वरिष्ठ वर्गाकडे संपत्तीचे संचयीकरण होणे हे सामाजिक स्तरीकरणाचे अपकार्य किंवा अकार्य (Dysfunction) होय.

ग) 'मुक्त सामाजिक गतिमत्व' हे जातीव्यवस्थेचे प्रमुख वैशिष्ट्य होय.

वरील विधानांसाठी खालीलपैकी कोणता पर्याय तुम्हास योग्य वाटतो?

अ) 'ख' आणि 'ग' दोन्हीही चूक

ब) 'ख' आणि 'ग' दोन्हीही बरोबर

क) 'ख' बरोबर 'ग' चूक

ड) 'ख' चूक 'ग' बरोबर

४२८) १) ख) 'आनुवंशिकतेच्या तत्त्वावर आधारलेला गट म्हणजे जाती' अशी जातीची व्याख्या प्रा. चार्ल्स कुले यांनी केली होती.

ग) व्यवसाय भिन्नतेतून पण विविध जातींची निर्मिती झाली.

अ) 'ख' बरोबर 'ग' चूक

ब) 'ख' चूक 'ग' बरोबर

क) 'ख' आणि 'ग' दोन्हीही चूक

ड) 'ख' आणि 'ग' दोन्हीही बरोबर

४२८) २) ख) अमीर–उमराव स्तरीकरण पद्धतीत व्यक्तीचा दर्जा जरी जन्मावरून ठरत असला तरी तो बदलण्याची संधी व्यक्तींना दिली जात असे.

ग) वर्ग व्यवस्थेचे स्वरूप अत्यंत स्थिर होते.

वरील विधानांसाठी खालीलपैकी कोणता पर्याय योग्य वा बरोबर आहे असे तुम्हास वाटते?

अ) 'ख' चूक 'ग' बरोबर

ब) 'ख' आणि 'ग' दोन्हीही चूक

क) 'ख' आणि 'ग' दोन्हीही बरोबर

ड) 'ख' बरोबर 'ग' चूक

४२८) ३) ख) जन्माने प्राप्त झालेले जाती दर्जे बदलता येतात.

ग) व्यवसाय स्वातंत्र्य हे जातीचे एक वैशिष्ट्य होय.

वरील विधानांसाठी खालीलपैकी कोणता पर्याय तुम्हास बरोबर वाटतो?

अ) 'ख' आणि 'ग' दोन्हीही चूक

ब) 'ख' आणि 'ग' दोन्हीही बरोबर

क) 'ख' चूक 'ग' बरोबर

ड) 'ख' बरोबर 'ग' चूक

४२८) ४) ख) वर्णव्यवस्थेतून कालांतराने जातीव्यवस्था आकाराला आली.

ग) वांशिक भिन्नता हे पण जातीच्या निर्मितीचे एक साधन होय.

वरील विधानांसाठी खालीलपैकी कोणता पर्याय तुम्हास बरोबर वाटतो?

अ) 'ख' आणि 'ग' दोन्हीही बरोबर

ब) 'ख' आणि 'ग' दोन्हीही चूक

क) 'ख' बरोबर 'ग' चूक

ड) 'ख' चूक 'ग' बरोबर

४२८) ५) ख) समान सामाजिक दर्जा असणारे गट सामाजिक वर्ग या संज्ञेस पात्र ठरतात.

ग) वर्ग व्यवस्थेत व्यक्तीला तिच्या मर्जीप्रमाणे व्यवसाय करता येत नाही.

वरील विधानांसाठी खालीलपैकी कोणता पर्याय तुम्हास बरोबर वाटतो?

अ) 'ख' व 'ग' दोन्हीही चूक

ब) 'ख' चूक 'ग' बरोबर

क) 'ख' बरोबर 'ग' चूक

ड) 'ख' आणि 'ग' दोन्हीही बरोबर

४२९) स्तंभ (I) मधील विधानांच्या स्तंभ (II) मधील विधानांशी योग्य जोड्या लावा.

स्तंभ (I)	स्तंभ (II)
अ) जन्म तत्त्वावर आधारित गट	I) वर्ग व्यवस्था
ब) विषमतेचे जतन करणारी व्यवस्था	II) 'अमीर-उमराव' व्यवस्था
क) व्यवसाय स्वातंत्र्य	III) जाती व्यवस्था
ड) युरोपातील सामाजिक स्तरीकरणाचा आधार	IV) सामाजिक स्तरीकरण

उत्तराचा खालीलपैकी कोणता पर्याय तुम्हास बरोबर वाटतो?

	(a)	(b)	(c)	(d)
अ)	II	III	IV	II
ब)	III	IV	I	I
क)	IV	I	II	III
ड)	I	II	III	IV

४३०) स्तंभ (I) मधील विधानांच्या स्तंभ (II) मधील विधानांशी योग्य जोड्या लावा.

स्तंभ (I)	स्तंभ (II)
अ) सामाजिक स्तरीकरणाचा संघर्षात्मक सिद्धान्त	I) समाजातील संघर्षाचे मूलभूत कार्य
ब) सामाजिक स्तरीकरणात्मक आवश्यकता प्रतिपादन करणारा सिद्धान्त	II) कार्ल मार्क्स
क) योग्य ठिकाणी योग्य व्यक्ती	III) किंग्जले डेव्हिस
ड) सामाजिक विषमता	IV) सामाजिक स्तरीकरणाचे मूलभूत तत्त्व

उत्तराचा खालीलपैकी कोणता पर्याय तुम्हास बरोबर वाटतो?

	(a)	(b)	(c)	(d)
अ)	III	IV	II	I
ब)	II	I	III	IV
क)	I	II	IV	III
ड)	IV	III	I	II

४३१) स्तंभ (I) मधील विधानांच्या स्तंभ (II) मधील विधानांशी योग्य जोड्या लावा.

स्तंभ (I)	स्तंभ (II)
अ) काळे-गोरे भेदावर आधारित स्तरीकरण व्यवस्था.	I) वर्ग व्यवस्था
ब) तथाकथित जाती व्यवस्थेतील गावकुसाबाहेर राहणाऱ्या जाती	II) धर्मगुरू
क) 'अमीर-उमराव' पद्धतीतील पहिला स्तर	III) अस्पृश्य जाती
ड) व्यवसाय स्वातंत्र्य	IV) अमेरिका

उत्तराचा खालीलपैकी कोणता पर्याय तुम्हास बरोबर वाटतो?

	(a)	(b)	(c)	(d)
अ)	II	III	I	IV
ब)	I	IV	II	III
क)	IV	I	III	II
ड)	III	II	IV	I

४३२) संस्कृतीच्या संदर्भात खालीलपैकी कोणते विधान असत्य आहे असे तुम्हास वाटते?
अ) संस्कृती संपादित असते. ब) संस्कृती अभियोजनक्षम किंवा अनुकूलनक्षम असते.
क) संस्कृती एकात्मक असते. ड) संस्कृती जैविक प्रक्रियेद्वारे संक्रमित होते.

४३३) 'समुदाय भावना' हे खालीलपैकी कशाचे विभेदक लक्षण आहे?
अ) सामाजिक वर्ग ब) सामाजिकगट क) समुदाय ड) मंडळ

४३४) खालीलपैकी कोणत्या घटकाचा समावेश अभौतिक संस्कृतीत करता येईल?
अ) रेडिओ ब) संगीत क) दूरदर्शन संच ड) तबला

४३५) सामाजिक मूल्ये आणि प्रमाणके यांच्या आत्मसातीकरणास काय म्हणतात?
अ) दर्जा संच ब) प्रमाणीकृत संरचना क) सामाजिकीकरण ड) मूल्ये अभिमुखीकरण

४३६) जेव्हा एखाद्या प्राचार्याचे संबंध त्याची पत्नी, मुले, शिक्षक, शिक्षकेतर कर्मचारी आणि विद्यापीठाचे कुलगुरू यांच्याशी येतात तेव्हा त्यास कोणत्या संज्ञेने संबोधले जाते?
अ) बहुविध भूमिका ब) दर्जा संच क) भूमिका संच ड) भूमिका संघर्ष

४३७) खालीलपैकी कोणता गट प्राथमिकगट (समूह) या संज्ञेत येत नाही?
अ) कुटुंब ब) कामगार संघटना क) क्रीडासमूह ड) मित्रमंडळ

४३८) जेव्हा एखादा समूह त्याची अस्मिता दुसऱ्या समूहाच्याद्वारे प्रकट करतो तेव्हा त्यास कोणत्या संज्ञेने संबोधले जाते?
अ) प्राथमिक समूह ब) अस्मिता गट क) संदर्भ समूह ड) आप्तसंबंधी गट

४३९) जेव्हा व्यक्तीचा दर्जा तिचे वय, लिंग, जाती यांवर आधारित असतो तेव्हा त्यास काय म्हणतात?
अ) संपादित दर्जा ब) दर्जा प्रतिमा क) अर्पित दर्जा ड) दर्जा अस्मिता

४४०) सामान्यीकृत इतर/सर्वसामान्य इतर (Generalized Others) ही संकल्पना कोणी मांडली?
अ) जी.एच.मीड ब) मार्गरिट मीड क) सी.एच.कुले ड) सिगमंड फ्राईड

४४१) सामाजिक स्तरीकरणाच्या कार्यात्मक आवश्यकतेचा सिद्धान्त कोणी मांडला?
अ) टॉलकॉट पार्सन्स व एडवर्ड शिल्स ब) किंग्जले डेव्हिड व विल्बर्ट मूर
क) रॉबर्ट मर्टन आणि आलिसा रोसी ड) बी मॅलिनॉव्हस्की आणि रेडक्लिफ ब्राऊन

४४२) प्रशासकीय कार्याची काळजी घेण्यासाठी राजा जेव्हा लोकांची निवड करतो तेव्हा त्यास कोणत्या संज्ञेने संबोधले जाते?
अ) पितृसत्ताक ब) मातृसत्ताक क) बुद्धिवादी ड) दैवीगुणाधिष्ठित

४४३) जेव्हा सांस्कृतिक ज्ञान आणि प्रथा व भौतिक उत्पादने एका समाजाकडून दुसऱ्या समाजाकडे जातात तेव्हा त्या क्रियेस काय म्हणतात?
अ) उत्क्रांती ब) विनिमय क) प्रसरण ड) सांस्कृतिक बदल

४४४) जेव्हा शिक्षक वर्गात प्रवेश करतात तेव्हा विद्यार्थी गोंधळ करावयाचे थांबवून, उभे राहून शिक्षकांना अभिवादन करतात; हे कशाचे प्रतीक आहे?

अ) सामाजिक संबंध ब) शैक्षणिक संबंध क) अधिकार प्रणीत वर्तन ड) आदर्शयुक्त वर्तन

४४५) खालीलपैकी कोणता घटक किंवा पैलू 'समुदाय' या संज्ञेशी निगडित नाही?

अ) स्थानीयता ब) विजातीयता क) समुदाय भावना ड) सजातीयता

४४६) ज्या घटकाद्वारे मानवी क्रियांचे संघटन केले जाते आणि मानवाच्या सामाजिक गरजांची पूर्तता केली जाते अशा समाजाच्या सर्व संरचनात्मकतेचा निर्देश करणारी संज्ञा कोणती?

अ) संरचनात्मक मूलभूत घटक ब) मंडळ

क) सामाजिक संस्था ड) सामाजिक प्रकार्ये

४४७) समाजाच्या विकासाच्या प्रक्रियेत समाजाच्या भौतिक संस्कृती व अभौतिक संस्कृती यात जे अंतर पडते ते कोणत्या संज्ञेने संबोधले जाते?

अ) सामाजिक अंतर ब) सांस्कृतिक पश्चायन क) सामाजिक विषमता ड) धार्मिक भेदाभेद

४४८) 'सांस्कृतिक पश्चायन' ही संज्ञा कोणत्या समाजशास्त्रज्ञाने वापरली होती?

अ) डब्ल्यू. एफ. ऑगबर्न ब) डॉ. एम.एन. श्रीनिवास

क) प्रा. किंग्जले डेव्हिस ड) डॉ. इरावती कर्वे

४४९) खालीलपैकी कोणता गट ऐच्छिक मंडळ या संज्ञेस पात्र ठरतो?

अ) कुटुंब ब) जात क) धर्म ड) कामगार संघटना

४५०) मानवी समाजाच्या प्रतीकात्मक आणि संपादित पैलूंचा निर्देश करण्यासाठी कोणती सर्वसामान्य संज्ञा वापरली जाते?

अ) संस्कृती ब) मूल्ये क) परंपरा ड) नैतिकता

४५१) सामाजिक समूहाच्या किंवा गटाच्या निर्मितीसाठी कमीत कमी किती व्यक्तींची आवश्यकता असते?

अ) अनेक ब) दहा क) दोन ड) चार

४५२) हॅरि जॉन्सन यांच्या मताने खालीलपैकी कोणता घटक संस्कृतीत समाविष्ट होत नाही?

अ) श्रद्धा ब) चिन्हे/प्रतीके क) नियमने व मूल्ये ड) नदी व डोंगर

४५३) समूह किंवा गट सापेक्षत: ज्या घटकांना अधिक महत्त्व देतो अशा नियमनांसाठी कोणती संज्ञा वापरली जाते?

अ) लोकाचार ब) श्रद्धा

क) सामाजिक नियमने अथवा सामाजिक प्रमाणके ड) नीतिशास्त्र

४५४) सामाजिक समूहाचे वा गटाचे अंतर्समूह व बहिर्समूह (अंतर्गट आणि बहिर्गट) असे वर्गीकरण कोणत्या समाजशास्त्रज्ञाने केले होते?

अ) सी.एच. कुले ब) जॉर्ज सिमेल

क) डब्ल्यू जी. सम्नेर ड) पी.ए. सॉटोकीन

४५५) ज्या समूहाच्याकडे पाहून व्यक्ती आपल्या परिस्थितीचे किंवा वर्तनाचे मूल्यमापन करते, त्या समूहाचा निर्देश करण्यासाठी कोणती संज्ञा वापरली जाते?

अ) संदर्भ समूह ब) स्व-समूह क) प्रासंगिक समूह ड) बहिर्समूह (बहिर्गट)

४५६) समाजशास्त्रीयदृष्टीने धर्म म्हणजे काय?

अ) एक पवित्र घटना	ब) एक सामाजिक संस्था

क) एक नैसर्गिक घटना	ड) एक अतिनैसर्गिक घटना

४५७) शिक्षणामुळे सामान्यत: कोणत्या प्रकारच्या गतिमत्वाला चालना मिळते?

अ) स्तंभीय गतिमत्व (गतिशीलता)	ब) समतल स्वरूपाचे गतिमत्व

क) अधोगामी गतिमत्व	ड) ऊर्ध्वगामी गतिमत्व

४५८) खालीलपैकी कोणाला सामाजिकीकरणाचे प्राथमिक साधन म्हणता येईल?

अ) शाळा	ब) महाविद्यालये	क) कुटुंब	ड) प्रचारमाध्यमे

४५९) सामाजिक स्तरीकरण विषयक अभ्यासाला कोणत्या प्रकारच्या अभ्यास वर्गात समाविष्ट करता येईल?

अ) समग्रताप्रधान किंवा स्थूललक्ष्यी समाजशास्त्रीय अभ्यास

ब) सूक्ष्मलक्ष्यी समाजशास्त्रीय अभ्यास

क) सामाजिक मानसशास्त्रीय अभ्यास

ड) लोकान्वयपद्धती किंवा लोकजीवनपद्धती शास्त्रीय अभ्यास.

४६०) खालीलपैकी कोणता गट 'प्राथमिकगट' या संज्ञेस पात्र नाही?

अ) कुटुंब	ब) सवंगड्यांचा समूह	क) मित्रसमूह	ड) कारखाना

४६१) खालीलपैकी कोणते वैशिष्ट्य हे जातीचे वैशिष्ट्य नाही.

अ) पावित्र्य व विटाळाच्या संकल्पनांवर आधारित भेद

ब) अंतर्विवाही समूह

क) उत्पन्नावर आधारित निर्धारण

ड) समान मूल्यांवर आधारित गट

४६२) राजकीय कैद्यांवर तुरुंगात सक्तीने एखादी गोष्ट मनावर बिंबविणे किंवा मादक पदार्थांचे सेवन करणाऱ्यांचे पुनर्वसन करण्याच्या प्रक्रियेसाठी कोणती संज्ञा वापरली जाते?

अ) अपेक्षाकृत सामाजिकीकरण	ब) प्रौढ सामाजिकीकरण

क) पुनर्सामाजिकीकरण	ड) सामाजिक नियंत्रण

४६३) शिक्षकांची संघटना खालीलपैकी कोणत्या संज्ञेने संबोधली जाते?

अ) मंडळ	ब) हितसंबंधीगट	क) संघटन	ड) समुदाय

४६४) खालीलपैकी कोणत्या समाजशास्त्रीय ग्रंथास 'संदर्भ समूह' ही संकल्पना वापरण्यात आली होती?

अ) डिव्हिजन ऑफ लेबर (श्रमविभाजन)

ब) सोशल सीस्टिम (सामाजिक व्यवस्था)

क) द अमेरिकन सोल्जर (अमेरिकेतील सैनिक)

ड) प्रोटेस्टंट एथिक्स ॲन्ड स्पिरिट ऑफ कॅपिटॅलिझम
(प्रोटेस्टंट नीतिशास्त्र आणि भांडवलशाहीचा आत्मा)

४६५) स्तंभ (I) मधील विधानांच्या स्तंभ (II) मधील विधानांशी जोड्या लावा.

स्तंभ (I)	स्तंभ (II)
अ) बंदवर्ग व्यवस्था	I) सामाजिक गतिमत्व
ब) स्व-संपादित दर्जावर आधारित गट	II) सामाजिक स्तरीकरण

क) एका दर्जातून दुसऱ्या दर्जात जाण्याची प्रक्रिया — III) वर्गव्यवस्था

ड) श्रेष्ठ-कनिष्ठ तत्त्वावर आधारित समाजाचे वर्गीकरण — IV) जातीव्यवस्था

उत्तराचा कोणता पर्याय तुम्हास योग्य वाटतो?

	(a)	(b)	(c)	(d)
अ)	IV	III	II	IV
ब)	III	I	III	I
क)	I	IV	IV	II
ड)	II	II	I	III

४६६) स्तंभ (I) मधील विधानांच्या स्तंभ (II) मधील विधानांशी जोड्या लावा.

स्तंभ (I)	स्तंभ (II)
अ) जातीव्यवस्था	I) सामाजिक स्तरीकरण
ब) वर्गव्यवस्था	II) ऊर्ध्वरेषीगतिमत्व
क) कनिष्ठ वर्गातून वरिष्ठ वर्गात जाणे	III) जन्मावर आधारित गट
ड) विषमतेचे पोषण करणारी व्यवस्था	IV) व्यवसाय स्वातंत्र्य

खालीलपैकी उत्तराचा कोणता पर्याय तुम्हास योग्य वाटतो?

	(a)	(b)	(c)	(d)
अ)	IV	III	II	IV
ब)	I	IV	III	I
क)	II	II	IV	III
ड)	III	I	I	II

४६७) 'अमीर-उमराव' स्तरीकरण व्यवस्था जगात कोठे आहे?

अ) भारतात ब) जपानमध्ये क) युरोपखंडातील देशात ड) पाकिस्तानात

४६८) स्तंभ (I) मधील विधानांच्या स्तंभ (II) मधील विधानांशी जोड्या लावा.

स्तंभ (I)	स्तंभ (II)
अ) व्यवसाय स्वातंत्र्य	I) योग्य व्यक्ती योग्य ठिकाणी
ब) गतिमत्वाचा अभाव	II) डेव्हिस आणि मुरे
क) स्तरीकरणाचा कायिक सिद्धान्त	III) वर्गव्यवस्था
ड) स्तरीकरणाचे प्रमुख तत्त्व	IV) जातीव्यवस्था

उत्तराचा खालीलपैकी कोणता योग्य पर्याय तुम्ही निवडाल?

	(a)	(b)	(c)	(d)
अ)	IV	II	III	II
ब)	III	III	IV	I
क)	II	IV	II	IV
ड)	I	I	I	III

४६९) ‘‘मूलभूत अर्थाने सामाजिक परिवर्तन म्हणजे समाज रचनेतील बदल होय’’ सामाजिक परिवर्तनाची ही व्याख्या खालीलपैकी कोणत्या समाजशास्त्रज्ञाने केली होती?

अ) टॉलकॉट पार्सन्स ब) हॅरी जॉन्सन   क) कार्ल मार्क्स   ड) मॅक्स वेबर

४७०) खालीलपैकी कोणते सामाजिक परिवर्तनाचे वैशिष्ट्य नाही.

अ) सामाजिक परिवर्तनाचे प्राक्कथन करता येत नाही.

ब) सामाजिक परिवर्तन विश्वव्यापी स्वरूपाचे आहे.

क) सामाजिक परिवर्तन म्हणजे केवळ भौतिक परिवर्तन होय.

ड) सामाजिक परिवर्तनाची गती असमान असते.

४७१) खालीलपैकी कोणता घटक सामाजिक परिवर्तनाचा एक प्रकार म्हणून समजला जातो.

अ) एकरेषीय वा एक दिशीय सामाजिक परिवर्तन (Unilinear Social Change)

ब) सामाजिक परिवर्तनातील अपरिहार्यता.

क) सामाजिक परिवर्तन म्हणजे जीवशास्त्रीय परिवर्तन होय.

ड) सामाजिक परिवर्तन म्हणजे शारीरिक वाढ होय.

४७२) सामाजिक परिवर्तनाचा उत्क्रांतिवादी सिद्धान्त कोणी मांडला?

अ) स्पेंगलर   ब) हर्बर्ट स्पेन्सर   क) पी.स्कॉट   ड) सॉसेकीन

४७३) सामाजिक परिवर्तनाच्या सिद्धान्ताचे दोन परस्पर विरोधी घटक कोणते?

अ) साद–प्रतिसाद   ब) क्रिया–प्रतिक्रिया

क) सिद्धान्त मांडणे व सिद्धान्तास विरोध करणे. ड) स्त्री–पुरुष

४७४) खालीलपैकी कोणता घटक सामाजिक परिवर्तनाचा घटक असू शकत नाही?

अ) तंत्रशास्त्रीय घटक   ब) आर्थिक स्वरूपाचा घटक

क) सांस्कृतिक घटक   ड) राजकीय पक्ष

४७५) सामाजिक परिवर्तनाच्या ‘चक्राकार सामाजिक परिवर्तन सिद्धान्ताचे’ प्रणेते खालीलपैकी कोणते विचारवंत आहेत?

अ) ओसवाल्ड स्पेंगलर (Oswald Spengler) ब) ऑगस्त कॉम्त (Auguste Comte)

क) चार्ल्स डार्विन (Charles Darwin)   ड) डाहरेन डॉर्फ (Dahren Dorf)

४७६) ‘सामाजिक परिवर्तनाचा द्वंद्वात्मक सिद्धान्त’ समाजशास्त्रीय विश्वात विश्लेषित करण्याचे श्रेय कोणत्या विचारवंताचे आहे?

अ) प्रितिरिम सॉरोकिन (Pritirim Sorokin) ब) अरनॉल्ड टॉयनबी (Arnold Toynbee)

क) कार्ल मार्क्स (Karl Marx)   ड) चार्ल्स डार्विन (Charles Darwin)

४७७) उत्क्रांतिवादी सामाजिक परिवर्तनाच्या सिद्धान्तानुसार सामाजिक परिवर्तन कशा प्रकारचे असते?

अ) केवळ एकरेषीय वा एकदिशीय   ब) प्रगती व अधोगती निदर्शक

क) केवळ प्रगती निदर्शक   ड) केवळ अधोगती निदर्शक

४७८) सामाजिक परिवर्तनाच्या सिद्धान्ताचे विश्लेषण करताना ‘सॉरोकिन’ यांनी कोणत्या दोन मूलभूत समाजाच्या प्रकारांचे वर्णन केले होते?

अ) आधुनिक व आधुनिकोत्तर समाज   ब) औद्योगिक व औद्योगोत्तर समाज

क) संयोगी समाज व आदर्शात्मक समाज ड) पारंपरिक व धार्मिक समाज

४७९) समाजाच्या भौतिक घटकात झालेल्या परिवर्तनामुळे कोणत्या घटकात परिवर्तन घडून येत नाही?
अ) दूरदर्शनच्या प्रक्षेपणात ब) सामाजिक विचारात
क) राजकीय विचारप्रणालीत ड) सामाजिक संरचनेत

४८०) समाजशास्त्रज्ञांच्या मताने समाजातील भौतिक संस्कृतीचे स्वरूप कसे असते?
अ) दृश्य ब) अदृश्य क) अवास्तव ड) धार्मिक

४८१) ''सामाजिक परिवर्तनाबरोबर आर्थिक परिवर्तनही घडून येते'' हे विधान कोणत्या समाजशास्त्रज्ञाने केले होते?
अ) मॅक्स वेबर ब) मॅक्आयव्हर व पेज क) किंग्जले डेव्हीस ड) पी.एस.कोहेन

४८२) पॅरेतो यांच्या 'श्रेष्ठीजनाचे अभिसरण' हा सिद्धान्त पुढीलपैकी कोणत्या पर्यायाचे उदाहरण होय?
अ) क्रांतिकारी परिवर्तन ब) चक्राकार परिवर्तन
क) उत्क्रांतिवादी परिवर्तन ड) रेखांकित परिवर्तन

४८३) ख) सामाजिक परिवर्तन हे एकदिशीय असते.
ग) सामाजिक परिवर्तन बहुदिशीय पण असते.
वरील विधानांसाठी खालीलपैकी कोणता पर्याय तुम्हास योग्य वाटतो?
अ) 'ख' बरोबर 'ग' चूक ब) 'ख' चूक 'ग' बरोबर
क) 'ख' आणि 'ग' दोन्हीही बरोबर ड) 'ख' आणि 'ग' दोन्हीही चूक

४८४) ख) 'सामाजिक परिवर्तनाचा उत्क्रांतिवादी सिद्धान्त' हर्बर्ट स्पेन्सर यांनी मांडला होता.
ग) सामाजिक परिवर्तनाचा क्रांतिकारी सिद्धान्त चार्ल्स कुले यांनी मांडला होता.
वरील विधानांसाठी खालीलपैकी कोणता पर्याय तुम्हास योग्य वाटतो?
अ) 'ख' बरोबर 'ग' चूक ब) 'ख' चूक 'ग' बरोबर
क) 'ख' आणि 'ग' दोन्हीही चूक ड) 'ख' आणि 'ग' दोन्हीही बरोबर

४८५) ख) 'लोकसंख्यात्मक घटक' सामाजिक परिवर्तनास साहाय्यभूत नसतो.
ग) समाजातील दोन प्रयत्नपूर्वक बदलविणाच्या प्रक्रियेस 'सुधारणा' म्हणतात.
वरील विधानांसाठी खालीलपैकी कोणता पर्याय तुम्हास योग्य वाटतो?
अ) 'ख' चूक 'ग' बरोबर ब) 'ख' आणि 'ग' दोन्हीही चूक
क) 'ख' आणि 'ग' दोन्हीही बरोबर ड) 'ख' बरोबर 'ग' चूक

४८६) ख) सामाजिक परिवर्तनाचा एक घटक म्हणून प्रगतीचा (Progress) उल्लेख केला जातो.
ग) विकास म्हणजे एकाच दिशेने होणारे सामाजिक परिवर्तन होय.
वरील विधानांसाठी खालीलपैकी कोणता पर्याय तुम्हास योग्य वाटतो?
अ) 'ख' चूक 'ग' बरोबर ब) 'ख' बरोबर 'ग' चूक
क) 'ख' आणि 'ग' दोन्हीही बरोबर ड) 'ख' आणि 'ग' दोन्हीही चूक

४८७) खालीलपैकी कोणता प्रकार सामाजिक परिवर्तनाचा प्रकार नाही?
अ) प्रगती ब) विकास क) क्रांती ड) समुदाय

४८८) खालीलपैकी कोणता घटक सामाजिक परिवर्तन प्रक्रियेत अडथळा आणतो?
अ) अज्ञान ब) सुधारणा क) उत्क्रांती ड) अधोगती

४८९) खालीलपैकी कोणता घटक हा सामाजिक परिवर्तनाचा घटक नाही?

अ) सांस्कृतिक घटक ब) आर्थिक घटक क) भौतिक घटक ड) राजकारण (Politics)

४९०) ख) सामाजिक परिवर्तनाचा क्रांतीवादी सिद्धान्ताचा प्रणेता मॅक्स वेबर हा आहे.

ग) सामाजिक परिवर्तनाचा एक घटक म्हणून आपण भौगोलिक घटकाचा उल्लेख करतो.

वरील विधानांसाठी खालीलपैकी कोणता पर्याय तुम्हास योग्य वाटतो?

अ) 'ख' बरोबर 'ग' चूक ब) 'ख' चूक 'ग' बरोबर

क) 'ख' व 'ग' दोन्हीही चूक ड) 'ख' व 'ग' दोन्हीही बरोबर

४९१) ख) सामाजिक परिवर्तन ही एक अपरिहार्य किंवा अनिवार्य घटना होय.

ग) सामाजिक परिवर्तनाच्या गतीत असमानता असते.

वरील विधानांसाठी खालीलपैकी कोणता पर्याय तुम्हास योग्य वाटतो?

अ) 'ख' बरोबर 'ग' चूक ब) 'ख' चूक 'ग' बरोबर

क) 'ख' आणि 'ग' दोन्हीही चूक ड) 'ख' आणि 'ग' दोन्हीही बरोबर

४९२) ख) शहरी समुदायात सामाजिक परिवर्तनाची गती मंद असते.

ग) आदिवासी समुदायात सामाजिक परिवर्तनाची गती जलद असते.

वरील विधानांसाठी खालीलपैकी कोणता पर्याय तुम्हास बरोबर वाटतो?

अ) 'ख' आणि 'ग' दोन्हीही चूक ब) 'ख' आणि 'ग' दोन्हीही बरोबर

क) 'ख' बरोबर 'ग' चूक ड) 'ख' चूक 'ग' बरोबर

४९३) 'सांस्कृतिक पश्चायनाची संकल्पना' कोणत्या समाजशास्त्रज्ञाने मांडली होती?

अ) ऑगस्त कॉम्त ब) हर्बर्ट स्पेन्सर क) ऑगबर्न ड) डरखाईम

४९४) स्तंभ (I) मधील विधानांच्या स्तंभ (II) मधील विधानांशी योग्य जोड्या लावा.

स्तंभ (I)	स्तंभ (II)
अ) सामाजिक परिवर्तनाचा चक्राकार सिद्धान्त	I) एमिल डरखाईम
ब) सामाजिक परिवर्तनाचा उत्क्रांतिवादी सिद्धान्त	II) कार्ल मार्क्स
क) सामाजिक परिवर्तनाचा क्रांतीवादी सिद्धान्त	III) हर्बर्ट स्पेन्सर
ड) सामाजिक परिवर्तन प्रक्रियेतील कायद्याच्या संहितेचा अभ्यास	IV) ओसवाल्ड स्पेंगलर

खालीलपैकी उत्तराचा कोणता पर्याय तुम्हास बरोबर वाटतो?

	(a)	(b)	(c)	(d)
अ)	III	IV	II	I
ब)	IV	III	I	II
क)	II	II	IV	III
ड)	I	I	III	IV

४९५) स्तंभ (I) मधील विधानांच्या स्तंभ (II) मधील विधानांशी योग्य जोड्या लावा.

स्तंभ (I)	स्तंभ (II)
अ) उत्पादन तंत्रातील परिवर्तन	I) सांस्कृतिक घटक

ब) मूल्यव्यवस्थेत झालेले परिवर्तन II) भौगोलिक घटक

क) स्तरीकरण व्यवस्थेत झालेले परिवर्तन III) तंत्रशास्त्रीय घटक

ड) भूकंप व पूर येमुळे जीवन उद्ध्वस्त होण्याची प्रक्रिया IV) सामाजिक घटक

खालीलपैकी उत्तराचा कोणता पर्याय तुम्हास बरोबर वाटतो?

	(a)	(b)	(c)	(d)
अ)	III	II	IV	III
ब)	I	III	I	IV
क)	IV	I	II	I
ड)	II	IV	III	II

४९६) ख) भारतात जातीवर आधारित समाज संरचनेचे जातीविरहित समाज संरचनेत परिवर्तन करणे म्हणजेच सामाजिक संरचनेतील परिवर्तन होय.

ग) सामाजिक परिवर्तनाचा एक घटक म्हणून 'तंत्रशास्त्रीय प्रगती'चा उल्लेख केला जातो.

वरील विधानांसाठी खालीलपैकी कोणता पर्याय तुम्हास बरोबर वाटतो?

अ) 'ख' बरोबर 'ग' चूक ब) 'ख' चूक 'ग' बरोबर

क) 'ख' आणि 'ग' दोन्हीही चूक ड) 'ख' आणि 'ग' दोन्हीही बरोबर

४९७) स्तंभ (I) मधील विधानांच्या स्तंभ (II) मधील विधानांशी योग्य जोड्या लावा.

स्तंभ (I)	स्तंभ (II)
अ) जातीव्यवस्था	I) सामाजिक गतिमत्वाला मुक्तद्वार
ब) वर्गात एखादा विषय शिकविणे	II) सामाजिक व्यवस्थेचा संरचनात्मक घटक
क) वर्ग व्यवस्था	III) सामाजिक स्तरीकरणाचा बंदवर्ग प्रकार
ड) मूल्य	IV) शिक्षकाची भूमिका वठवणे.

खालीलपैकी उत्तराचा कोणता पर्याय तुम्हास योग्य वाटतो?

	(a)	(b)	(c)	(d)
अ)	IV	II	III	I
ब)	III	I	IV	II
क)	II	IV	I	III
ड)	I	III	II	IV

४९८) सामाजिक परिवर्तनातील 'सांस्कृतिक पश्चायन' ही संकल्पना कोणी मांडली?

अ) डॉ. एम.एन. श्रीनिवास ब) डॉ. जी.एस. घुर्ये

क) डॉ. डब्ल्यू. एफ. समनेर ड) आर. के. मर्टन

४९९) खालीलपैकी कोणता घटक सामाजिक परिवर्तनात अडथळा आणत नाही?

अ) रूढिप्रियता ब) नवीनशोधास विरोध क) अज्ञान ड) अनुकूलन

५००) 'संस्कृतीकरण' ही संकल्पना कोणत्या समाजशास्त्रज्ञाने मांडली होती?

अ) डॉ.ए.एम.कापडिया ब) डॉ.आर.के. नारायण

क) डॉ.एम.एन. श्रीनिवास ड) डॉ.आय.पी.देसाई

५०१) सॉरोकिन यांनी त्यांच्या सामाजिक परिवर्तनाच्या सिद्धान्तात समाजाचे कोणते दोन प्रकार विशद केले होते?

अ) संवेगी समाज व आदर्शात्मक समाज (Sensate Societies and Ideational Societies)

ब) औद्योगिक समाज व सैनिकी समाज

क) ग्रामीण समाज व नागरी समाज

ड) साम्यवादी समाज व भांडवलशाही समाज

५०२) ख) स्पेन्सर यांच्या मताने सामाजिक परिवर्तनाची प्रक्रिया प्रगती व अधोगती अशा दोन्ही प्रकारची असते.

ग) व्यक्तीच्या व्यक्तिमत्त्वातील परिवर्तन हा ही सामाजिक परिवर्तनाचा एक पैलू होय.

वरील विधानांसाठी खालीलपैकी कोणता पर्याय तुम्हास बरोबर वाटतो?

अ) 'ख' आणि 'ग' दोन्हीही बरोबर   ब) 'ख' आणि 'ग' दोन्हीही चूक

क) 'ख' बरोबर 'ग' चूक   ड) 'ख' चूक 'ग' बरोबर

५०३) ख) सामाजिक परिवर्तनाचे स्वरूप तटस्थ नसते.

ग) लोकसंख्या सामाजिक परिवर्तनाचा एक घटक होय.

वरील विधानांसाठी खालीलपैकी कोणता पर्याय तुम्हास बरोबर वाटतो?

अ) 'ख' आणि 'ग' दोन्हीही चूक   ब) 'ख' चूक 'ग' बरोबर

क) 'ख' बरोबर 'ग' चूक   ड) 'ख' आणि 'ग' दोन्हीही बरोबर

५०४) ख) मनुष्याची स्थिरतेची किंवा स्थिर जीवनाची इच्छा सामाजिक परिवर्तनास अडथळा निर्माण करते.

ग) सामाजिक परिवर्तनाचे स्वरूप विश्वव्यापी नसते.

वरील विधानांसाठी खालीलपैकी कोणता पर्याय तुम्हास बरोबर वाटतो?

अ) 'ख' बरोबर 'ग' चूक   ब) 'ख' चूक 'ग' बरोबर

क) 'ख' आणि 'ग' दोन्हीही बरोबर   ड) 'ख' आणि 'ग' दोन्हीही चूक

५०५) ख) डॉ. एम. एन. श्रीनिवास यांच्या मताने संस्कृतीकरण ही सामाजिक परिवर्तनाची एक प्रक्रिया होय.

ग) सामाजिक परिवर्तनाचा चक्राकार सिद्धान्त प्रा.रॉबर्ट मर्टन यांनी प्रतिपादन केला होता.

वरील विधानांसाठी खालीलपैकी कोणता पर्याय तुम्हास योग्य वाटतो?

अ) 'ख' आणि 'ग' दोन्हीही बरोबर   ब) 'ख' आणि 'ग' दोन्हीही चूक

क) 'ख' बरोबर 'ग' चूक   ड) 'ख' चूक 'ग' बरोबर

५०६) डॉ. इरावती कर्वे आणि अन्य समाजशास्त्रज्ञांनी संस्कृतीचे कोणते दोन प्रकार विशद केले होते?

अ) हिंदू संस्कृती व इस्लाम संस्कृती   ब) भौतिक संस्कृती व अभौतिक संस्कृती

क) स्वदेशी व परदेशी संस्कृती   ड) साम्यवादी व समाजवादी संस्कृती

५०७) स्तंभ (I) मधील विधानांच्या स्तंभ (II) मधील विधानांशी योग्य जोड्या लावा.

स्तंभ (I)	स्तंभ (II)
अ) सामाजिक मूल्यव्यवस्थेत होणारे परिवर्तन	I) परंपराप्रियता किंवा रूढीबद्धता
ब) सामाजिक परिवर्तनाची जलद गती	II) पाश्चिमात्यीकरणाची प्रक्रिया
क) सामाजिक परिवर्तनात अडथळा आणणारा घटक	III) सामाजिक परिवर्तनाचा एक प्रकार

ड) सामाजिक परिवर्तनास चालना देणारा एक घटक — IV) नागरी समाज

खालीलपैकी उत्तराचा कोणता पर्याय तुम्हास बरोबर वाटतो?

	(a)	(b)	(c)	(d)
अ)	IV	II	IV	III
ब)	III	I	I	IV
क)	II	IV	II	I
ड)	I	III	III	II

५०८) स्तंभ (I) मधील विधानांच्या स्तंभ (II) मधील विधानांशी योग्य जोड्या लावा.

स्तंभ (I)	स्तंभ (II)
अ) सामाजिक परिवर्तनाचे एक वैशिष्ट्य	I) अकार्यक्षम प्रशासन
ब) सामाजिक परिवर्तनाचा द्वंद्वात्मक सिद्धान्त	II) जलद
क) विकसित समाजातील सामाजिक परिवर्तनाची गती	III) कार्ल मार्क्स
ड) सामाजिक परिवर्तनातील अडथळा	IV) प्राक्कथन करता न येणे.

खालीलपैकी उत्तराचा कोणता पर्याय तुम्हास बरोबर वाटतो?

	(a)	(b)	(c)	(d)
अ)	IV	II	III	I
ब)	III	IV	II	IV
क)	II	I	IV	III
ड)	I	III	I	II

५०९) स्तंभ (I) मधील विधानांच्या स्तंभ (II) मधील विधानांशी योग्य जोड्या लावा.

स्तंभ (I)	स्तंभ (II)
अ) आकस्मिक होणारे सामाजिक परिवर्तन	I) उत्क्रांती
ब) हळूहळू होत जाणारे सामाजिक परिवर्तन	II) प्रगती वा एकदिशीय (एकरेषीय) सामाजिक परिवर्तन.
क) एकाच सरळ रेषेत होणारे सामाजिक परिवर्तन	III) बहुदिशीय सामाजिक परिवर्तन
ड) अनेक अंगाने होणारे सामाजिक परिवर्तन	IV) क्रांती

खालीलपैकी उत्तराचा कोणता पर्याय तुम्हास बरोबर वाटतो?

	(a)	(b)	(c)	(d)
अ)	II	III	IV	I
ब)	III	IV	I	II
क)	IV	I	II	III
ड)	I	II	III	IV

५१०) ख) समाजात होणाऱ्या आकस्मिक बदलास 'उत्क्रांती' म्हणतात.

ग) सामाजिक परिवर्तनाचा दंद्वात्मक सिद्धान्त मॅक्स वेबर यांनी मांडला.

वरील विधानांसाठी खालीलपैकी कोणता पर्याय तुम्हास बरोबर वाटतो?

अ) 'ख' आणि 'ग' दोन्हीही चूक	ब) 'ख' आणि 'ग' दोन्हीही बरोबर

क) 'ख' बरोबर 'ग' चूक	ड) 'ख' चूक 'ग' बरोबर

५११) स्तंभ (I) मधील विधानांच्या स्तंभ (II) मधील विधानांशी योग्य जोड्या लावा.

स्तंभ (I)	स्तंभ (II)
अ) वरिष्ठ जातीच्या एकूण वर्तनाचे/चालीरितींचे कनिष्ठ जातीकडून अनुकरण करण्याची क्रिया घडणे	I) धर्मनिरपेक्षता किंवा सर्वधर्म समभाव
ब) पाश्चिमात्य समाजाचे अनुकरण नागरी वा अन्य समुदायातील लोकांनी करणे.	II) आधुनिकीकरण
क) सामाजिक, आर्थिक व राजकीय रूपांतराची प्रक्रिया	III) संस्कृतीकरण
ड) राष्ट्रात सर्व धर्मांना समान वागणूक देणे व राष्ट्राने कोणत्याही धर्मास 'राष्ट्रीय धर्म' म्हणून मान्यता न देणे.	IV) पाश्चिमात्यीकरण

उत्तराचा खालीलपैकी कोणता पर्याय तुम्हास बरोबर वाटतो?

	(a)	(b)	(c)	(d)
अ)	IV	III	II	I
ब)	I	IV	III	II
क)	II	II	I	IV
ड)	III	I	IV	III

५१२) ख) राष्ट्राचा राष्ट्रमान्य असा कोणताच धर्म नसतो व राष्ट्रात सर्व धर्मांना समान विकासाची संधी देणे म्हणजे धर्मनिरपेक्षता वा सर्वधर्म समभाव होय.

ग) 'सांस्कृतिक पश्चायनात' अभौतिक संस्कृतीच्या विकासांची गती भौतिक संस्कृतीच्या विकासाच्या गतीपेक्षा जास्त असते.

वरील विधानांसाठी खालीलपैकी कोणता पर्याय तुम्हास बरोबर वाटतो?

अ) 'ख' बरोबर 'ग' चूक	ब) 'ख' चूक 'ग' बरोबर

क) 'ख' आणि 'ग' दोन्हीही बरोबर	ड) 'ख' आणि 'ग' दोन्हीही चूक

५१३) खालीलपैकी कोणाच्या मताने समाजशास्त्र हे पूर्णत: सहअस्तित्व तत्त्वावर आधारलेले आहे?

अ) एमिल डरखाईम (Emile Durkheim)	ब) फर्डिनंद टोनी (Ferdinand Tonnics)

क) मॅक्स वेबर (Max Weber)	ड) विल्यम ऑग्बर्न (William Ogburn)

५१४) विज्ञान आणि धर्म परस्परविरोधी आहे; कारण....

अ) विज्ञान हे प्रयोग आणि पडताळणीवर आधारित आहे.

ब) विज्ञान हे अपरिचित गोष्टींशी संबंधित आहे.

क) विज्ञान हे जादूटोण्याशी संबंधित आहे.

ड) विज्ञानामध्ये दैवी शक्तीचा अभ्यास केला जातो.

५१५) स्तंभ (I) मधील संकल्पनांशी स्तंभ (II) मधील कोणता घटक संबंधित नाही?

स्तंभ (I)	स्तंभ (II)
अ) मोनार्की (Monarchy)	I) किंगशीप (राजसत्ता)
ब) ऑलीगार्की (Oligarchy)	II) रूल बाय फ्यू (Rule by a few) अल्पजनसत्ताक
क) डेमॉक्रसी (Democracy)	III) रूल बाय मेनी (Rule by many)
ड) ॲरिस्टोक्रसी (Aristocracy)	IV) रूल बाय ब्यूरोक्रसी/नोकरशाही

वरीलपैकी उत्तराचा कोणता पर्याय तुम्हास बरोबर वाटतो?

५१६) खालीलपैकी कोणते जाती संस्थेचे वैशिष्ट्य नाही?

अ) पवित्र व अपवित्र ब) अंतर्गटविवाह

क) सामाजिक श्रेणीरचना ड) अनिर्बंध व्यवसायांच्या निवडीच्या संधी

५१७) आव्हान आणि प्रतिसाद (Challenge and Response) हा सिद्धान्त कोणी मांडला?

अ) सॉरोकीन ब) स्पेंजलर क) टोयनबी ड) स्पेन्सर

५१८) सामजिक परिवर्तनाचा चक्रीय सिद्धान्त मांडणाऱ्या समाजशास्त्रज्ञात खालीलपैकी कोणत्या समाजशास्त्रज्ञाचा समावेश होतो?

अ) कार्ल मार्क्स ब) पिनिरिम सॉरोकीन क) मॅक्स वेबर ड) ऑगस्त कॉम्त

५१९) खालीलपैकी कोणती बाब जात आणि वर्ग यातील फरक अथवा भेद निर्देशित करतात?

अ) अर्पित व स्वसंपादित (अर्जित) दर्जा अथवा प्रदत्त व संपादित दर्जा

ब) पुनर्जीवनवाद व आधुनिकतावाद

क) पारंपरिकवाद व आधुनिकतावाद

ड) वैश्विकवाद व विशिष्टतावाद

५२०) स्त्री व पुरुष यांच्यातील सामाजिक व सांस्कृतिक रचित भेद दर्शविण्यासाठी कोणती संज्ञा वापरतात?

अ) सामाजिक वर्ग (Social Class) ब) लिंगभाव (Gender)

क) जैविकभेद (Biological differences) ड) लिंग (Sex)

५२१) समाजाने घालून दिलेल्या सामाजिक नियमनांचा किंवा प्रमाणकांचा (Social Norms) जेव्हा भंग करणारे वर्तन केले जाते तेव्हा त्यास कोणत्या संज्ञेने संबोधले जाते?

अ) सामाजिक विसकळीतपणा ब) सामाजिक विचलन किंवा समाज बाह्य वर्तन

क) अपसामान्य वर्तन ड) समाज विघातक वर्तन

५२२) व्यक्तीचा 'स्व' (Self) ही सामाजिक आंतरक्रियेची निर्मिती आहे, यावर कोणाच्या 'स्व' विषयक सिद्धान्तात भर देण्यात आला होता?

अ) सी.एच.कुले ब) मॅक्स वेबर क) विल्फ्रेड पॅरेतो ड) बी.एफ.स्किनर

५२३) समाजातील व्यक्तीचे वर्तन नियंत्रित करणारी प्रक्रिया कोणत्या संज्ञेने संबोधित केली जाते?

अ) सामाजिक भूमिका ब) सामाजिक प्रतिबंध

क) सामजिक नियंत्रण ड) सामाजिक अभियांत्रिकी

५२४) खालीलपैकी योग्य/बरोबर विधानाची निवड करा.

अ) अनुलोम विवाह : उच्च जातीतील स्त्री व कनिष्ठ जातीतील पुरुष यांचा विवाह.

ब) प्रतिलोम विवाह : कनिष्ठ जातीतील स्त्री व वरिष्ठ जातीतील पुरुष यांच्यातील विवाह.

क) एकविवाह : एक स्त्री व एक पुरुष यांच्यातील विवाह.

ड) अंतर्विवाह : विभिन्न जातीतील व गोत्रातील स्त्री-पुरुषांचा विवाह.

५२५) खालीलपैकी कोणते विधान हे शिक्षण प्रक्रियेच्या संदर्भात खरे नाही?

अ) एखाद्याचा सामाजिक दर्जा वाढविण्यासाठी साहाय्यभूत.

ब) सामाजिक गतिशीलता वाढविण्यासाठी साहाय्यभूत.

क) सामाजिक परिवर्तनाला गतिमान करण्यासाठी साहाय्यभूत.

ड) सामाजिक असमानता टिकविण्यासाठी साहाय्यभूत.

५२६) खालीलपैकी प्रामुख्याने कोणते साधन सामाजिक नियंत्रणाचे औपचारिक साधन आहे?

अ) लोकरूढी   ब) धर्म   क) कायदा   ड) परंपरा

५२७) ख) भारतातील सामाजिक परिवर्तनाची प्रक्रिया ही एक जटिल घटना आहे.

ग) वसाहतवादामुळे भारतीय सामाजिक संरचनेने गतिमान परिवर्तनाचा अनुभव घेतला आहे.
वरील विधानांसाठी खालीलपैकी कोणता पर्याय तुम्हास बरोबर वाटतो?

अ) 'ख' आणि 'ग' दोन्हीही विधाने बरोबर   ब) 'ख' आणि 'ग' दोन्हीही विधाने चूक

क) 'ख' चूक 'ग' बरोबर   ड) 'ख' बरोबर 'ग' चूक

५२८) गुन्हेगाराला समाजात नव्याने सामावून घेण्यासाठी जी प्रक्रिया उपयोगात आणली जाते तिला काय म्हणतात?

अ) प्रौढ सामाजिकीकरण   ब) पुनर्सामाजिकीकरण

क) सामाजिकीकरण   ड) लिंग भूमिकेचे सामाजिकीकरण

५२९) एखादा बहुसंख्याक समूह अल्पसंख्य समूहाला स्वीकारतो आणि अल्पसंख्य समूह प्रभावी संस्कृतीतील नियमांचा आणि मूल्यांचा स्वीकार करतो. या स्थितीचा स्वीकार करण्यासाठी कोणती संज्ञा वापरतात?

अ) संमीलन/समावेशन (Assimilation)   ब) समसंस्कृतीकरण (Acculturation)

क) एकात्मीकरण (Integration)   ड) समावेशन/समायोजन (Accommodation)

५३०) दुसऱ्या समूहाच्या सदस्यांच्या वर्तनाचे मूल्यमापन स्वतःच्याच समूहाची नियमने आणि मूल्ये या संदर्भाद्वारेच करण्याच्या क्रियेचा निर्देश करण्यासाठी कोणती संज्ञा वापरली जाते?

अ) सांस्कृतिक बहुविधता   ब) सांस्कृतिक गुणधर्म

क) उप-संस्कृती   ड) स्वसमूहकेंद्रितता

५३१) खालीलपैकी कोणत्या समाजशास्त्रज्ञाने विपथगामीत्वाची व्याख्या ''सांस्कृतिक उद्दिष्टे व ती साध्य करण्यासाठीची संस्थीकृत साधने यातील दरी'' अशी केली आहे?

अ) इ. डरखाईम (E. Durkheim)   ब) आर.मर्टन (R. Merton)

क) इ.टेलर (E. Taylor)   ड) टी. पार्सन्स (T. Parsons)

५३२) 'राष्ट्र' हे कोणत्या प्रकारचा समुदाय आहे?

अ) वांशिक समुदाय ब) आदिवासी समुदाय क) धार्मिक समुदाय   ड) क्षेत्रीय समुदाय

५३३) स्पर्धा, दुर्बळ, कौटुंबिक संबंध, घटते वैयक्तिक नातेसंबंध ही खालीलपैकी कशाची वैशिष्ट्ये आहेत?

अ) गेसेलशॉफ्ट (Gesellschaft) दुय्यमगट

ब) गेमाईनशॉफ्ट (Gemeinschaft) प्राथमिकगट

क) यांत्रिक एकात्मता (Mechanical Solidarity)

ड) लोकसमाज (Folk Society)

५३४) प्रकट कार्य हे खालीलपैकी कोणत्या प्रकारचे असते?

अ) सहेतूक किंवा हेतूपूर्ण ब) अहेतूक किंवा हेतूविरहित

क) असंघटित ड) संघटित

५३५) खालीलपैकी कोणते सामाजिक व्यवस्थेचे प्रकार्य नाही?

अ) सातत्य राखणे ब) सामाजिक स्थैर्य राखणे

क) आर्थिक स्वयंपूर्णता राखणे ड) सामाजिक एकात्मतेचे संवर्धन करणे

५३६) खालीलपैकी कोणते वर्णन संदर्भ समूहाला लागू होते?

अ) सदस्यत्वावर आधारित समूह

ब) असा समूह की ज्यापासून व्यक्ती स्वत:च्या समूहासाठी प्रमाणके व मूल्ये प्राप्त करते

क) असदस्यता समूह

ड) धार्मिकतेवर आधारित समूह

५३७) 'दर्जा' ही संज्ञा खालीलपैकी कोणत्या विधानासाठी वापरली जाते?

अ) व्यक्तीच्या कार्याचे समूहाकडून केले जाणारे मूल्यमापन.

ब) व्यक्तीच्या जीवनमानासाठी.

क) कार्यालयातील व्यक्ती भूषवित असलेल्या पदासाठी.

ड) समाजातील व्यक्तीच्या एकूण स्थानासाठी.

५३८) स्तंभ (I) मधील विधानांच्या स्तंभ (II) मधील विधानांशी योग्य जोड्या लावा.

स्तंभ (I)	स्तंभ (II)
अ) अंतर्समूह /अंतर्गट	I) व्यक्ती निरपेक्ष नाते.
ब) संदर्भ समूह	II) अनैच्छिक सदस्यत्व.
क) दुय्यम समूह	III) स्वत:च्या कल्पना व वर्तनाचे मूल्यमापन करण्याचे प्रारूप.
ड) प्राथमिक समूह	IV) ज्यासोबत व्यक्ती तादात्म्य पावते.
	V) समोरासमोरचे संबंध.

खालीलपैकी उत्तराचा कोणता पर्याय तुम्हास बरोबर वाटतो?

	(a)	(b)	(c)	(d)
अ)	IV	III	II	IV
ब)	III	II	IV	III
क)	II	I	I	I
ड)	V	V	V	V

५३९) स्तंभ (I)मध्ये समाजशास्त्रज्ञांची नावे असून, स्तंभ (II)मध्ये त्यांनी केलेल्या समाजशास्त्राच्या व्याख्या दिल्या आहेत. समाजशास्त्रज्ञ व त्यांनी केलेल्या व्याख्या यांच्या योग्य जोड्या लावा.

स्तंभ (I)	स्तंभ (II)
अ) मॅक्स वेबर	I) सामाजिक संबंधाचा अभ्यास म्हणजे समाजशास्त्राचा अभ्यास विषय होय.
ब) डब्ल्यू.एफ.ऑगबर्न	II) सामाजिक तथ्यांचा वैज्ञानिक अभ्यास म्हणजे समाजशास्त्र होय.
क) एमिल डरखाईम	III) सामाजिक क्रियांचे अन्वयात्मक /स्पष्टीकरणात्मक आकलन म्हणजे समाजशास्त्र होय.
ड) आर. एम. मॅक्आयव्हर	IV) समाजाविषयी शिकणे वा ज्ञान प्राप्त करणे. समाज अधिक चांगला करण्याच्या मार्गाचे वर्णन समाजशास्त्रात केले जाते.
ई) टी. ॲबेल	

खालीलपैकी उत्तराचा योग्य पर्याय निवडा.

	(a)	(b)	(c)	(d)
अ)	III	IV	II	I
ब)	IV	III	I	II
क)	II	I	IV	III
ड)	I	II	III	IV

५४०) खालीलपैकी कोणता विचारवंत हा चक्रीय सामाजिक परिवर्तनाशी संबंधित नाही.
अ) स्पेंगलर (Splengler) ब) सोरोकिन (Sorokin)
क) टोयनबी (Toyanbee) ड) कार्ल मार्क्स (Karl Marx)

५४१) खाप पंचायत या कोणत्या प्रकारच्या विवाहाच्या विरोधात आहे?
अ) एकविवाह ब) अंतर्गट विवाह
क) आंतरजातीय विवाह/आंतरधर्मीय विवाह ड) बहुविवाह

५४२) एकाच व्यक्तीशी जेव्हा वेगवेगळे दर्जे संबंधित असतात तेव्हा त्यास कोणत्या संज्ञेने संबोधले जाते?
अ) दर्जा वारसा ब) दर्जा अनुक्रम क) दर्जा विसंगती ड) दर्जा संच

५४३) पुढीलपैकी कोणते वैशिष्ट्य हे मंडळाचे वैशिष्ट्य आहे?
अ) रूढी ब) नियमने क) विशिष्ट ध्येय वा हेतू ड) अनिवार्यता

५४४) ''समाज म्हणजे सामाजिक संबंधांचे जाळे.'' समाजाची ही व्याख्या खालीलपैकी कोणी केली?
अ) किंग्जले डेव्हिस ब) आर.एम.मॅक्आयव्हर व पेज
क) ॲरिस्टॉटल ड) निमकॉफ

५४५) कामगार संघटना हा कोणत्या प्रकारचा गट आहे?
अ) हितसंबंधीगट ब) अनिवार्यगट क) प्राथमिकगट ड) समुदाय

५४६) सामाजिक संस्थांचे स्वरूप कसे असते?
अ) मूर्त ब) अमूर्त क) ऐच्छिक ड) तात्पुरते

५४७) मातृसत्ताक बहुपतीविवाह पद्धतीत विवाहानंतर वधूचा निवास कोठे असतो?
अ) पतीच्या घरी
ब) स्वतंत्रपणे वेगळा निवास
क) वधूच्या मातेच्या घरी
ड) वराच्या वडिलांकडे म्हणजे सासऱ्याकडे

५४८) 'प्रौढ शिक्षण व्यवस्थेचा' समावेश शिक्षणाच्या कोणत्या प्रकारात करता येईल?
अ) औपचारिक शिक्षण
ब) शालेय शिक्षण
क) शारीरिक शिक्षण
ड) अनौपचारिक शिक्षण

५४९) ''शिक्षण म्हणजे मुलामुलींच्या सर्वांगीण विकासाचे एक साधन होय'' शिक्षणाची ही व्याख्या कोणी केली?
अ) महात्मा गांधी
ब) प्लेटो
क) रवींद्रनाथ टागोर
ड) मागरिट मीड

५५०) धर्माच्या उदयाचा निसर्गवादाचा सिद्धान्त (Theory of Naturalism) कोणत्या शास्त्रज्ञाने प्रतिपादन केला होता?
अ) हर्बर्ट स्पेन्सर
ब) मॅक्स म्यूलर
क) स्वामी विवेकानंद
ड) एमिल डरखाईम

वस्तुनिष्ठ प्रश्नांची उत्तरे

१ क	२ अ	३ ब	४ ड	५ अ	६ ब	७ क	८ ब
९ अ	१० क	११ अ	१२ क	१३ ब	१४ ड	१५ क	१६ ब
१७ अ	१८ ब	१९ क	२० अ	२१ क	२२ ब	२३ क	२४ ड
२५ अ	२५(अ) ब	२६ क	२७ अ	२८ ड	२९ ब	३० ब	३१ अ
३२ क	३३ ब	३४ क	३५ ड	३६ क	३७ अ	३८ ब	३९ ब
४० अ	४१ ड	४२ अ	४३ ब	४४ ड	४५ अ	४६ क	४७ ब
४८ अ	४९ क	५० ड	५१ अ	५२ ब	५३ क	५४ अ	५५ ब
५६ ड	५७ क	५८ अ	५९ ड	६० ब	६१ ड	६२ क	६३ क
६४ क	६५ अ	६६ ब	६७ क	६८ अ	६९ ब	७० अ	७१ क
७२ क	७३ ब	७४ ड	७५ अ	७६ ब	७७ अ	७८ क	७९ ब
८० ड	८१ क	८२ क	८३ ब	८४ ब	८५ ड	८६ अ	८७ ड
८८ ब	८९ अ	९० ब	९१ क	९२ अ	९३ क	९४ ब	९५ क
९६ ड	९७ अ	९८ ब	९९ क	१०० अ	१०१ क	१०२ ड	१०३ अ
१०४ ब	१०५ क	१०६ अ	१०७ क	१०८ ब	१०९ ड	११० ड	१११ ब
११२ क	११३ अ	११४ ब	११५ ड	११६ क	११७ अ	११८ ब	११९ क
१२० क	१२१ क	१२२ अ	१२३ क	१२४ अ	१२५ अ	१२६ ब	१२७ क

१२८ ड	१२९ ब	१३० अ	१३१ क	१३२ ड	१३३ अ	१३४ ड	१३५ ब
१३६ अ	१३७ ब	१३८ क	१३९ ड	१४० क	१४१ ड	१४१(अ)अ	१४२ ब
१४३ क	१४४ अ	१४५ ब	१४६ अ	१४७ क	१४८ क	१४९ अ	१५० ड
१५१ ब	१५२ अ	१५३ ब	१५४ ब	१५५ क	१५६ ब	१५७ ड	१५८ ड
१५९ क	१६० अ	१६१ क	१६२ ड	१६३ अ	१६४ ब	१६५ अ	१६६ ब
१६७ ड	१६८ ब	१६९ अ	१७० ब	१७१ क	१७२ ड	१७३ ड	१७४ अ
१७५ क	१७६ ब	१७७ क	१७८ ड	१७९ क	१८० ब	१८१ क	१८२ ड
१८३ ब	१८४ क	१८५ क	१८५ (अ)अ	१८६ ब	१८७ अ	१८८ ब	१८९ ड
१९० अ	१९१ ब	१९२ क	१९३ क	१९४ अ	१९५ ब	१९६ क	१९७ ड
१९८ क	१९९ ड	२०० अ	२०१ ब	२०२ क	२०३ ड	२०४ अ	२०५ ड
२०६ ड	२०७ क	२०८ अ	२०९ क	२१० ड	२११ ब	२१२ क	२१३ ब
२१४ अ	२१५ अ	२१६ क	२१७ ड	२१८ ब	२१९ अ	२२० ब	२२१ ड
२२२ ब	२२३ क	२२४ ब	२२५ अ	२२६ ब	२२७ अ	२२८ क	२२९ ड
२३० ड	२३१ अ	२३२ अ	२३३ ब	२३४ ब	२३५ ड	२३६ क	२३७ अ
२३८ ड	२३९ ब	२४० अ	२४१ क	२४२ ड	२४३ ब	२४४ अ	२४५ क
२४६ ड	२४७ ब	२४८ क	२४९ अ	२५० अ	२५१ ब	२५२ ड	२५३ क
२५४ ब	२५५ ड	२५६ क	२५७ ब	२५८ अ	२५९ क	२६० ड	२६१ क
२६२ ब	२६३ ड	२६४ अ	२६५ क	२६६ ब	२६७ अ	२६८ ड	२६९ क
२७० अ	२७१ ब	२७२ क	२७३ ब	२७४ अ	२७५ क	२७६ ब	२७७ क
२७८ अ	२७९ क	२८० ड	२८१ ब	२८२ क	२८३ ब	२८४ ड	२८५ अ
२८६ अ	२८७ ब	२८८ क	२८९ ड	२९० अ	२९१ ब	२९२ अ	२९२ (अ)ब
२९२ (ब)क	२९३ ड	२९४ क	२९५ अ	२९६ क	२९७ ब	२९८ अ	२९९ ड
३०० ड	३०१ क	३०२ ड	३०३ क	३०४ ब	३०५ क	३०६ अ	३०७ ड
३०८ अ	३०९ ब	३१० अ	३११ अ	३१२ ब	३१३ क	३१४ ड	३१५ ड
३१६ अ	३१७ ब	३१८ अ	३१९ ड	३२० अ	३२१ ब	३२२ क	३२३ ड
३२४ अ	३२५ ब	३२६ अ	३२७ ब	३२८ क	३२९ अ	३३० क	३३१ ब
३३२ अ	३३३ ब	३३४ क	३३५ अ	३३६ अ	३३७ ब	३३८ क	३३९ ड
३४० अ	३४१ ब	३४२ क	३४३ अ	३४४ क	३४५ ब	३४६ ड	३४७ अ
३४८ ब	३४९ क	३५० ड	३५१ अ	३५२ क	३५३ ड	३५४ ब	३५५ अ
३५६ ब	३५७ क	३५८ ड	३५९ अ	३६० ब	३६१ अ	३६२ ब	३६३ ब

३६४ क	३६५ ड	३६६ क	३६७ ब	३६८ ड	३६९ अ	३७० ब	३७१ क
३७२ ड	३७३ अ	३७४ ब	३७५ क	३७६ ड	३७७ अ	३७८ ब	३७९ क
३८० ड	३८१ क	३८२ ड	३८३ ड	३८४ अ	३८५ ब	३८६ ब	३८७ क
३८८ ड	३८९ क	३९० ब	३९१ ड	३९२ अ	३९३ अ	३९४ ब	३९५ क
३९६ ड	३९७ अ	३९८ ब	३९९ क	४०० ड	४०१ अ	४०२ क	४०३ अ
४०४ अ	४०५ ब	४०६ क	४०७ अ	४०८ क	४०९ ब	४१० ड	४११ क
४१२ ड	४१३ अ	४१४ ब	४१५ क	४१६ क	४१७ ड	४१८ ड	४१९ अ
४२० ब	४२१ क	४२२ अ	४२३ ब	४२४ अ	४२५ ड	४२६ अ	४२७ ब
४२८ क	४२८(१) ड	४२८(२) ड	४२८(३) अ	४२८(४) अ	४२८(५) क	४२९ ब	४३० क
४३१ ड	४३२ ड	४३३ क	४३४ ब	४३५ क	४३६ ब	४३७ ब	४३८ क
४३९ क	४४० अ	४४१ ब	४४२ ड	४४३ क	४४४ ड	४४५ ड	४४६ क
४४७ ब	४४८ अ	४४९ ड	४५० अ	४५१ क	४५२ ड	४५३ क	४५४ क
४५५ अ	४५६ ब	४५७ ड	४५८ क	४५९ ब	४६० ड	४६१ क	४६२ क
४६३ ब	४६४ क	४६५ अ	४६६ ब	४६७ क	४६८ क	४६९ ब	४७० क
४७१ अ	४७२ ब	४७३ क	४७४ ड	४७५ अ	४७६ क	४७७ ब	४७८ क
४७९ ड	४८० अ	४८१ अ	४८२ ब	४८३ क	४८४ ब	४८५ अ	४८६ ब
४८७ ड	४८८ अ	४८९ ड	४९० ब	४९१ ड	४९२ अ	४९३ क	४९४ ब
४९५ अ	४९६ ड	४९७ क	४९८ क	४९९ ड	५०० क	५०१ अ	५०२ अ
५०३ ब ५११ ब	५०४ अ ५१२ अ	५०५ क ५१३ अ	५०६ ब ५१४ अ	५०७ ड ५१५ ड	५०८ अ ५१६ ड	५०९ क ५१७ क	५१० अ ५१८ ब
५१९ अ	५२० ब	५२१ ब	५२२ अ	५२३ क	५२४ क	५२५ क	५२६ क
५२७ अ	५२८ ब	५२९ अ	५३० ड	५३१ ब	५३२ ड	५३३ अ	५३४ अ
५३५ क	५३६ ब	५३७ ड	५३८ ड	५३९ अ	५४० ड	५४१ क	५४२ ड
५४३ क	५४४ ब	५४५ अ	५४६ ब	५४७ क	५४८ ड	५४९ अ	५५० ब

पेपर : २

२

समाजशास्त्रीय सिद्धान्त
(Sociological Theory)

(वस्तुनिष्ठ प्रश्न ३३०)

५५१) एस्.एफ्. नाडेल (S.F.Nadel) यांनी कोणत्या आदिवासी जमातीचा अभ्यास केला होता?

अ) अरापेश (Arapesh) ब) मुंडु गुमेर (Mundu Gumer)

क) बेनी अमेर (Beni Amer) ड) अरांता (Arunta)

५५२) खालीलपैकी कोणत्या आदिवासी जमातीचा अभ्यास एस्.एफ्.नाडेल यांनी केला नाही?

अ) बेनी अमेर (Beni Amer) ब) दामोही (Damohy)

क) नुबा (Nuba) ड) वारली (Warli)

५५३) पश्चिम आफ्रिकेतील दामोही (Damohy) आदिवासी जमातीत किती वंश व उपवंश होते?

अ) १०० ब) ४८ क) २०१ ड) ७०

५५४) एस्.एफ्.नाडेल यांनी clan (कूळ) या इंग्रजी संज्ञेऐवजी दुसरी कोणती संज्ञा वापरली होती?

अ) Sib ब) Race क) Class ड) Caste

५५५) उत्तरपूर्व आफ्रिकेतील कोर्डोफॅनच्या काडेरो टेकड्यात राहणाऱ्या कोणत्या आदिवासी जमातीचा अभ्यास नाडेल यांनी केला होता?

अ) ब्लॅक बायझेरनरियम (Black Bizernium) ब) नुबा (Nuba)

क) मुंडु गुमेर (Mundu Gumer) ड) अरांता (Arunta)

५५६) एस्.एफ्.नाडेल यांनी अभ्यासलेल्या नुबा (Nuba) आदिवासी जमातीत युद्धाचा उद्देश काय असतो?

अ) नवीन प्रदेश पादाक्रांत करणे. ब) शत्रूंच्या स्त्रियांना पळवून आणणे.

क) स्वत:च्या आदिवासी वंशाचे रक्षण करणे व तसेच शत्रूचा सूड घेणे.

ड) दुष्कृत्य करणाऱ्यांना शिक्षा देणे.

५५७) नाडेल यांच्या मताने आदिवासींच्या सामाजिक संरचनेचे त्यांना त्यांच्या अध्ययनात आढळलेले महत्त्वाचे घटक कोणते?

अ) कूल आणि कुटुंब (Sib and Family) ब) धर्म आणि नैतिकता (Religion and Morality)

क) वांशिकतावाद (Racism) ड) संस्कृती (Culture)

५५८) नाडेल यांच्या मताने बदलाच्या किंवा परिवर्तनाच्या साहाय्याने कशाचे निर्धारण होते?

अ) नैतिकतेचे ब) संरचनेचे क) संस्कृतीचे ड) धर्माचे

५५९) नाडेल यांच्या मताने नातेगोते संबंधांच्या एकत्रीकरणातून काय आकाराला येते?

अ) समाज ब) कूल (Sib) क) परंपरा ड) धर्म

५६०) नाडेल यांच्या अध्ययनानुसार समाजाची कार्यात्मक बाजू कोणती?

अ) संस्कृती (Culture) ब) राजकारण (Politics)

क) धर्मगुरू (Priest) ड) जादूगार (Magician)

५६१) ख) नाडेल यांनी नुबा आदिवासी जमातीतील धर्माचे अध्ययन केले होते.

ग) सुदान मधील 'बेनी अमेर' (Beni Amer) या जमातीत कार्यात्मकतेचा प्रमुख घटक म्हणून कुटुंबाला महत्त्व देतात.

वरील विधानांसाठी खालीलपैकी कोणता पर्याय तुम्हास बरोबर वाटतो?

अ) 'ख' बरोबर 'ग' चूक ब) 'ख' चूक 'ग' बरोबर

क) 'ख' आणि 'ग' दोन्हीही बरोबर ड) 'ख' आणि 'ग' दोन्हीही चूक

५६२) नाडेल यांच्या मताने आंतरक्रिया करणाऱ्या व्यक्तीचे एकत्रीकरण म्हणजे काय?

अ) संस्कृती ब) वंश क) कूल ड) समाज

५६३) ख) लोकांचा जीवन जगण्याचा मार्ग म्हणजे 'संस्कृती,' अशी संस्कृतीची व्याख्या नाडेल करतात.

ग) नाडेल यांच्या मताने संरचना व परिवर्तन या दोन परस्परविरोधी संज्ञा आहेत.

वरील दोन विधानांसाठी खालीलपैकी कोणता पर्याय तुम्हास योग्य वाटतो?

अ) 'ख' बरोबर 'ग' चूक ब) 'ख' चूक 'ग' बरोबर

क) 'ख' आणि 'ग' दोन्हीही चूक ड) 'ख' आणि 'ग' दोन्हीही बरोबर

५६४) 'प्राचीन भारतातील संरचना आणि कार्य' (Structure and Function in Primitive Society) हे पुस्तक कोणी लिहिले?

अ) एस्.एफ्.नाडेल (S.F. Nadel) ब) लेव्ही स्ट्रॉस (Levi Strauss)

क) रेडक्लिफ ब्राऊन (Redcliffe Brown) ड) अल्युझर/अल्युसर (Althussar)

५६५) रेडक्लिफ ब्राऊन (Redcliffe Brown) यांच्या मताने 'मानवाच्या अस्तित्वाचा आवश्यक' (Teleological Conditions) कोणत्या?

अ) मानवी गरजांची(विशेषत: मूलभूत पूर्तता करणे)

ब) नैसर्गिक घटकांचे नियंत्रण करणे.

क) संस्कृतीचे संरक्षण व प्रसरण करणे.

ड) धर्म व धार्मिक रूढींचे पालन करणे.

५६६) 'सामाजिक संरचना व सेंद्रिय संरचना' (Social Structure and Organic Structure) यांच्यातील रेडक्लिफ ब्राऊन यांनी केलेली तुलना कोणत्या विचारवंताच्या विचारांवर आधारित होती?

अ) टॉलकॉट पार्सन्स ब) ऑगस्त कॉम्त क) एमिल डरखाईम ड) मॅलिनॉव्हस्की

५६७) रेडक्लिफ ब्राऊन यांचा सेंद्रिय संरचनात्मक सिद्धान्त हा खालीलपैकी कोणत्या आदिवासी जमातीच्या अध्ययनावर अवलंबून होता?

अ) अंदमान बेटावरील अंदमानी आदिवासी.

ब) न्यू-गिनिया देशातील डोबू आदिवासी

क) दक्षिण व पश्चिम अमेरिकेतील झुनी इंडियन आदिवासी

ड) दक्षिण पॅसिफिक महासागर परिसरात राहणारे मुंडु गुमेर आदिवासी.

५६८) रेडक्लिफ ब्राऊन यांनी वापरलेल्या युफोरिया (Euphoria) या संज्ञेचा अर्थ काय?

अ) दु:खात्मकता ब) सुखात्मकता क) विश्वासार्हता ड) आंतरक्रियात्मकता

५६९) रेडक्लिफ ब्राऊन यांच्या मताने खालीलपैकी कोणता प्रश्न सेंद्रिय व्यवस्थेने निर्माण केला नाही?

अ) संरचनेचा अभ्यास (Study of Morphology)

ब) शरीर कार्याचा अभ्यास (Study of Physiology)

क) विकासाचा अभ्यास (Study of Development)

ड) संस्कृतीचा अभ्यास (Study of Culture)

५७०) रेडक्लिफ ब्राऊन यांनी वापरलेल्या डिसफोरिया (Dysphoria) या संज्ञेचा अर्थ काय?

अ) दु:खात्मकता/अव्यवस्था ब) सुखात्मकता/सुव्यवस्था

क) आदिवासीतील धर्मव्यवस्था ड) आदिवासीतील भाषाव्यवस्था

५७१) खाली स्तंभ (I)मध्ये काही संज्ञा दिल्या असून स्तंभ (II)मध्ये त्यांचा वापर करणाऱ्या शास्त्रज्ञांची नावे दिली आहेत. त्यांच्या योग्य जोड्या लावा.

स्तंभ (I)	स्तंभ (II)
अ) युनॉमी व अनॉमी (Eunomia and Anomie)	I) एस्. एफ्.नाडेल
ब) युनोमिया व डायस्नोमिया (Eunomia and Dysnomia)	II) आर.के.मर्टन
क) प्रकट कार्य व अप्रकट कार्य (Manifest function or Latent function)	III) रेडक्लिफ ब्राऊन
ड) सिब (Sib)	IV) एमिल डरखाईम

खालीलपैकी उत्तराचा योग्य पर्याय निवडा

	(a)	(b)	(c)	(d)
अ)	III	IV	II	I
ब)	II	III	IV	III
क)	I	II	III	IV
ड)	IV	I	II	II

५७२) रेडक्लिफ ब्राऊन यांच्या मताने विकृतीशास्त्र (Science of Perversity) खालीलपैकी कशाशी संबंधित आहेत?

अ) सर्व प्रकारच्या कार्यात्मकतेशी   ब) सर्व प्रकारच्या अकार्यात्मकतेशी

क) सर्व प्रकारच्या लोकरूढींशी   ड) सर्व प्रकारच्या वंशावळीशी

५७३) ख) रेडक्लिफ ब्राऊन यांच्या मताने प्राण्यांच्या सेंद्रिय संरचनेचे निरीक्षण करता येते.

ग) त्याचप्रमाणे त्यांच्या मताने सामाजिक संरचना ज्या सामाजिक संबंधातून तयार झाली त्याचे पण निरीक्षण करता येते.

वरील विधानांसाठी खालीलपैकी कोणता पर्याय तुम्हास बरोबर वाटतो?

अ) 'ख' आणि 'ग' दोन्हीही चूक   ब) 'ख' आणि 'ग' दोन्हीही बरोबर

क) 'ख' बरोबर 'ग' चूक   ड) 'ख' चूक 'ग' बरोबर

५७४) ख) रेडक्लिफ ब्राऊन यांच्या मताने प्राण्यांची सेंद्रिय संरचना सतत बदलत असते.

ग) परंतु समाजाची सामाजिक संरचना कायम स्थिर किंवा अपरिवर्तनीय असते.

वरील विधानांसाठी खालीलपैकी कोणता पर्याय तुम्हास बरोबर वाटतो?

अ) 'ख' बरोबर 'ग' चूक   ब) 'ख' चूक 'ग' बरोबर

क) 'ख' आणि 'ग' दोन्हीही चूक   ड) 'ख' आणि 'ग' दोन्हीही बरोबर

५७५) ख) एमिल डरखाईम यांनी वापरलेली युनॉमी (Eunomie) आणि रेडक्लिफ ब्राऊन यांनी वापरलेली (Eunomia) युनोमिया, या दोन्ही संज्ञा समानार्थी आहेत.

ग) 'अनॉमी' (Anomie) ही संज्ञा एमिल डरखाईम यांनी वापरली असून, त्याचा अर्थ आहे 'प्रमाणक बद्धता.' वरील दोन्ही विधानांसाठी उत्तराचा खालीलपैकी कोणता पर्याय तुम्हास योग्य वाटतो?

अ) 'ख' आणि 'ग' दोन्हीही बरोबर   ब) 'ख' आणि 'ग' दोन्हीही चूक

क) 'ख' चूक 'ग' बरोबर   ड) 'ख' बरोबर 'ग' चूक

५७६) कार्य किंवा प्रकार्य (Function) ही संज्ञा वापरण्याचा मानवी समाजाचा आधार कोणता होता?

अ) सेंद्रिय जीवन व सामाजिक जीवन यात करण्यात आलेली तुलना होय.

ब) सांस्कृतिक जीवन व धार्मिक जीवन यात करण्यात आलेली तुलना होय.

क) राजकीय जीवन व आर्थिक जीवन यात करण्यात आलेली तुलना होय.

ड) आदिवासी जीवन व ग्रामीण जीवन यात करण्यात आलेली तुलना होय.

५७७) सामाजिक व्यवस्थेचे सर्व घटक किंवा भाग जेव्हा एकत्र काम करतात तेव्हा त्यासाठी 'रेडक्लिफ ब्राऊन' कोणती संज्ञा वापरतात?

अ) अकार्य/अपकार्य (Dysfunction)   ब) प्रकार्य/कार्य (Function)

क) एकात्मता   ड) एकरूपता

५७८) ख) समुदायाचे सामाजिक जीवन म्हणजेच सामाजिक संरचनेची कार्यात्मकता होय.

ग) रेडक्लिफ ब्राऊन (Redcliffe Brown) यांच्या मताने एकजिनसी आदिवासी समाज हा 'सुव्यवस्थित' (Euphoria) असतो.

वरील विधानांसाठी खालीलपैकी उत्तराचा कोणता पर्याय तुम्हाला योग्य वाटतो?

अ) 'ख' आणि 'ग' दोन्हीही चूक   ब) 'ख' आणि 'ग' दोन्हीही बरोबर

क) 'ख' चूक 'ग' बरोबर   ड) 'ख' बरोबर 'ग' चूक

५७९) रेडक्लिफ ब्राऊन यांच्या मताने अस्ताव्यस्त पसरलेला समाज (Sprawling Society) हा कसा असतो?

अ) अव्यवस्थित (Dysphoria) ब) सुव्यवस्थित (Euphoria)

क) धार्मिक (Religious) ड) प्राचीन (Primitive)

५८०) कुर्झवील यांनी 'संरचनात्मवादाचे जनक' म्हणून कोणत्या समाजशास्त्रज्ञाचा उल्लेख केला आहे?

अ) रेडक्लिफ ब्राऊन (RedcliffeBrown) ब) एस्.एफ्.नाडेल (S.F.Nadel)

क) लेव्ही स्ट्रॉस (Levi Strauss) ड) टॉलकॉट पार्सन्स (Talcott Parsons)

५८१) स्तंभ (I)मध्ये काही ग्रीक भाषेतील संज्ञा दिल्या असून स्तंभ (II)मध्ये त्यांचा अर्थ दिला आहे. स्तंभ (I)मधील संज्ञांचा स्तंभ (II)मधील अर्थ शोधून योग्य जोड्या लावा.

स्तंभ (I)	स्तंभ (II)
अ) अनॉमी (Anomie)	I) प्रमाणकबद्धता
ब) युफोरिया (Euphoria)	II) अव्यवस्था
क) युनॉमी (Eunomie)	III) प्रमाणकशून्यता
ड) डिसफोरिया (Dysphoria)	IV) सुव्यवस्था

खालीलपैकी उत्तराचा कोणता पर्याय तुम्हास बरोबर वाटतो?

	(a)	(b)	(c)	(d)
अ)	III	IV	II	I
ब)	IV	I	III	II
क)	I	III	IV	III
ड)	II	II	I	IV

५८२) घटना अस्तित्वाचे स्पष्टीकरण (Teleological Interpretation) ही संज्ञा कोणी वापरली होती?

अ) लेव्ही स्ट्रॉस (Levi Strauss) ब) मॅलिनॉव्हस्की (Malinowski)

क) रेडक्लिफ ब्राऊन (Redcliffe Brown) ड) आर.के.मर्टन (R.K. Merton)

५८३) लेव्ही स्ट्रॉस यांच्या मताने समाजाची मूळ किंवा प्रारंभिक संरचना कोणती?

अ) प्रतिकृतींची बांधणी ब) मानवी मनाची संरचना

क) प्राचीन आदिवासी समाजाची संरचना ड) आधुनिक समाजरचना

५८४) 'आप्तसंबंधांची किंवा नातेगोते संबंधांची मूलभूत संरचना' (Elementary Structure of Kinship) हे पुस्तक कोणी लिहीले?

अ) लेव्ही स्ट्रॉस (Levi Strauss) ब) मार्कल मॉस (Marcel Mauss)

क) सर जेम्स फ्रेझर (Sir James Frazer) ड) इरावती कर्वे (Iravati Karve)

५८५) लेव्ही स्ट्रॉस यांनी त्यांच्या संरचनात्मकवादात कोणत्या दोन घटकांचा समावेश केला होता?

अ) संस्कृती व धर्म ब) राजकारण व नेतृत्व क) भाषा व आप्तसंबंध ड) रूढी व नैतिकता

५८६) 'मानवाची वैचारिक उभारणी ही त्यांच्या दृश्य संस्कृतीच्या प्रतिबिंबापासून होते,' हे विधान कोणी केले होते?

अ) रेडक्लिफ ब्राऊन ब) एस्.एफ्.नाडेल

क) लेव्ही स्ट्रॉस ड) आर.के.मर्टन

५८७) लेव्ही स्ट्रॉस यांच्या मताने विनिमयात वस्तूंची किंमत महत्त्वाची नसते तर विनिमयात काय महत्त्वाचे असते?

अ) व्यक्तीच्या भावना
ब) व्यक्तीचा धर्म
क) व्यक्तीचे शिक्षण
ड) व्यक्तीची आर्थिकता

५८८) स्तंभ (I) मध्ये काही लेखकांची नावे दिली असून स्तंभ (II) मध्ये त्यांनी लिहिलेल्या पुस्तकांचे शीर्षक दिले आहे. त्यांच्या योग्य जोड्या लावा.

स्तंभ (I)	स्तंभ (II)
अ) रेडक्लिफ ब्राऊन (Redcliffe Brown)	I) The elementary structure of kinship
ब) लेव्ही स्ट्रॉस (Levi strauss)	II) structure and function of primitive society
क) एस्.एफ्.नाडेल (S.F.Nadel)	III) The Gift
ड) मॅलिनॉव्हस्की (Malinowaski)	IV) The Foundation of Social Anthropology
	V) Argonants of Western Pacific

उत्तराचा खालीलपैकी कोणता पर्याय तुम्हास बरोबर वाटतो?

	(a)	(b)	(c)	(d)
अ)	II	III	IV	V
ब)	I	IV	II	III
क)	IV	V	III	II
ड)	V	I	V	IV

५८९) आर्थिक विनिमय व सामाजिक विनिमय यामधील फरक कोणी विशद केला होता?

अ) लेव्ही स्ट्रॉस
ब) मॅलिनॉव्हस्की
क) एस्. एफ्. नाडेल
ड) टॉलकॉट पार्सन्स

५९०) आदिवासी समाजाचे विश्लेषण लेव्ही स्ट्रॉस यांनी कशाच्या आधाराने केले होते?

अ) आदिवासी संस्कृती
ब) आदिवासी धर्म
क) आदिवासी वंश
ड) आदिवासीतील दंतकथा

५९१) लेव्ही स्ट्रॉस यांनी वापरलेल्या डायक्रोनी (Diachrony) या संकल्पनेचा अर्थ काय?

अ) भाषा परिवर्तनाचा अभ्यास
ब) भाषा संरचनेचा अभ्यास
क) भाषेतील मूळाक्षरांचा अभ्यास
ड) भाषा स्वरोच्चाराचा अभ्यास

५९२) लेव्ही स्ट्रॉस यांच्या मताने संरचना ही कशाची निर्मिती आहे?

अ) निरीक्षकांची
ब) निसर्गाची
क) धर्माची
ड) राज्यकर्त्यांची

५९३) लेव्ही स्ट्रॉस यांच्या मताने स्वरशास्त्र व्यवस्था आणि आप्तसंबंध व्यवस्था हे कशाचे उत्पादन आहे?

अ) धार्मिक परंपरांचे
ब) धार्मिक रीतीरिवाजांचे
क) मानवी मनाच्या संरचनेचे
ड) मानवी संस्कृतीचे

५९४) लेव्ही स्ट्रॉस यांच्या मताने भाषा आणि आप्तसंबंध हे दोन्हीही घटक कशाचे आहेत?

अ) धर्म व्यवस्थेचे
ब) समाज व्यवस्थेचे किंवा समाजाचे
क) राजकीय जीवनाचे
ड) आर्थिक व्यवस्थेचे

५९५) लेव्ही स्ट्रॉस यांनी आदिवासीतील दंतकथांचा अभ्यास करताना कोणता घटक वेगळा केला होता?

अ) चमत्कार
ब) रूढी
क) लोकाचार
ड) कायदे

५९६) ख) 'अजाणतेपणा' (Unconsciousness) हा मानवीमनाचा अनिवार्य आणि तार्किक संरचनात्मक पैलू होय.

ग) लेव्ही स्ट्रॉस यांनी भाषेला संरचनात्मकतेचा पैलू मानला नाही.

वरील विधानांसाठी खालीलपैकी कोणता पर्याय तुम्हास बरोबर वाटतो?

अ) 'ख' चूक 'ग' बरोबर   ब) 'ख' आणि 'ग' दोन्हीही बरोबर

क) 'ख' आणि 'ग' दोन्हीही चूक   ड) 'ख' बरोबर 'ग' चूक

५९७) ख) लेव्ही स्ट्रॉस यांनी त्यांच्या संरचनात्मक सिद्धान्तात आर्थिक घटकाला आत्यंतिक महत्त्व दिले होते.

ग) लेव्ही स्ट्रॉस यांच्या मताने सामाजिक संरचना ही निरीक्षकांची निर्मिती होय.

वरील विधानांसाठी खालीलपैकी कोणता पर्याय तुम्हास बरोबर वाटतो?

अ) 'ख' चूक 'ग' बरोबर   ब) 'ख' बरोबर 'ग' चूक

क) 'ख' व 'ग' दोन्हीही बरोबर   ड) 'ख' व 'ग' दोन्हीही चूक

५९८) 'मनुष्याचा सामाजिक वारसा म्हणजे संस्कृती' हे विधान खालीलपैकी कोणत्या शास्त्रज्ञाने केले होते?

अ) एस्.एफ्.नाडेल   ब) लेव्ही स्ट्रॉस   क) मॅलिनॉव्हस्की   ड) रेडक्लिफ ब्राऊन

५९९) स्तंभ (I)मध्ये काही संज्ञा दिल्या असून, स्तंभ (II)मध्ये त्या संज्ञा वापरणाऱ्या लेखकांची नावे आहेत. संज्ञा व लेखक यांच्या योग्य जोड्या लावा.

स्तंभ (I)	स्तंभ (II)
अ) डिसफोरिया (Dysphoria)	I) डरखाईम
ब) भाषा संरचना (Language Structure)	II) रेडक्लिफ ब्राऊन
क) प्रमाणकशून्यता (Anomie)	III) एस्. एफ्. नाडेल
ड) बेनी अमेर (Beni Amer)	IV) लेव्ही स्ट्रॉस

खालीलपैकी उत्तराचा योग्य पर्याय निवडा.

	(a)	(b)	(c)	(d)
अ)	III	II	I	IV
ब)	I	IV	III	II
क)	II	I	IV	III
ड)	IV	III	II	I

६००) 'एकात्मता' (Solidarity) या संकल्पनेवर आधारित समाजाचे वर्गीकरण खालीलपैकी कोणत्या शास्त्रज्ञाने केले होते?

अ) मॅक्स वेबर (Max Weber)   ब) हर्बर्ट स्पेन्सर (Herbert Spencer)

क) एमिल डरखाईम (Emile Durkheim)   ड) विल्फ्रेड पॅरेतो (Willfred Pareto)

६०१) मॅलिनॉव्हस्की यांनी कोणत्या आदिवासी समाजाच्या संस्कृतीचे अध्ययन केले होते?

अ) न्यू गिनीआ बेटावरील आदिवासी   ब) बेनी अमेर आदिवासी

क) डोबू आदिवासी   ड) अंदमानी आदिवासी

६०२) जेव्हा समाजव्यवस्थेतील सदस्यांमध्ये सकारात्मक क्रियांचे परिणाम अहेतूक व असंघटित स्वरूपात दिसून येतात त्यास काय म्हणतात?

अ) अप्रकट/अव्यक्त प्रकार्य ब) अप्रकट/अव्यक्त अपकार्य

क) प्रकट/व्यक्त प्रकार्य ड) प्रकट/व्यक्त अपकार्य

६०३) खालीलपैकी कोणते विचारवंत हे प्रकार्यवादी दृष्टिकोनाशी संबंधित नाहीत.

अ) टॉलकॉट पार्सन्स ब) रॅन्डल कॉलिन्स क) एमिल डरखाईम ड) कार्ल मार्क्स

६०४) खालीलपैकी कोणत्या विचावंताचा समावेश मध्यस्तरीय (Middle range) प्रकार्यवादी विचावंतात केला जातो?

अ) टॉलकॉट पार्सन्स ब) रेडक्लिफ ब्राऊन

क) बी.मॅलिनॉव्हस्की ड) रॉबर्ट मर्टन

६०५) खालीलपैकी कोणत्या जोडीतील सहसंबध अयोग्य आहेत?

स्तंभ (I)	स्तंभ (II)
अ) टॉलकॉट पार्सन्स	I) वर्तनबंध पर्याय
ब) आर.के.मर्टन	II) मध्यमस्तरीय
क) कार्ल मार्क्स	III) वर्ग संघर्ष
ड) विल्फ्रेड पॅरेतो	IV) प्रतीकात्मक आंतरक्रियावाद

६०६) न्यू गिनीआतील आदिवासींच्या अध्ययनासाठी मॅलिनॉव्हस्की यांनी कोणत्या अभ्यास पद्धतीचा वापर केला होता?

अ) व्यष्टि अध्ययन पद्धती (Casestudy Method)

ब) ऐतिहासिक अभ्यास पद्धती (Historical Method)

क) एकालेख अभ्यास पद्धती (Monograph Study Method)

ड) दस्ताऐवज पद्धती (Documentary Method)

६०७) 'मॅलिनॉव्हस्की' यांनी संरचनात्मक कार्यात्मक सिद्धान्तात आदिवासी समाजातील कोणत्या घटकाला महत्त्व दिले होते?

अ) धर्म ब) कुटुंब क) शेजार ड) संस्कृती

६०८) 'मॅलिनॉव्हस्की' यांच्या मताने संस्कृतीचा वास्तव घटक कोणता?

अ) सामाजिक संस्था ब) राजकीय नेता क) धर्मगुरू ड) भगत:

६०९) मॅलिनॉव्हस्की यांच्या मताने खालीलपैकी कोणता घटक हा सामाजिक संस्थांच्या मूलभूत तत्त्वात येत नाही?

अ) प्रमाणके ब) क्रांती क) क्रियात्मकता ड) भौतिक उपकरणे

६१०) खालीलपैकी कोणाला प्रतीकात्मक आंतरक्रियावादी विचारवंत म्हणून संबोधले जाते?

अ) पॅरेतो ब) कॉलिन्स क) ब्लूमर/ब्लमर (Blumer) ड) गारफिंकल

६११) खालीलपैकी कोणता मूलाधार हा संस्कृतीचा मूलाधार नाही असे मॅलिनॉव्हस्की यांना वाटते?

अ) संस्कृती एक स्वयंसिद्ध तत्त्व आहे.

ब) संस्कृती आत्मसात करावी किंवा शिकावी लागते.

क) संस्कृतीच्या साहाय्याने मानवी प्रेरणांची पुनर्बांधणी होते.
ड) नैसर्गिक घटकांचा समावेश पण संस्कृतीत होतो.

६१२) ख) मॅलिनॉव्हस्की यांच्या मताने संस्कृतीचे अंतिम माध्यम हे व्यक्तीचे मन आणि सामाजिक संघटना हेच असते.
ग) मॅलिनॉव्हस्की यांच्या विचारानुसार जगातील सर्व निसर्गनिर्मित वस्तूंचा समावेश संस्कृतीत होतो. वरील विधानांसाठी खालीलपैकी कोणता पर्याय तुम्हास योग्य वाटतो?
अ) 'ख' आणि 'ग' दोन्हीही बरोबर ब) 'ख' बरोबर 'ग' चूक
क) 'ख' चूक 'ग' बरोबर ड) 'ख' आणि 'ग' दोन्हीही बरोबर

६१३) ख) मागासलेल्या अथवा प्राचीन (आदिवासी) समाजात उत्पादन, वितरण व उपभोग या संबंधीच्या व्यवस्था कार्यरत नव्हत्या, असे मॅलिनॉव्हस्की प्रतिपादन करतात.
ग) भाषेच्या प्रतीकात्मक व्यवस्थेचा समावेश संस्कृतीत होत नाही.
वरील दोन विधानांसाठी खालीलपैकी उत्तराचा कोणता पर्याय तुम्हास बरोबर वाटतो?
अ) 'ख' आणि 'ग' दोन्हीही चूक ब) 'ख' आणि 'ग' दोन्हीही बरोबर
क) 'ख' चूक व 'ग' बरोबर ड) 'ख' बरोबर व 'ग' चूक

६१४) ख) हस्तोद्योगापासून निर्माण झालेल्या वस्तू हा संस्कृतीचा एक पैलू आहे, असे मॅलिनॉव्हस्की यांना वाटते.
ग) मॅलिनॉव्हस्की यांनी संस्कृतीचा विश्लेषणात्मक दृष्टिकोन म्हणून 'प्रसारवादाचा' उल्लेख केला होता. वरील विधानांसाठी उत्तराचा कोणता पर्याय तुम्हास बरोबर वाटतो?
अ) 'ख' चूक 'ग' बरोबर ब) 'ख' बरोबर 'ग' चूक
क) 'ख' आणि 'ग' दोन्हीही चूक ड) 'ख' आणि 'ग' दोन्हीही बरोबर

६१५) संस्कृतीचा कोणता पैलू हा मॅलिनॉव्हस्की यांना नाकारला होता?
अ) प्रसारवादी ब) उत्क्रांतिवादी
क) हस्तोद्योग निर्मित वस्तू ड) सांस्कृतिक व्यवस्था

६१६) 'आदिवासी समाजातील किंवा प्राचीन समाजातील संरचना व कार्य' (Structure and Function in Primitive Society) हा ग्रंथ खालील विचारवंतांपैकी कोणी लिहिला होता?
अ) एस्. एफ्. नाडेल (S.F.Nadel) ब) रेडक्लिफ ब्राऊन (Redcliff Brown)
क) लेव्ही स्ट्रॉस (Levi Strauss) ड) मॅलिनॉव्हस्की (Malinowaski)

६१७) विनिमयात सामाजिक विनिमय आणि आर्थिक विनिमय असा भेद वा फरक कोणी केला होता?
अ) पीटर ब्लॉ (Peter Blau) ब) एस्. एफ्. नाडेल (S.F.Nadel)
क) लेव्ही स्ट्रॉस (Levi Strauss) ड) मॅलिनॉव्हस्की (Malinowaski)

६१८) जी. एच. मीड यांच्या मताने 'स्वत्व' (Self) मनाशी (Mind) कसे संबंधित आहे?
अ) ऐतिहासिक (Historically) ब) द्वंद्वात्मक (Dialectically)
क) नैतिकता (Ethically) ड) भावनात्मक (Emotionally)

६१९) व्हस्टेहन (Verstehen) ही संकल्पना खालीलपैकी कोणत्या शास्त्रज्ञाशी संबंधित आहे?
अ) एस्.एफ्.नाडेल ब) जे.एस.मिल्स क) मॅक्स वेबर ड) लेव्ही स्ट्रॉस

६२०) कार्ल मार्क्स नंतर वर्ग संघर्षाचा अभ्यास खालीलपैकी कोणत्या शास्त्रज्ञाने केला होता?

अ) लेव्हीस कोझर (Lewis Coser) ब) राल्फ डाहरेनडॉर्फ (Ralph Dahrendorf)

क) जी.एच.मीड (G.H.Mead) ड) रेडक्लिफ ब्राऊन (Redcliffe Brown)

६२१) 'सामाजिक मानवशास्त्र (Social Anthropology)' हे पुस्तक खालीलपैकी कोणी लिहिले होते?

अ) लेव्ही स्ट्रॉस ब) रेडक्लिफ ब्राऊन

क) एस्. एफ्. नाडेल ड) टॉम बोटॅमोर

६२२) खाली मॅक्स वेबर यांनी दोन विधाने दिली आहे.

ख) 'सत्ता (Power) म्हणजे स्वत:ची इच्छा इतरांवर लादण्याची क्षमता होय, ज्यामुळे विरोधाला तोंड देणे शक्य होते.'

ग) अधिकारांच्या वैधानिकेस 'सत्ता' असे म्हणतात.

मॅक्स वेबर यांच्या या दोन विधानांसाठी उत्तराचा खालीलपैकी कोणता पर्याय तुम्हास बरोबर वाटतो?

अ) 'ख' आणि 'ग' दोन्हीही बरोबर ब) 'ख' आणि 'ग' दोन्हीही चूक

क) 'ख' बरोबर 'ग' चूक ड) 'ख' चूक 'ग' बरोबर

६२३) संघर्ष कार्यात्मकवाद (Conflict Functionalism) ही संकल्पना कोणत्या संघर्षवादी विचारवंताने मांडली होती?

अ) राल्फ डाहरेनडॉर्फ ब) लेव्हीस कोझर

क) कार्ल मार्क्स ड) रॅन्डल कॉलिन्स

६२४) 'आज्ञार्थक समन्वयात्मक मंडळ (आसम)(Imperative Coordinated Association- ICA)' ही संकल्पना कोणत्या संघर्षवादी विचारवंताने मांडली होती?

अ) राल्फ डाहरेन डॉर्फ ब) रॅन्डल कॉलिन्स

क) कार्ल मार्क्स ड) मॅक्स वेबर

६२५) आप्तसंबंधांची मूलभूत संरचना (Elementary Structure of Kinships) हे पुस्तक खालीलपैकी कोणी लिहिले होते?

अ) एस्.एफ्.नाडेल ब) लेव्ही स्ट्रास क) लेव्हीस कोझर ड) कार्ल मार्क्स

६२६) 'सामाजिक तथ्ये' (Social Facts) हा विचार कोणत्या विचारवंताने मांडला होता?

अ) कार्ल मार्क्स ब) विल्फ्रेड पॅरेतो क) एमिल डरखाईम ड) चार्ल्स कुले

६२७) 'डरखाईम' यांच्या मताने सामाजिक तथ्ये कशी असतात?

अ) व्यक्तीबाह्य ब) समाजबाह्य क) व्यक्ती अंतर्गत ड) गटांतर्गत

६२८) समाज जीवनात विघटनाची प्रक्रिया सुरू करणाऱ्या सामाजिक तथ्यास कोणत्या संज्ञेने संबोधले जात?

अ) सर्वसामान्य सामाजिक तथ्ये ब) विकृतीनिदर्शक सामाजिक तथ्ये

क) प्रमाणकबद्ध सामाजिक तथ्ये ड) राजकीय स्वरूपाची सामाजिक तथ्ये

६२९) प्राचीन आदिवासी समाज हा डरखाईम यांच्या प्रतिपादनानुसार कोणत्या समाज प्रकारात मोडतो?

अ) जैविक किंवा सेंद्रिय समाज ब) यांत्रिक एकात्मतेवर आधारलेला समाज

क) औद्योगिक समाज ड) ग्रामीण समाज

६३०) ली-सूईसाईड (Le-Suicide) हा ग्रंथ कोणत्या विचारवंताने लिहिला होता?

अ) हर्बर्ट स्पेन्सर ब) मॅक्स वेबर

क) कार्ल मार्क्स   ड) एमिल डरखाईम

६३१) डरखाईम यांनी खालीलपैकी कोणती गोष्ट किंवा बाब धर्माचे प्राथमिक किंवा प्रारंभिक अंग म्हणून विचारात घेतले होते?
अ) जीवात्मवाद/ सर्वात्मवाद (Animism)
ब) कुलदेवक/कूलप्रतीकवाद किंवा गोत्रप्रतीकवाद (Totemism)
क) निसर्गवाद (Naturism)
ड) पूर्वजपूजा (Ancestor worship)

६३२) डरखाईम यांच्या मताने जो समाज यांत्रिक एकात्मतेवर आधारित असतो, त्याचे वैशिष्ट्य काय असते?
अ) आदिम कायदा (Primitive Law)
ब) भरपाई कायदा (Restitute Law)
क) दमनकारी/दडपशाही कायदा (Repressive Law)
ड) आधुनिक कायदा (Modern Law)

६३३) खालीलपैकी कोणता आत्महत्येचा प्रकार हा आधुनिक समाजात आढळून येत नाही?
अ) आत्मकेंद्रित आत्महत्या   ब) परार्थवादी आत्महत्या
क) प्रमाणकशून्य आत्महत्या   ड) सतीची प्रथा वा पद्धती

६३४) 'जाणिवांचा प्रभाव हा मानवी अस्तित्वावर पडत नसून, मानवी अस्तित्वाचा प्रभाव जाणिवांवर पडत असतो,' हे विधान कोणी केले होते?
अ) बी.मॅलिनॉव्हस्की   ब) रेडक्लिफ ब्राऊन
क) कार्ल मार्क्स   ड) लेव्ही स्ट्रॉस

६३५) 'विकृती निदर्शक सामाजिक तथ्ये (Pathological Social Facts)' हा सामाजिक तथ्याचा प्रकार कोणी प्रतिपादित केला होता?
अ) एमिल डरखाईम ब) हर्बर्ट स्पेन्सर क) मॅक्स वेबर ड) एस्.एफ्.नाडेल

६३६) 'जबरदस्तीचे किंवा दमित श्रमविभाजन' हा डरखाईम यांच्या मताने श्रमविभाजनाचा कोणता प्रकार आहे?
अ) सामान्य श्रमविभाजन (Normal Division of Labour)
ब) असामान्य किंवा अपसामान्य (Abnormal Division of Labour)
क) जातीवर आधारित श्रमविभाजन (Division of Labour based on caste)
ड) नोकरशाहीवर आधारित श्रमविभाजन (Division of Labour based on Bureaucracy)

६३७) डरखाईम यांची धर्मकल्पना ही प्रामुख्याने खालीलपैकी कोणत्या दोन घटकांवर आधारित आहे?
अ) रूढी व नैतिकता ब) श्रद्धा व विश्वास क) पवित्र व अपवित्र ड) परंपरा व विधी

६३८) जेव्हा व्यक्तींच्या आकांक्षा आणि त्यातून मिळणारे समाधान यात निर्माण होणाऱ्या असमतोलासाठी डरखाईम यांनी खालीलपैकी कोणती संज्ञा वापरली होती?
अ) आत्महत्याजन्य भावना किंवा आवेग (Suicidogenic Feelings or Emotions)
ब) आत्मकेंद्रित भावना वा आवेग (Egoistic Feelings or Emotions)
क) दूरीकरणाची भावना किंवा आवेग (Feelings or Emotions of Alienations)
ड) दैववादी भावना किंवा आवेग (Feelings or Emotions of Fatalistics)

६३९) महाराष्ट्रातील विदर्भ व मराठवाड्यात झालेल्या शेतकऱ्यांच्या आत्महत्या डरखाईम यांनी प्रतिपादन केलेल्या आत्महत्येच्या कोणत्या प्रकारात मोडतात?

अ) परार्थवादी आत्महत्या
ब) दैववादी किंवा प्रारब्धवादी आत्महत्या
क) आत्मकेंद्रित आत्महत्या
ड) प्रमाणशून्य आत्महत्या

६४०) आधुनिक समाजात कोणत्या प्रकारची एकरूपता किंवा एकात्मता असते असे डरखाईम यांना वाटते?

अ) प्रमाणकशून्य एकरूपता (Anomic Solidarity)
ब) जैविक किंवा सेंद्रिय एकरूपता (Organic Solidarity)
क) तांत्रिक किंवा यांत्रिक एकरूपता (Mechanical Solidarity)
ड) सामाजिक एकरूपता (Social Solidarity)

६४१) ख्रिस्ती धर्मात खालीलपैकी कोणती संख्या वा कोणता आकडा हा अशुभ किंवा अपवित्र समजला जातो?

अ) १०८
ब) १३
क) ८७६
ड) ११३

६४२) ख) डरखाईमच्या मताने पवित्रवस्तूत दैवीशक्ती असते अशी लोकांची श्रद्धा असते.
ग) पवित्र वस्तूंना उपयोगिता नसते हे पवित्र वस्तूंचे एक वैशिष्ट्य होय.
वरील विधानांसाठी खालीलपैकी उत्तराचा कोणता पर्याय तुम्हास योग्य वाटतो?

अ) 'ख' बरोबर 'ग' चूक
ब) 'ख' चूक 'ग' बरोबर
क) 'ख' आणि 'ग' दोन्हीही चूक
ड) 'ख' आणि 'ग' दोन्हीही बरोबर

६४३) ख) डरखाईम यांच्या मताने व्यक्तीपेक्षा सामाजिक तथ्य हे श्रेष्ठ नसते.
ग) 'सामाजिक तथ्य' व्यक्ती बाह्य असते असे डरखाईम यांना वाटते.
वरील विधानांसाठी खालीलपैकी उत्तराचा कोणता पर्याय तुम्हास बरोबर वाटतो?

अ) 'ख' चूक 'ग' बरोबर
ब) 'ख' बरोबर 'ग' चूक
क) 'ख' आणि 'ग' दोन्हीही चूक
ड) 'ख' आणि 'ग' दोन्हीही बरोबर

६४४) पार्सन्स यांनी त्यांच्या क्रिया सिद्धान्तात (Action Theory) कोणती संज्ञा वापरली होती?

अ) कर्ता
ब) धर्ता
क) द्रष्टा
ड) यांपैकी एकही नाही

६४५) पार्सन्स यांनी मांडलेला महत्त्वाचा सिद्धान्त कोणता?

अ) उत्क्रांतिवादीसिद्धान्त
ब) क्रांतीवादी सिद्धान्त
क) क्रिया सिद्धान्त
ड) स्तरीकरणात्मक सिद्धान्त

६४६) पार्सन्स यांनी विकसित केलेला क्रिया सिद्धान्ताचा पुढील भाग म्हणजे कोणता सिद्धान्त होय?

अ) सेंद्रिय सिद्धान्त
ब) व्यवस्था सिद्धान्त
क) प्रतिबिंबित स्वत्व सिद्धान्त
ड) सामाजिकीकरणाचा सिद्धान्त

६४७) पार्सन्स यांनी प्रतिपादन केलेल्या व्यवस्था सिद्धान्तात खालीलपैकी कोणती व्यवस्था समाविष्ट नाही?

अ) सांस्कृतिक व्यवस्था
ब) व्यक्तिमत्त्व व्यवस्था
क) सामाजिक व्यवस्था
ड) धार्मिक व्यवस्था

६४८) डरखाईम यांच्या मताने धर्म अस्तित्वात येण्यासाठी खालीलपैकी कोणता महत्त्वाचा घटक अत्यावश्यक आहे?

अ) सामूहिक जाणिवा किंवा सामूहिक प्रतिनिधित्व

ब) निसर्ग पूजा

क) राजकीय इच्छाशक्ती

ड) परमेश्वराचा वरदहस्त

६४९) सामाजिक तथ्याचे खालील कोणते दोन प्रकार प्रतिपादन केले होते?

अ) पवित्र-अपवित्र   ब) सर्वसामान्य तथ्ये - विकृतीनिदर्शक तथ्ये

क) धार्मिक परंपरा व रूढी   ड) राजकीयसत्ता व इच्छाशक्ती

६५०) डरखाईम यांच्या मताने गट किंवा समूह जागृतीच्या मेहनतीचे फळ म्हणजे काय?

अ) सामाजिक तथ्ये   ब) धर्म   क) संस्कृती   ड) राजकीय पक्ष

६५१) सामाजिक व्यवस्थेच्या पूर्वावश्यक तत्त्वात किंवा कार्यात्मक समस्यात खालीलपैकी कोणत्या घटकाचा समावेश नाही?

अ) अनुकूलन (Adaptation)   ब) साध्यसंप्राप्ती (Goal Attainment)

क) एकात्मीकरण (Integration)   ड) राजकीयीकरण (Politization)

६५२) पार्सन्स यांनी वापरलेल्या क्रिया (Action) या संकल्पनेत क्रिया करण्याशी कमीत कमी किती व्यक्तींचा संबंध येतो?

अ) दोन   ब) एक   क) चार   ड) तीन

६५३) त्या त्या व्यक्तीचे त्या त्या समाजातील स्थान म्हणजे काय?

अ) भूमिका   ब) दर्जा   क) प्रमाणक   ड) मूल्य

६५४) क्रियेतून निर्माण होणाऱ्या आंतरक्रियेत कोणती प्रक्रिया समाविष्ट आहे?

अ) साद-प्रतिसाद (Stimulation-Response) ब) धर्म-अधर्म (Religion-Irreligion)

क) पाप-पुण्य (Profane-Sacred)   ड) ज्ञान-अज्ञान (knowledge - Lack of knowledge)

६५५) दर्जाच्या क्रियात्मक बाजूसाठी पार्सन्स यांनी कोणती संज्ञा वापरली होती?

अ) अर्पित दर्जा   ब) सामाजिकगट   क) भूमिका   ड) धर्माचरण

६५६) पार्सन्स यांनी सामाजिकगटाची व्याख्या करताना त्यात खालीलपैकी कोणत्या वैशिष्ट्यांचा समावेश केला होता?

अ) दोन किंवा अधिक व्यक्ती   ब) व्यक्ती-व्यक्तीतील आंतरक्रियात्मक संबंध

क) आंतरक्रियांचे काही प्रमाणात सातत्य   ड) वरीलपैकी सर्व

६५७) समाजातील इतर संस्थांच्या तुलनेत अर्थव्यवस्थेला मूलभूत किंवा पायाभूत घटक मानणारा विचारवंत कोण?

अ) मॅक्स वेबर   ब) कार्ल मार्क्स   क) अल्युझर   ड) चार्ल्स कुले

६५८) पार्सन्स यांनी प्रतिपादन केलेल्या कोणत्या संरचनात्मक घटकाचे स्वरूप निरंतर असते, पण त्याचे निकष कालमानानुसार बदलतात?

अ) मूल्य   ब) प्रमाणक   क) रूढी   ड) यांपैकी एकही नाही

६५९) टॉलकॉट पार्सन्स यांनी विशद केलेल्या सामाजिक व्यवस्थेच्या संरचनात्मक घटकात खालीलपैकी कोणत्या घटकांचा अंतर्भाव केला आहे?

अ) दर्जा व भूमिका   ब) सामाजिकगट व उपगट

क) प्रमाणके किंवा नियमने   ड) वरील सर्वच घटक

६६०) समूह किंवा गट ज्यांना सापेक्षत: जास्त महत्त्व देतो आणि कल्याणाच्या दृष्टीने महत्त्वपूर्ण मानतो अशा नियमनांसाठी पार्सन्स यांनी कोणती संज्ञा वापरली होती?

अ) लोकरूढी/लोकाचार (Folkways) ब) लोकनीती (Mores)

क) नीतीशास्त्र (Ethics) ड) सामाजिक नियम (Social Rules)

६६१) पार्सन्स यांनी त्यांच्या क्रियासिद्धान्तात मूल्यांचे स्वरूप कोणत्या संज्ञेने परिभाषित केले होते?

अ) आदर्शात्मक ब) निश्चयात्मक क) राजकीय ड) श्रेणीरचनात्मक

६६२) व्यक्तीला जन्माने जो दर्जा प्राप्त होतो त्यास काय म्हणतात?

अ) स्वसंपादित किंवा अर्जित दर्जा ब) अर्पित दर्जा

क) सर्वोच्च दर्जा ड) राजकीय दर्जा

६६३) सर्व प्रकारच्या पर्यावरणानुसार प्राप्त झालेल्या परिस्थितीतील आपली कार्ये किंवा आपल्या भूमिका यांच्याशी मिळतेजुळते घेण्याच्या या समायोजन क्रियेसाठी पार्सन्स यांनी कोणती संज्ञा वापरली होती?

अ) साध्यसंप्राप्ती किंवा ध्येयसिद्धी (Goal Atlainment)

ब) अनुकूलन (Adaptation)

क) समाजबंधाचे जतन (Pattern Maintenance)

ड) प्रमाणके (Norms)

६६४) कार्यिक विश्लेषणाचे संहितीकरण (Codification of Functional Analysis) कोणत्या विचारवंताचे योगदान आहे?

अ) टॉलकॉट पार्सन्स (Tolcott Parsons) ब) एमिल डरखाईम (Emile Durkheim)

क) आर.के.मर्टन (R.K. Merton) ड) मॅक्स वेबर (Max Weber)

६६५) सामाजिक सिद्धान्तात काय चूक आहे? (What is wrong with social theory) या विधानाशी खालीलपैकी कोणता विचारवंत संबंधित आहे?

अ) जी.एच. मीड (G. H. Mead) ब) जे.एच. टर्नर (J.H.Turner)

क) हर्बर्ट ब्लुमर (Herbert Blumer) ड) एमिल डरखाईम (Emile Durkheim)

६६६) जेव्हा एखादी व्यक्ती एकाच वेळेला अनेक दर्जे संपादन करते तेव्हा त्यासाठी कोणती संज्ञा वापरतात?

अ) भूमिका संच (Role Set) ब) दर्जा संच (Status Set)

क) बहुविधभूमिका (Multiple Role) ड) संपादित स्थाने (Achieved Positions)

६६७) खालीलपैकी कोणत्या विचारवंताने कार्य (Function) या संकल्पनेचे विश्लेषण केले होते?

अ) आर.के.मर्टन ब) राल्फ डाहरेनडॉर्फ

क) लेव्हीस कोझर ड) बी. मॅलिनॉव्हस्की

६६८) जी कार्ये दृश्य स्वरूपाची असतात त्यास मर्टन यांनी कोणत्या संज्ञेने संबोधले होते?

अ) अप्रकट कार्ये ब) प्रकट कार्ये क) सामाजिक कार्ये ड) वैयक्तिक कार्ये

६६९) बाजारी अर्थव्यवस्थेत समान पातळीवरील स्थाने धारण करणाऱ्या व्यक्तींच्या समूहासाठी 'वर्ग' या संकल्पनेचा वापर खालीलपैकी कोणी केला होता?

अ) कार्ल मार्क्स ब) मॅक्स वेबर

क) किंग्जले डेव्हिस ड) एमिल डरखाईम

६७०) 'श्रेष्ठी जनांचा चक्राकार सिद्धान्त (The Theory of Circulation of Elites)' कोणत्या विचारवंताने मांडला होता?

अ) विल्फ्रेडो पॅरेतो ब) जी.एच.मीड क) मॅक्स वेबर ड) हॅरी जॉन्सन

६७१) 'मन, स्वत्व आणि समाज' हे पुस्तक कोणी लिहिले होते?

अ) चार्ल्स कुले ब) मागरिट मीड क) जी.एच.मीड ड) हॅरी जॉन्सन

६७२) जेव्हा एखादा डॉक्टर त्यांच्याच कुटुंबातील एखाद्या सदस्याच्या आजारात त्याच्या आजाराचे निदान करण्यास नकार देतो तेव्हा त्यातून निर्माण होणाऱ्या परिस्थितीला खालीलपैकी कोणत्या संज्ञेने संबोधले जाईल?

अ) भूमिका विलगीकरण ब) भूमिका अंतर

क) दर्जातील तणाव ड) भूमिका संघर्ष

६७३) विल्फ्रेडो पॅरेतो यांचा 'श्रेष्ठीजनांचा अभिसरण सिद्धान्त' खालीलपैकी कोणत्या संज्ञेने संबोधला जाईल?

अ) क्रांतिकारी परिवर्तन सिद्धान्त ब) चक्राकार परिवर्तन सिद्धान्त

क) उत्क्रांतिवादी परिवर्तन सिद्धान्त ड) रेखांकित परिवर्तन सिद्धान्त

६७४) राजकीय अधिकार धारण करणाऱ्या समाजातील व श्रेष्ठ लोकांसाठी पॅरेतो यांनी कोणती संज्ञा वापरली होती?

अ) लांडगा ब) कोल्हा क) सिंह ड) गरुड

६७५) विल्फ्रेडो पॅरेतो यांची प्रामाणिक इच्छा होती की, समाजशास्त्रज्ञाने काय बनण्याचा प्रयत्न करू नये?

अ) सामाजिक योजनाकार ब) सामाजिक परिस्थितीचे सुयोग्य वर्णन करणारा

क) सामाजिक तथ्यकार ड) समाजशास्त्रीय विश्लेषक

६७६) वास्तविकतेचा आधार घेऊन प्रयोगाच्या कसोटीवर घासून, निरीक्षणाच्या आधारे जीवनातील सत्यतेचे दर्शन घडविणाऱ्या सिद्धान्तकारासाठी पॅरेतो यांनी कोणती संज्ञा वापरली होती?

अ) अतार्किक किंवा तर्कविसंगत प्रयोगात्मक समाजशास्त्रज्ञ

ब) संरचनात्मक समाजशास्त्रज्ञ

क) अप्रत्यक्षवादी समाजशास्त्रज्ञ

ड) तार्किक किंवा तर्कसंगत प्रयोगात्मक समाजशास्त्रज्ञ

६७७) मानवी मनाचे निर्धारण करणारा महत्त्वाचा घटक 'प्रेरणा' असून, त्यासाठी पॅरेतोने कोणती संज्ञा वापरली होती?

अ) भ्रम किंवा युक्तिवाद ब) श्रेष्ठीजन किंवा अभिजन

क) अवशेष किंवा अवशिष्ट ड) सामाजिक विविधता

६७८) खालीलपैकी कोणता घटक हा 'अवशेष व अविशिष्ट' या संज्ञेखाली येत नाही?

अ) एकीकरणात्मक घटक ब) युक्तिवादात्मक घटक

क) कामप्रवृत्ती निदर्शक घटक ड) सामाजिकीकरणासंबंधीचे घटक

६७९) आपल्या कार्यक्षेत्रात यश प्राप्त करून त्यात सर्वोच्च पद प्राप्त करणाऱ्यासाठी पॅरेतोंनी कोणती संज्ञा वापरली होती?

अ) श्रेष्ठीजन किंवा अभिजन ब) जनता

क) ब्राह्मण ड) समाजसेवक

६८०) आपल्या चुकीच्या वर्तनाचे तार्किक किंवा तर्कसंगत समर्थन करणाऱ्या क्रियेसाठी पॅरेतो यांनी कोणत्या संज्ञेचा वापर केला होता?

अ) प्रेरणा ब) अवशिष्ट क) युक्तिवाद ड) परिवर्तन

६८१) पॅरेतो यांनी 'कोल्हा' ही संज्ञा कोणत्या लोकांसाठी वापरली होती?

अ) धूर्त राजकारणी नेत्यांसाठी ब) सत्ताधीश लोकांसाठी

क) धूर्त धर्मगुरूंसाठी ड) यांपैकी एकही नाही

६८२) खाली 'ख'मध्ये एक विधान दिले असून, 'ग'मध्ये त्याचे कारण दिले आहे. 'ख'मधील विधानाची 'ग'मधील कारणाची योग्य जोडी लावा.

विधान

ख) प्रकार्यवाद्यांच्या (Functionalist) मताने समाजाच्या कोणत्याही भागाचे आकलन होण्यासाठी त्याच्या इतर भागांशी असणाऱ्या संबंधांचे विश्लेषण आणि समाजाच्या निर्वाहासाठी असणारे त्याचे योगदान समजून घेणे आवश्यक ठरते.

कारण

ग) प्रकार्यवादात 'समाज' ही एक अशी व्यवस्था आहे की, ज्यात परस्परसंबंधी व परस्परावलंबी भागातून समग्र तयार होते असे मानतात.

विधान व कारण यांच्या खाली दिलेल्या पर्यायातून योग्य पर्याय निवडा.

अ) 'ख' व 'ग' दोन्ही बरोबर असून 'ग' हे 'ख'चे अचूक स्पष्टीकरण होय.

ब) 'ख' व 'ग' दोन्ही बरोबर आहेत परंतु 'ग', 'ख'चे अचूक स्पष्टीकरण नाही.

क) 'ख' बरोबर परंतु 'ग' चूक.

ड) 'ख' चूक आहे परंतु 'ग' मात्र बरोबर आहे.

६८३) भांडवलशाही समाजातील श्रमिक वर्गाचे वर्गीकरण अकुशल, अर्धकुशल आणि कुशल अंगमेहनती कामगार या तीन प्रवर्गामध्ये कोणी केले होते?

अ) मॅक्स वेबर ब) सी.राईट मिल्स क) व्ही. पॅरेतो ड) आर. डाहरेनडॉर्फ

६८४) मार्क्स यांनी पूर्वकथित किंवा प्राक्कथित (Predicted) केलेल्या वर्गाचे ध्रुवीकरण म्हणजे नेमके काय?

अ) प्रत्येक सामाजिक वर्गाचे विभाजन कमी-अधिक प्रमाणात विशेषाधिकार प्रदान करणे होय.

ब) श्रीमंत आणि गरीब यांच्यातील वाढते अंतर किंवा वाढती दरी म्हणजेच वर्ग जाणिवेची निर्मिती.

क) मध्यम वर्गातील मध्यस्तरांची होणारी वाढ.

ड) कष्टकरी वर्गाची 'जगा व जगू द्या' ही प्रवृत्ती.

६८५) नियंत्रणासाठी सतत लढत रहा किंवा संघर्ष करीत रहा असे इतिहासाचे वैशिष्ट्य कोणी प्रतिपादन केले होते?

अ) कार्ल मार्क्स ब) विल्फ्रेडो पॅरेतो क) मॅक्स वेबर ड) रॅन्डल कॉस्तिन्स

६८६) लेव्ही स्ट्रॉस यांचे योगदानात्मक कार्य खालीलपैकी कोणत्या तीन क्षेत्रांभोवती संघटित झाले होते?

अ) नातेगोते संबंध व्यवस्था ब) मिथकशास्त्र

क) अदिम समूहाचे वर्गीकरण ड) खेडेगाव

वरील विधानांसाठी उत्तराचा कोणता पर्याय तुम्हास योग्य वाटतो?

I)	अ)	क)	ड)
II)	अ)	ब)	क)
III)	क)	ड)	अ)
IV)	ड)	अ)	ब)

६८७) डाहरेनडॉर्फ यांच्या मताने हितसंबंधी गटाची निर्मिती समूहवत योग्य अशा परिस्थितीतून होत असते. ते हितसंबंधी समूह कोणते?

अ) नेतृत्व ब) संघटनेचे स्वातंत्र्य क) योग्य विचारप्रणाली ड) सामाजिक बांधिलकी

खालील पर्यायातून उत्तराचा योग्य पर्याय निवडा.

I)	अ)	ब)	–	–
II)	अ)	ब)	क)	–
III)	–	ब)	क)	–
IV)	अ)	–	क)	–

६८८) खालील अवस्थांची कार्ल मार्क्स यांच्या सिद्धान्तात व्यक्त झाल्यानुसार व्यवस्थितपणे मांडणी करा.

अ) सरंजामशाही ब) आदिम साम्यवाद क) प्राचीन गुलामगिरी ड) भांडवलशाही

उत्तरासाठी खालीलपैकी योग्य पर्याय निवडा.

I)	ब)	क)	ड)	अ)
II)	अ)	क)	ड)	ब)
III)	ड)	अ)	ब)	क)
IV)	क)	ब)	अ)	ड)

६८९) आर्थिक क्षेत्रात पॅरेतो यांनी कोणत्या दोन वर्गांचा उल्लेख केला होता?

अ) श्रेष्ठीजन व सर्वसामान्य जनता ब) राजकीय नेते व त्यांचेअनुयायी

क) कामगार कारखानदार ड) सट्टेबाज व साठेबाज

६९०) खालीलपैकी कोणता घटक हा युक्तिवादाच्या वर्गीकरणात येत नाही.

अ) निश्चित स्वरूपाचा घटक ब) भावनात्मक स्वरूपाचा घटक

क) व्यक्तिमत्त्वाचे संघटन करणारा घटक ड) शाब्दिक स्वरूपाचा घटक

६९१) क्रांती घडून येण्यासाठी त्याच्या स्वत:च्या वर्गाचे (Class in itself) रूपांतर कोणत्या वर्गात होणे आवश्यक असते, असे कार्ल मार्क्स यांचे मत होते?

अ) त्याच्या स्वत:साठीचा वर्ग (Class for itself)

ब) इतरांसाठीचा वर्ग (Class for others)

क) कामगारांचा वर्ग (Workers class)

ड) त्यांचा अनेकांचा वर्ग (Class for themselves)

६९२) ज्यांच्याजवळ उत्पादन साधनांची मालकी नाही अशा वर्गासाठी मार्क्स यांनी कोणती संज्ञा वापरली होती?

अ) आहे रे वर्ग (haves class) ब) नाही रे वर्ग (haves not class)

क) अनुयायांचा वर्ग (Follower's class) ड) श्रीमंत वर्ग (Rich class)

६९३) 'आत्तापर्यंत अस्तित्वात असलेल्या समाजाचा इतिहास म्हणजे वर्ग संघर्षाचा इतिहास होय.' हे विधान कोणी केले होते?

अ) कार्ल मार्क्स ब) कार्ल पॉपर क) एमिल डरखाईम ड) मॅक्स वेबर

६९४) आदर्श प्रतिमा किंवा आदर्श प्रारूप (Ideal types) ही संकल्पना कोणी मांडली होती?

अ) टी. पार्सन्स ब) आर.के. मर्टन क) किंग्जले डेव्हिस ड) मॅक्स वेबर

६९५) त्यांच्या अधिकाराच्या प्रकारात वेबर यांनी खालीलपैकी कोणता अधिकाराचा प्रकार विशद केला नव्हता?

अ) सयुक्तिक अधिकार (Relation Authority)

ब) कौटुंबिक अधिकार (Domestic Authority)

क) पारंपरिक अधिकार (Traditional Authority)

ड) विभूतीमत्त्वाचे अधिकार (Charismatic Authority)

६९६) मॅक्स वेबर यांनी प्रोटेस्टंटवादाची सांगड खालीलपैकी कोणत्या घटकाशी घातली होती?

अ) राजकारण ब) समाजकारण क) भांडवलशाही ड) विज्ञानवाद

६९७) खालीलपैकी कोणते तत्त्व हे वेबर यांच्या प्रोटेस्टंट आर्थिक नीतितत्त्वात बसत नाही?

अ) काळ हा पैसा आहे.

ब) पैशांमागे पैसा धावतो.

क) भ्रष्टाचार हा आर्थिक जीवनाचा स्थायी किंवा अविभाज्य भाग आहे.

ड) प्रामाणिकपणा हे उत्तम व्यवहार चातुर्याचे लक्षण होय.

६९८) मॅक्स वेबर यांच्या मताने समाजशास्त्र हे खालीलपैकी कोणत्या घटकाशी संबंधित आहे?

अ) अर्थपूर्ण सामाजिक क्रिया ब) निरर्थक सामाजिक क्रिया

क) अर्थपूर्ण राजकीय क्रिया ड) निरर्थक धार्मिक क्रिया

६९९) मानवी जीवनात निर्माण होणाऱ्या पेचातून सुटण्याचा मार्ग म्हणजे....

अ) त्यांची प्रोटेस्टंट नीतितत्त्वे ब) त्यांच्या आकलनाच्या पद्धती

क) त्यांचे आदर्श प्रारूप व प्रतिमा ड) त्यांची नोकरशाहीची तत्त्वे

७००) कॅथॉलिक नीतितत्त्वानुसार श्रम करणे हा एक सद्‌गुण नसून काय आहे?

अ) सत्ता राबविणे ब) शिक्षा (Punishment) क) धार्मिक कृती ड) राजकारण

७०१) मॅक्स वेबर यांनी ख्रिस्ती धर्माप्रमाणेच आणखी कोणत्या धर्माचा अभ्यास केला होता?

अ) भारतातील हिंदू धर्म ब) इस्लाम धर्म

क) आदिवासींचा धर्म ड) फारसी धर्म

७०२) कोणत्याही राज्याची प्रशासकीय कार्ये करण्यासाठी निर्माण करण्यात आलेली यंत्रणा कोणती?

अ) राजकीय पक्ष ब) लोकशाही क) एकाधिकारशाही ड) नोकरशाही

७०३) नोकरशाहीतील नोकरमंडळी प्रामुख्याने कशाच्या साहाय्याने कार्य करतात?

अ) स्वयंप्रेरणेने ब) राज्याच्या कायद्याच्या साहाय्याने

क) धर्मगुरूंच्या आज्ञेनुसार ड) वरिष्ठांच्या मर्जीनुसार

७०४) ख) डरखाईम यांच्या मताने सामाजिक तथ्यात जबरदस्तीची शक्ती (Coercive Power) असते.

ग) जेव्हा व्यक्ती जबरदस्तीच्या शक्तीचे उल्लंघन करते तेव्हा तिला तिच्या शक्तीच्या अस्तित्वाची जाणीव होते.
वरील विधानांसाठी उत्तराचा खालीलपैकी योग्य पर्याय निवडा –
अ) 'ख' आणि 'ग' दोन्हीही चूक ब) 'ख' आणि 'ग' दोन्हीही बरोबर
क) 'ख' बरोबर 'ग' चूक ड) 'ख' चूक 'ग' बरोबर

७०५) ख) डरखाईम यांच्या मताने आत्महत्येचा दर हा नियमनात्मक नियंत्रणाच्या प्रमाणानुसार ठरतो.
ग) आत्मकेंद्रित आत्महत्या या नियमनात्मक नियंत्रणाच्या अभावामुळे होतात.
वरील विधानांसाठी खालीलपैकी उत्तराचा कोणता योग्य पर्याय निवडाल?
अ) 'ख' आणि 'ग' दोन्हीही बरोबर ब) 'ख' आणि 'ग' दोन्हीही चूक
क) 'ख' बरोबर 'ग' चूक ड) 'ख' चूक 'ग' बरोबर

७०६) ख) क्रिया सिद्धान्ताच्या आधारे टी. पार्सन्स यांनी त्यांचा व्यवस्था सिद्धान्त विकसित केला नव्हता.
ग) पार्सन्स यांच्या मताने कर्ता (Actor) हा ध्येय सिद्धीसाठी किंवा साध्य संप्राप्तीसाठी कार्य करतो.
वरील विधानांसाठी उत्तराचा कोणता पर्याय तुम्हास बरोबर वाटतो?
अ) 'ख' बरोबर 'ग' चूक ब) 'ख' चूक 'ग' बरोबर
क) 'ख' आणि 'ग' दोन्हीही चूक ड) 'ख' आणि 'ग' दोन्हीही बरोबर

७०७) ख) पार्सन्स यांनी एक व्यवस्था म्हणून त्यांच्या व्यवस्था सिद्धान्तात राजकीय व्यवस्थेला प्रमुख स्थान दिले होते.
ग) सामाजिक व्यवस्थेच्या संरचनात्मक बाजू म्हणून 'अनुरूपता' या घटकाला प्राधान्य दिले होते.
वरील दोन विधानांसाठी खालीलपैकी उत्तराचा कोणता पर्याय तुम्हास बरोबर वाटतो?
अ) 'ख' आणि 'ग' दोन्हीही चूक ब) 'ख' आणि 'ग' दोन्हीही बरोबर
क) 'ख' चूक 'ग' बरोबर ड) 'ख' बरोबर 'ग' चूक

७०८) ख) दर्जा म्हणजे व्यक्तीचे समाजातील स्थान होय.
ग) सर्व प्रकारचे दर्जे व्यक्तींना केवळ जन्मानेच प्राप्त होतात.
वरील विधानांसाठी उत्तराचा खालीलपैकी कोणता पर्याय तुम्ही बरोबर म्हणून निवडाल?
अ) 'ख' आणि 'ग' दोन्हीही बरोबर ब) 'ख' आणि 'ग' दोन्हीही चूक
क) 'ख' बरोबर 'ग' चूक ड) 'ख' चूक 'ग' बरोबर

७०९) ख) प्रकट कार्याचे परिणाम वस्तुनिष्ठ असतात.
ग) ज्या कार्याचे परिणाम अनपेक्षित किंवा अज्ञात असतात त्यांना 'अप्रकट कार्ये' म्हणतात.
वरील विधानांसाठी खालीलपैकी कोणता पर्याय तुम्हास बरोबर वाटतो?
अ) 'ख' आणि 'ग' दोन्हीही चूक ब) 'ख' आणि 'ग' दोन्हीही बरोबर
क) 'ख' बरोबर 'ग' चूक ड) 'ख' चूक 'ग' बरोबर

७१०) ख) समाजातील कार्यिक विषमता हे मर्टन यांच्या मताने कार्यिक विश्लेणाचे एक गृहीत तत्त्व होय.
ग) अदृश्य कार्यासाठी मर्टन यांनी 'अप्रकट कार्ये' ही संज्ञा वापरली होती.
वरील दोन विधानांसाठी उत्तराचा कोणता पर्याय तुम्हास बरोबर वाटतो?
अ) 'ख' चूक 'ग' बरोबर ब) 'ख' बरोबर 'ग' चूक
क) 'ख' आणि 'ग' दोन्हीही बरोबर ड) 'ख' आणि 'ग' दोन्हीही चूक

७११) ख) वेबर यांच्या मताने धर्म व आर्थिक घटना परस्परसंबंधित व परस्परावलंबी आहेत.

ग) प्रोटेस्टंट नीतितत्त्वानुसार काम करणे म्हणजे एक प्रकारची शिक्षा होय.

वरील विधानांसाठी खालीलपैकी कोणता पर्याय तुम्हास बरोबर वाटतो?

अ) 'ख' बरोबर 'ग' चूक   ब) 'ख' चूक 'ग' बरोबर

क) 'ख' आणि 'ग' दोन्हीही बरोबर   ड) 'ख' आणि 'ग' दोन्हीही चूक

७१२) ख) संत तुकाराम, गौतम बुद्ध यांना प्राप्त झालेले अधिकार सयुक्तिक अधिकार होत.

ग) हिंदू धर्म विचारसरणीनुसार 'धर्म म्हणजे कर्तव्य' होय.

वरील विधानांसाठी उत्तराचा खालीलपैकी कोणता पर्याय तुम्हास बरोबर वाटतो?

अ) 'ख' आणि 'ग' दोन्हीही चूक   ब) 'ख' आणि 'ग' दोन्हीही बरोबर

क) 'ख' बरोबर 'ग' चूक   ड) 'ख' चूक 'ग' बरोबर

७१३) जी.एच.मीड यांनी प्रतीकात्मक आंतरक्रिया या विचारात खालीलपैकी कोणत्या प्रतीकाचा वापर केला नव्हता?

अ) मन   ब) आरसा   क) स्वत्व   ड) समाज

७१४) जी.एच.मीड यांनी मानवी मनाच्या अभ्यासात कोणत्या गोष्टीवर प्रकाशझोत टाकला होता?

अ) मानवी मनाची निर्मिती   ब) मानवी मनाची परिपक्वता

क) मानवी मनाचा विकास   ड) मानवी मनाची तरलता

७१५) जी.एच.मीड यांच्या मताने व्यक्तीच्या स्वत्व विकासासाठी कोणत्या दोन गोष्टी आवश्यक आहेत?

अ) मी आणि माझा (I and me)   ब) आम्ही आणि आमचा (We and our)

क) ते आणि त्यांचा (They and their)   ड) तू आणि तुमचा (You and yours)

७१६) प्रा.जी.एच.मीड यांच्या 'स्वत्व' विकासाच्या प्रक्रियेत खालीलपैकी कोणत्या घटकाचा समावेश केला नव्हता?

अ) खेळ   ब) डाव   क) भूमिकाधारण   ड) संस्कृती

७१७) कार्ल मार्क्स यांच्या मतानुसार खालीलपैकी कोणता घटक हा सामाजिक संरचना आणि सामाजिक परिवर्तन यांच्याशी संबंधित आहे?

अ) सांस्कृतिक   ब) राजकीय

क) विचारप्रणाली युक्त   ड) आर्थिक

७१८) मध्य वा मध्यम स्तरीय सिद्धान्त कोणी प्रतिपादन केला होता?

अ) एमिल डरखाईम ब) टॉलकॉट पार्सन्स   क) रॉबर्ट मर्टन   ड) मॅक्स वेबर

७१९) जी.एच.मीड यांच्या मतानुसार 'खेळ' (Play) ही सतत चालणारी प्रक्रिया आहे, तर 'डाव' ही कोणत्या प्रकारची प्रक्रिया आहे?

अ) अधिक प्रगत   ब) अप्रगत   क) अपरिवर्तनीय   ड) अपक्व

७२०) जी.एच.मीड यांच्या मताने 'हावभाव' म्हणजे नेमके काय आहे?

अ) वैयक्तिक क्रिया   ब) सामाजिक क्रिया   क) धार्मिक क्रिया   ड) राजकीय क्रिया

७२१) मानवाची कोणती यंत्रणा ब्लमर (Blumer) यांच्या मताने कोणत्या सभोवतालच्या वस्तूंचे प्रदर्शन करते किंवा दर्शन घडविते?

अ) मन   ब) स्वत्व   क) क्रिया   ड) संवेदना

७२२) ब्लमर (Blumer) यांच्या मताने निश्चितपणे सर्वसामान्य हेतूंच्या पूर्ततेसाठी निर्माण झालेली संकल्पना कोणती ?

    अ) संवेदनात्मक   ब) हावभावात्मक   क) असंदिग्ध   ड) संदिग्ध

७२३) मीड यांच्या मताने खेळ (Play) ही कोणत्या प्रकारची प्रक्रिया आहे ?

    अ) सतत चालणारी   ब) तात्पुरती   क) अप्रकट स्वरूपाची   ड) राजकीय स्वरूपाची

७२४) जी.एच.मीड यांच्या मताने 'डोळे मिचकावणे' या क्रियेचा समावेश कशात होऊ शकेल ?

    अ) खेळ   ब) हावभाव   क) स्वत्व   ड) मन

७२५) जी.एच.मीड यांच्या मताने व्यक्तीच्या स्वत्व विकासाची दुसरी अवस्था कोणती ?

    अ) खेळ   ब) भूमिका   क) डाव   ड) प्रतिमा

७२६) डाव (Game) या प्रक्रियेत खालीलपैकी कोणती बाब समाविष्ट आहे ?

    अ) डावपेच   ब) हावभाव   क) जैविकता   ड) धार्मिकता

७२७) जी.एच.मीड यांची 'मानवी मनाची प्रक्रिया' खालीलपैकी कोणावर प्रकाशझोत टाकते ?

    अ) मन हे कसे परिपक्व आहे यावर   ब) मनाची क्षमता कशी विकसित होते यावर

    क) मानवी डावपेचांवर   ड) मानवी हावभावांवर

७२८) जी.एच.मीड यांच्या मताने 'समाज' म्हणजे नेमके काय ?

    अ) व्यक्तींचे केवळ एकत्रीकरण   ब) भाषण ऐकण्यासाठी जमलेला श्रोतृवृंद

    क) एखाद्या मोर्चासाठी एकत्र आलेली माणसे

    ड) व्यक्तीव्यक्तीतील संघटित स्वरूपाच्या व वर्तनबंधावर आधारित आंतरक्रिया होय

७२९) हर्बर्ट ब्लमर (Herbert Blumer) यांच्या मताने वैयक्तिक क्रियांच्या बांधणीत खालील कोणत्या प्रक्रियेचा समावेश होत नाही ?

    अ) अनुकरण   ब) स्व-दर्शन   क) स्व-नोंदणी   ड) स्व-विश्लेषण

७३०) हर्बट ब्लमर (Herbert Blumer) यांनी त्यांच्या प्रतीकात्मक आंतरक्रियावादात खालीलपैकी कोणत्या दोन संकल्पनांचा वापर केला होता ?

    अ) दर्जा आणि भूमिका   ब) मूल्ये आणि प्रमाणके

    क) असंदिग्ध व संवेदनात्मक   ड) भाषा आणि स्वर

७३१) तुम्ही काय पाहावे यासंबंधीचे नियम सांगणारी 'हर्बट ब्लमर' यांची संकल्पना कोणती ?

    अ) असंदिग्ध संकल्पना   ब) संदिग्ध संकल्पना

    क) संवेदनात्मक संकल्पना   ड) वस्तुनिष्ठ संकल्पना

७३२) जी.एच.मीड यांच्या मताने मानवी स्वत्वाच्या विकासातील तिसरी व शेवटची अवस्था कोणती ?

    अ) मानवी मनाचा विकास   ब) मानवी स्वत्वाचा विकास

    क) भूमिका धारण करणे   ड) प्रतीकात्मकता

७३३) खालीलपैकी कोणत्या विचारवंताच्या मतानुसर प्रा.जी.एच.मीड हे प्रतीकात्मक आंतरक्रियावादाचे जनक आहेत ?

    अ) जे.टर्नर   ब) प्रा.एम.फ्रान्सिस अब्राहम

    क) प्रा.आर.के.मर्टन   ड) प्रा.टॉलकॉट पार्सन्स

७३४) जेव्हा एखादा नवोदित क्रिकेट खेळाडू जेव्हा म्हणतो की, ''मी सचिन तेंडुलकर आहे.'' त्याचे हे विधान जी.एच.मीड यांच्या मताने कशाचे प्रतीक आहे?

अ) स्वत्व विकासाचे

ब) मनाच्या प्रगल्भतेचे

क) भूमिका धारण करण्याचे

ड) खेळातील डावपेचाचे

७३५) ख) हर्बर्ट ब्लमर यांच्या मताने दर्जा, भूमिका, प्रमाणके इत्यादी घटक सामाजिक संरचनेचे नसून, व्यक्ती-व्यक्तीतील आंतरक्रियांचा तो परिणाम आहे.

ग) ब्लमर यांच्या मताने समाजशास्त्रज्ञांनी संवेदनात्मक संकल्पनांवर अधिक विसंबून राहू नये.

वरील विधानांसाठी खालीलपैकी कोणता पर्याय तुम्हास योग्य वाटतो?

अ) 'ख' बरोबर 'ग' चूक

ब) 'ख' चूक 'ग' बरोबर

क) 'ख' आणि 'ग' दोन्हीही बरोबर

ड) 'ख' आणि 'ग' दोन्हीही चूक

७३६) जी.एच.मीड यांच्या मताने नेत्रसंकेत या हावभावाचा समावेश कोणत्या प्रकारात केला जातो?

अ) प्रतीकात्मक हावभाव

ब) सांकेतिक हावभाव

क) प्रसारात्मक हावभाव

ड) धार्मिक स्वरूपाचे हावभाव

७३७) ख) जी.एच.मीड यांच्या मताने खेळ ही तात्पुरती प्रक्रिया आहे.

ग) जी.एच.मीड. यांच्या मताने डावात (Game) समाविष्ट झालेले खेळाडू विविध डावपेच आखतात.

वरील विधानांसाठी खालीलपैकी कोणता पर्याय तुम्हास बरोबर वाटतो?

अ) 'ख' आणि 'ग' दोन्हीही बरोबर

ब) 'ख' आणि 'ग' दोन्हीही चूक

क) 'ख' बरोबर 'ग' चूक

ड) 'ख' चूक 'ग' बरोबर

७३८) ख) जी.एच.मीड यांच्या मताने हावभावाचा अर्थ फक्त मानवी प्राण्यालाच समजतो व त्यास तो प्रतिसाद देतो.

ग) प्रतीके म्हणजे पण एक प्रकारचे हावभावच होय.

वरील विधानांसाठी खालीलपैकी कोणता पर्याय तुम्हास बरोबर वाटतो?

अ) 'ख' चूक 'ग' बरोबर

ब) 'ख' बरोबर 'ग' चूक

क) 'ख' आणि 'ग' दोन्हीही बरोबर

ड) 'ख' आणि 'ग' दोन्हीही चूक

७३९) ख) जी.एच. मीड यांच्या मताने स्वत्व या संकल्पनेत 'तू आणि तुझा' (You and Yours) या दोन घटकांच्या एकत्रीकरणाचा समावेश होतो.

ग) जी.एच.मीड यांच्या मताने फक्त मानवेतर हावभावाचा अर्थ समजतात व त्यानुसार कृती करतात.

वरील दोन विधानांसाठी खालीलपैकी कोणता पर्याय तुम्हास बरोबर वाटतो?

अ) 'ख' आणि 'ग' दोन्हीही चूक

ब) 'ख' आणि 'ग' दोन्हीही बरोबर

क) 'ख' बरोबर 'ग' चूक

ड) 'ख' चूक 'ग' बरोबर

७४०) जी.एच.मीड यांच्या मताने समाज व समाजातील संस्था खालीलपैकी कोणत्या घटकाच्या साहाय्याने चालविल्या जातात?

अ) भाषाशास्त्र आणि स्वरशास्त्र

ब) राजकारण व नोकरशाही

क) मन आणि स्वत्व

ड) धर्म व जादू

७४१) कामगाराचे मन तो करीत असलेल्या कामापासून अलिप्त होण्याच्या प्रक्रियेसाठी 'कार्ल मार्क्स' यांनी कोणती संज्ञा वापरली होती?

अ) दूरीकरण/दूरीभवन
ब) भौतिकवाद
क) नोकरशाही
ड) प्रोटेस्टंट वाद

७४२) उत्पादन साधनांची मालकी ज्यांच्याकडे त्यासाठी कार्ल मार्क्स यांनी कोणती संज्ञा वापरली होती?

अ) मालक
ब) कामगार
क) अभिजन
ड) अतिशूद्र

७४३) कार्ल मार्क्स यांच्या मताने आत्तापर्यंत अस्तित्वात असणाऱ्या समाजाचा इतिहास म्हणजे नेमका कशाचा इतिहास होय?

अ) धर्मविकासाचा
ब) वर्ग संघर्षाचा
क) उत्क्रांतीचा
ड) सामाजिकीकरणाचा

७४४) कार्ल मार्क्स यांनी सामाजिक संरचनेत पायाभूत घटक म्हणून कोणत्या घटकाला महत्त्व दिले होते?

अ) दर्जा व भूमिका यांना
ब) लोकशाहीवादी तत्त्वज्ञानाला
क) अर्थव्यवस्थेला
ड) संस्कृतीला

७४५) कार्ल मार्क्स यांच्या मताने कामगार आणि कारखानदार यांचे संबंध कशा प्रकारचे असतात?

अ) परस्परपूरक व परस्परावलंबी
ब) नेता-अनुयायी स्वरूपाचे
क) शिक्षक-विद्यार्थी स्वरूपाचे
ड) परस्परविरोधी स्वरूपाचे

७४६) कार्ल मार्क्स यांच्या मताने सर्व जगातील इतिहासाचे स्पष्टीकरण करण्याची गुरूकिल्ली कोणती?

अ) सांस्कृतिक परिवर्तनाचा सिद्धान्त
ब) भांडवलशाहीच्या विकासाचा सिद्धान्त
क) वर्गसंघर्षाचा सिद्धान्त
ड) अस्मितेचा सिद्धान्त

७४७) मार्क्स यांच्या मताने भांडवलशाही अर्थव्यवस्थेत वस्तूंची निर्मिती कशासाठी केली जाते?

अ) विकण्यासाठी
ब) उपभोगासाठी
क) शोभेसाठी
ड) वितरणासाठी

७४८) खालीलपैकी कोणत्या घटकाचा समावेश भांडवलशाहीच्या अर्थव्यवस्थेच्या वैशिष्ट्यात करता येत नाही?

अ) खासगी मालकी
ब) यंत्रोत्पादन
क) वेतन मजुरी पद्धती
ड) उपभोगासाठीच वस्तूंची निर्मिती

७४९) कार्ल मार्क्स यांनी भांडवलशाहीवरील त्यांच्या विवेचनात खालीलपैकी कोणत्या संज्ञेचा वापर केला नव्हता?

अ) शोषित वर्ग
ब) शोषक वर्ग
क) श्रमिक वर्ग
ड) धर्मगुरुंचा वर्ग

७५०) कार्ल मार्क्स यांच्या मताने विचारप्रणाली (Ideology) या संकल्पनेत खालीलपैकी कोणत्या गोष्टी महत्त्वाच्या आहेत?

अ) धर्म व वर्ग
ब) समाज व सामाजिकगट
क) व्यक्तीबाह्यता व दमनकारी वृत्ती
ड) नोकर व नोकरशाही

७५१) भांडवलशाहीवादी सामाजिक संरचनेत खालीलपैकी कोणत्या घटकांचा समावेश होतो?

अ) कच्चामाल किंवा वस्तू
ब) अमूर्त वस्तूंचे साकारीकरण
क) भांडवल
ड) वरीलपैकी सर्व घटक

७५२) कार्ल मार्क्स यांच्या अधिसंरचनेत (Super Structure) खालीलपैकी कोणत्या घटकाचा समावेश होत नाही?

अ) अर्थ   ब) कुटुंब   क) शिक्षण   ड) राज्य

७५३) अतिरिक्त मूल्य सिद्धान्त (Theory of Surplus Value) कोणी मांडला होता?

अ) कार्ल मार्क्स   ब) कार्ल पॉपर   क) डाहरेनडॉर्फ   ड) अल्युझर

७५४) सामाजिक व्यवस्थेत भांडवलदार व कामगार व्यवस्थेच्या भूमिकेचे आणि हितसंबंधांचे जेव्हा चुकीचे मूल्यमापन करतात तेव्हा त्यासाठी कार्ल मार्क्स यांनी कोणती संज्ञा वापरली होती?

अ) जाणिवा   ब) भ्रामक जाणिवा   क) भावना   ड) संवेदना

७५५) कार्ल मार्क्स यांनी ज्यांच्याकडे उत्पादन साधनांची मालकी आहे त्यांच्यासाठी व ज्यांच्याकडे उत्पादन साधनांची मालकी नाही त्यांच्यासाठी कोणत्या दोन संज्ञांचा वापर केला होता?

अ) शेतकरी वर्ग व कामगार वर्ग   ब) श्रेष्ठीजन व भूदास

क) आहे रे व नाही रे वर्ग   ड) ब्राह्मण वर्ग आणि वैश्य वर्ग

७५६) कार्ल मार्क्स यांच्या मताने वर्ग संघर्षाचा अंतिम हेतू काय होता?

अ) वर्ग विरहित समाज स्थापन करणे   ब) धर्माधिष्ठित समाजाची निर्मिती

क) भांडवलशाहीची पुनर्स्थापना करणे   ड) वर्गावर आधारित समाजाची निर्मिती करणे

७५७) आपआपल्या हितसंबंधांच्या रक्षणाचा विचार करता भांडवलदार व कामगार यांचे हितसंबंध कसे असतात?

अ) परस्परपूरक   ब) परस्परविरोधी   क) परस्परावलंबी   ड) यांपैकी एकही नाही

७५८) ख) कार्ल मार्क्स यांच्या मताने कोणत्याही समाजाचा इतिहास म्हणजे धर्म संघर्षाचाच इतिहास होय.

ग) कार्ल मार्क्स यांच्या मतानुसार विचारप्रणाली (Ideology) या व्यक्ती बाह्य असतात.
वरील दोन विधानांसाठी तुम्ही खालीलपैकी कोणता पर्याय निवडाल?

अ) 'ख' आणि 'ग' दोन्हीही चूक   ब) 'ख' आणि 'ग' दोन्हीही बरोबर

क) 'ख' बरोबर 'ग' चूक   ड) 'ख' चूक 'ग' बरोबर

७५९) ख) कार्ल मार्क्स यांच्या मताने, दोन परस्परविरोधी घटकांच्या संयोगातूनच (Synthesis) नवनिर्मिती होते. त्यासाठी त्यांनी द्वंद्वात्मक भौतिकवाद ही संज्ञा वापरली होती.

ग) अतिरिक्त मूल्यांचा सिद्धान्त मॅक्स वेबर यांनी मांडला होता.
वरील दोन विधानांसाठी खालीलपैकी कोणता पर्याय तुम्हास बरोबर वाटतो?

अ) 'ख' बरोबर 'ग' चूक   ब) 'ख' चूक 'ग' बरोबर

क) 'ख' आणि 'ग' दोन्हीही चूक   ड) 'ख' आणि 'ग' दोन्हीही बरोबर

७६०) ख) उत्पादन साधनांवर नियंत्रण ठेवण्याची कमतरता व त्यातून निर्माण होणारे दूरीकरण हे कार्ल मार्क्स यांना अभिप्रेत होते.

ग) कार्ल मार्क्स यांच्या मताने भांडवलशाहीचा विनाश अपरिहार्य आहे.
वरील विधानांसाठी खालीलपैकी कोणता पर्याय तुम्हास बरोबर वाटतो?

अ) 'ख' चूक 'ग' बरोबर   ब) 'ख' बरोबर 'ग' चूक

क) 'ख' आणि 'ग' दोन्हीही बरोबर   ड) 'ख' आणि 'ग' दोन्हीही चूक

७६१) समाजशास्त्र, सामाजिक मानवशास्त्र आणि मानसशास्त्र या विषयांना एकाच संदर्भ चौकटीत आणण्याचा प्रयत्न कोणी केला होता?

अ) रेडक्लिफ ब्राऊन ब) बी. मॅलिनॉव्हस्की

क) आर. के. मर्टन ड) एस. एफ. नाडेल

७६२) मॅक्स वेबर यांनी 'वर्गीय परिस्थिती'ची (Class Situation) व्याख्या खालीलपैकी कोणत्या प्रकारे केली आहे?

अ) भांडवलशाहीतील मालकाने श्रमिक वर्गाचे केलेले शोषण.

ब) एखाद्या व्यक्तीचे भांडवल, उत्पादन आणि श्रमबाजार यातील स्थान की जे त्याच्या आर्थिक स्रोतावर आधारित असते.

क) एखाद्या सामाजिक समूहाची त्याच्या दर्जा व जीवनातील संधीविषयी जाणीव.

ड) एखाद्या सामाजिक वर्गाची जीवनशैली जी उपभोगाच्या अनुबंधावरून ठरते.

७६३) मर्टन यांची अप्रकट कार्यांची संकल्पना लक्षात घेता खालीलपैकी कोणती जोडी सुसंगत नाही?

अ) शिक्षा अ) जबरदस्ती / संसक्ती

ब) धर्म ब) सामाजिक एकात्मीकरण

क) कायदा क) सामाजिक नियंत्रण

ड) भपकेबाज उपभोग ड) इतरांच्या दृष्टिकोनातून स्वतःचा दर्जा उंचावणे

७६४) खाप पंचायत खालीलपैकी कोणत्या प्रकारच्या विवाहास विरोध करते?

अ) एक विवाह ब) अंतर्गत विवाह क) प्रतिलोम विवाह ड) बहुविवाह

७६५) 'आंतरक्रिया ही घटकाघटकातील नसून ती कार्याकार्यातील आहे.' असे विधान कोणत्या समाजशास्त्रज्ञांनी केले होते.

अ) जी. एच. मीड ब) विल्फ्रेडो पॅरेतो

क) हर्बर्ट ब्लमर ड) टॉलकॉट पार्सन्स

७६६) श्रेणी रचनात्मक व्यवस्थेची मांडणी टॉलकॉट पार्सन्स यांच्या सामाजिक व्यवस्थेत स्पष्टपणे करण्यात आली आहे. त्या सिद्धान्तात व्यक्त झाल्यानुसार त्यांची क्रमवार मांडणी करा.

I) जीवशास्त्रीय व्यवस्था II) सामाजिक व्यवस्था

III) व्यक्तिमत्त्व व्यवस्था IV) सांस्कृतिक व्यवस्था

खाली दिलेल्या संकेतांकांमधून उचित वा बरोबर पर्याय निवडा.

A)	IV	III	II	I
B)	II	III	IV	I
C)	IV	II	III	I
D)	I	III	IV	II

७६७) कुर्झवील (Kurzweil) यांच्या मतानुसार संरचनात्मकवादाचे जनक खालीलपैकी कोण आहेत?

अ) रेडक्लिफ ब्राऊन ब) क्लॉड लेव्ही स्ट्रॉस

क) बी. मॅलिनॉव्हस्की ड) टॉलकॉट पार्सन्स

७६८) प्रा.जी.एच.मीड यांनी क्रियेतील चार मूलभूत आणि परस्पर संबंधित असे टप्पे निर्देशित केले आहेत. त्यांची व्यवस्थित क्रमवार मांडणी खालील दिलेल्या संकेतातून निवडा.

टप्पे :

I) आवेश / आदेश (Impulse) II) ज्ञान / समज (Perception)

III) हस्तोत्पादन (Manipulation) IV) पूर्तता (Consummation)

संकेत :

अ)	I	III	IV	II
ब)	II	I	III	IV
क)	III	II	I	IV
ड)	I	II	III	IV

७६९) 'मतैक्स' आणि 'संघर्ष' एकाच नाण्याच्या दोन बाजू आहेत असे खालीलपैकी कोणत्या विचारवंताने प्रतिपादन केले आहे?

अ) टॉलकॉट पार्सन्स ब) आर. के. मर्टन क) सी. डब्ल्यू. मिल्स ड) आर. डाहरेनडॉर्फ

७७०) स्तंभ (I)मध्ये काही समाजशास्त्रीय ग्रंथांची नावे असून स्तंभ (II)मध्ये त्या ग्रंथांच्या लेखकांची नावे आहे. ग्रंथ आणि यांच्या योग्य जोड्या लावा.

स्तंभ (I) (ग्रंथांची नावे)	स्तंभ (II) (लेखकांची नावे)
अ) Crime and Custom of Savage Society (प्राचीन आदिवासी समाजातील गुन्हा व प्रथा)	I) सी. लेव्ही स्ट्रॉस
ब) The Andamani Islanders (अंदमानबेटावरील आदिवासी)	II) बी. मॅलिनॉव्हस्की
क) The Savage Mind (निर्दयी मन)	III) ए. आर. रेडक्लिफ ब्राऊन
ड) The Theory of Social Structure (सामाजिक संरचनेचा सिद्धान्त)	IV) आर. के. मर्टन
	V) एस्. एफ्. नाडेल

वर प्रतिपादन केल्याप्रमाणे खाली दिलेल्या संकेतातून बरोबर संकेताची निवड करू.

	(a)	(b)	(c)	(d)
अ)	II	V	II	IV
ब)	III	III	I	II
क)	I	IV	III	I
ड)	V	I	IV	III

७७१) प्रतीकात्मक आंतरक्रियावादाच्या विकासातील प्रमुख व्यक्ती म्हणून सर्वसाधारणपणे खालीलपैकी कोणाला ओळखले जाते?

अ) हर्बर्ट ब्लमर ब) जॉर्ज हर्बर्ट मीड क) मागरिट मीड ड) विलियम जेम्स

७७२) स्तंभ (I) मध्ये काही काही विचार दिले असून, स्तंभ (II)मध्ये ते विचार मांडणाऱ्या लेखकांची नावे दिली आहेत. स्तंभ (I)मधील विचार व स्तंभ (II)मधील विचारवंत यांच्या योग्य जोड्या लावा किंवा जुळवा.

स्तंभ (I)	स्तंभ (II)
अ) कार्यात्मक पूर्वावश्यक तत्त्वे	I) आर. के. मर्टन
ब) कार्यात्मक परिणामाचे निव्वळ संतुलन	II) बी. मॅलिनॉव्हस्की
क) सार्वत्रिक प्रकार्यवाद	III) सी. लेव्ही स्ट्रॉस
ड) संरचनात्मकवाद	IV) टॉलकॉट पार्सन्स
	V) ए. आर. रेडक्लिफ ब्राऊन

खालीलपैकी उत्तराचा योग्य पर्याय निवडा.

	(a)	(b)	(c)	(d)
अ)	I	III	IV	IV
ब)	IV	I	I	III
क)	V	II	II	V
ड)	III	IV	III	I

७७३) भांडवलशाहीच्या परिणामात खालीलपैकी कोणत्या घटकाचा समावेश आहे?

अ) योजनाहीनता ब) धंद्यांचे सकेंद्रीकरण क) बेकारीत वाढ ड) वरीलपैकी सर्व

७७४) ख) जगात सर्वत्र साम्यवादी राज्य निर्माण करणे हा कार्ल मार्क्स यांच्या विचाराचा केंद्रबिंदू होय.

ग) भांडवलशाही वस्तू उत्पादनाचा हेतू हा 'वस्तूचा उपभोग घेणे' हा असतो. नफा मिळविणे हा नसतो. वरील दोन विधानांसाठी उत्तराचा कोणता पर्याय तुम्हास बरोबर वाटतो?

अ) ख' चूक 'ग' बरोबर ब) 'ख' बरोबर 'ग' चूक

क) 'ख' आणि 'ग' दोन्हीही बरोबर ड) 'ख' आणि 'ग' दोन्हीही चूक

७७५) ख) कार्ल मार्क्स यांच्या साम्यवादी जाहीरनाम्यात खासगी मालमत्ता धारणेस पूर्ण मुभा होती.

ग) मार्क्स यांच्या अधिसंरचनेत (Super Structure) प्रमुख घटक म्हणून अर्थव्यवस्थेचाच उल्लेख केला जातो. वरील विधानांसाठी खालीलपैकी कोणता पर्याय तुम्हास बरोबर वाटतो?

अ) 'ख' बरोबर 'ग' चूक ब) 'ख' चूक 'ग' बरोबर

क) 'ख' आणि 'ग' दोन्हीही चूक ड) 'ख' आणि 'ग' दोन्हीही बरोबर

७७६) मार्क्स यांच्या विचारप्रणालीच्या प्रतिपादनात खालीलपैकी कोणत्या वर्गाच्या हितसंबंधांचे रक्षण केले जाते.

अ) सत्ताधारी वर्गाच्या ब) धार्मिक वर्गाच्या

क) सामाजिक वर्गाच्या ड) जाती संघटनेच्या

७७७) भांडवल (Das Capital or The Capital) हा ग्रंथ कोणी लिहिला होता?

अ) हिंगेल ब) कार्ल मार्क्स क) मर्टन ड) लेव्ही स्ट्रॉस

७७८) ख) मार्क्स यांच्या आर्थिक निर्धारण वादाच्या विचारात आर्थिक उत्पादन व समाज संरचना यांच्या परस्पर संबंधाबाबत सविस्तर विवेचन केले होते.

ग) साम्यवादी राज्यात 'लायकीनुसार काम' व 'लायकीनुसारच दाम' हे तत्त्व काम वाटपासाठी स्वीकारले होते.

वरील विधानांसाठी खालीलपैकी कोणता पर्याय तुम्हास बरोबर वाटतो?

अ) 'ख' बरोबर 'ग' चूक ब) 'ख' चूक 'ग' बरोबर

क) 'ख' आणि 'ग' दोन्हीही बरोबर ड) 'ख' आणि 'ग' दोन्हीही चूक

७७९) डाहरेनडॉर्फ यांचा संघर्ष सिद्धान्त हा खालीलपैकी कशावर आधारलेला होता?

अ) राजकीय पक्षांवर ब) अधिकारी संरचनेवर

क) आर्थिक संरचनेवर ड) वर्ग संरचनेवर

७८०) 'वर्ग संघर्ष' या संकल्पनेवर भाष्य करताना डाहरेनडॉर्फ यांनी कोणती संकल्पना विकसित केली होती?

अ) आज्ञार्थक समन्वात्मक मंडळ ब) धार्मिक समन्वयात्मक मंडळ

क) शैक्षणिक समन्वयात्मक मंडळ ड) राजकीय समन्वयात्मक मंडळ

७८१) डाहरेनडॉर्फ यांच्या मताने अधिकार कशाशी जोडले जातात?

अ) स्थानाशी ब) व्यक्तींशी क) गटांशी ड) संस्थांशी

७८२) डाहरेनडॉर्फ यांच्या मताने आज्ञार्थक समन्वयात्मक मंडळात (Imperative Co-ordinated Association) कोणत्या दोन प्रकारची स्थाने असतात?

अ) अधिकार असणारे / अधिकार नसणारे किंवा अधिकार सहित / अधिकार रहित.

ब) कारखानदार व भांडवलदार

क) कामगार व श्रमिक

ड) अभिजन व श्रेष्ठीजन

७८३) डाहरेनडॉर्फ यांच्या मताने वर्गसंघर्ष जितका तीव्र तिचे सामाजिक परिवर्तन कसे असते?

अ) मवाळ ब) मंद क) जहाल ड) जटिल

७८४) डाहरेनडॉर्फ यांचा संघर्ष सिद्धान्त खालीलपैकी कोणत्या घटकांवर आधारित असतो?

अ) अधिकार ब) राज्य क) मन ड) संस्कृती

७८५) खालीलपैकी कोणता विचारवंत हा क्रियावादाशी संबंधित आहे?

अ) आर. डाहरेनडॉर्फ ब) टी. पार्सन्स

क) सी. एच. कूले ड) व्ही. पॅरैतो

७८६) डाहरेनडॉर्फ यांच्या मताने समाजात कोणत्या दोन वर्गात संघर्ष होऊ शकतो?

अ) अधिकार असलेला गट आणि अधिकार नसलेला गट

ब) दोन राजकीय पक्ष

क) मुस्लीम व ख्रिस्ती धर्माचे अनुयायी

ड) मध्यम वर्ग व श्रमिकांचा वर्ग

७८७) डाहरेनडॉर्फ यांनी त्यांच्या 'सामाजिक व्यवस्थेची प्रतिमा' यासाठी कोणती संज्ञा वापरली होती?

अ) सामाजिक संस्थेची प्रतिकृती (Model of Social Institution)

ब) धार्मिक प्रतीकांची मंडळे (Association of Religious Symbols)

क) आज्ञार्थक समन्वयात्मक मंडळ (Imperative Co-ordinated Association)

ड) सामाजिक सांस्कृतिक मंडळ (Socio - Cultural Association)

७८८) खालीलपैकी कोणत्या समाजशास्त्रज्ञाने 'सामाजिक व्यवस्था' (Social System) हा ग्रंथ लिहिला?
अ) जे. एच. हटन ब) टॉलकॉट पार्सन्स क) रेडक्लिफ ब्राऊन ड) ए. क्रोबर

७८९) 'औद्योगिक समाजातील वर्ग आणि वर्ग संघर्ष' (Class and class conflict in an Industrial Society) या पुस्तकाचे लेखक कोण आहेत?
अ) एस्. एम्. लीपसेट ब) कार्ल मार्क्स
क) लेव्हीस कोझर ड) रॉल्फ डाहरेनडॉर्फ

७९०) आंतरआत्मनिष्ठतेची किंवा आंतरव्यक्तीनिष्ठतेची संकल्पना पद्धतीशास्त्रात कोणी मांडली होती?
अ) ए. शुट्झ ब) एस्. अमीन क) जे. हाबरमस ड) जे. डेरिडा

७९१) पूर्व न्यू गिनीतील (Eastern New Guinea) कुल विनिमय पद्धतीचे वर्णन कोणी केले होते?
अ) रेडक्लिफ ब्राऊन ब) पोल्यानी (Polyani)
क) इव्हान्स प्रीचर्ड ड) मॅलिनॉव्हस्की

७९२) खालीलपैकी कोणते वैशिष्ट्य भांडवलशाहीचे वैशिष्ट्य नाही.
अ) मोठ्या प्रमाणावर उत्पादन ब) खासगी मालकी
क) ना नफा किंवा नफा न मिळविणे ड) स्पर्धा

७९३) न्यूब (Nuba) आदिवासी जमातीचा अभ्यास खालीलपैकी कोणत्या विचारवंताने केला होता?
अ) बी. मॅलिनॉव्हस्की ब) ए. रेडक्लिफ ब्राऊन
क) आर. के. मर्टन ड) एस्. एफ्. नाडेल

७९४) सामाजिक क्रियांचे तार्किक आणि अतार्किक क्रिया असे वर्गीकरण खालीलपैकी कोणी केले होते?
अ) विल्फ्रेडो पॅरेतो ब) मॅक्स वेबर क) जी. एच. मीड ड) आर. के. मर्टन

७९५) लेव्हीस ए. कोझर यांचे नाव खालीलपैकी कशाशी जोडले जाते?
अ) संघर्ष प्रकार्यवाद ब) विश्लेषणात्मक संघर्ष क) औपचारिक संघर्ष ड) द्वंद्वात्मक भौतिकवाद

७९६) एस्. एफ्. नाडेल यांनी त्यांच्या सामाजिक संरचनेच्या व्याख्येत खालीलपैकी कोणत्या घटकाचा वापर केला होता?
अ) सामाजिक भूमिका व्यवस्था ब) सामाजिक संघटन व्यवस्था
क) सामाजिक प्रकार्य व्यवस्था ड) सामाजिक संबंध व्यवस्था

७९७) पारंपरिक प्रकार्यवाद सर्वसाधारणपणे खालीलपैकी कोणत्या दृष्टिकोनाशी जोडला जातो?
अ) सूक्ष्मदर्शी समाजशास्त्रीय दृष्टिकोन ब) मानसशास्त्रीय दृष्टिकोन
क) स्थूलदर्शी समाजशास्त्रीय दृष्टिकोन ड) मानवशास्त्रीय दृष्टिकोन

७९८) 'माईंड, सेल्फ आणि सोसायटी' (Mind, Self and Society) हा ग्रंथ खालीलपैकी कोणी लिहिला?
अ) एल्टन मेयो ब) व्ही. पॅरेतो क) जी. एच. मीड ड) मागरिट मीड

७९९) खालीलपैकी कोणी संस्कृतीची व्याख्या 'मानवी गरजांना दिलेला प्रतिसाद' अशी केली आहे?
अ) आर. रेडफिल्ड ब) आर. लिन्टन
क) बी. मॅलिनॉव्हस्की ड) ए. रेडक्लिफ ब्राऊन

८००) 'समाजशास्त्र हे असे एक विज्ञान आहे की ज्या सामाजिक क्रियांच्या स्पष्टीकरणात्मक आकलनांचा (Interpretative Understanding) प्रयत्न करण्यात येतो.' समाजशास्त्राची ही व्याख्या कोणी केली?
अ) ऑगस्त कॉम्त (Auguste Comte) ब) मॅक्स वेबर (Max Waber)

क) एमिल डरखाईम (Emile Durkheim)   ड) आर. एफ. मॅक्आयव्हर (R. F. MacIver)

८०१) मानवशास्त्रीय संरचनात्मकवाद खालीलपैकी कोणी मांडला?

अ) एस्. एफ्. नाडेल   ब) मॅलिनॉव्हस्की

क) कॉल्ड लेव्ही स्ट्रॉस   ड) एमिल डरखाईम

८०२) विचारप्रणाली (Ideology) या घटकाला अधिसंरचनेचा एक भाग असल्याचे कोणी प्रतिपादन केले होते?

अ) एमिल डरखाईम   ब) लेव्हीस ए. कोझर   क) कार्ल मार्क्स   ड) रॅन्डल कॉलिन्स

८०३) मार्क्स यांच्याप्रमाणेच डाहरेनडॉर्फ यांना संघर्ष कसा वाटत होता?

अ) द्वंद्वात्मक (Dialectical)   ब) संस्थात्मक (Institutional)

क) व्यक्तिगत (Individualistic)   ड) सांस्कृतिक (Cultural)

८०४) ख) ज्यात व्यक्तींच्या स्थानांचे एकत्रीकरण होते त्याला डाहरेनडॉर्फ यांनी 'अंशिक गट' (Quasi Group) या संज्ञेने संबोधले होते?

ग) डाहरेनडॉर्फ यांच्या मताने अधिकार नेहमी व्यक्तीशी जोडले जातात.

वरील विधानांसाठी खालीलपैकी कोणता पर्याय तुम्हास बरोबर वाटतो?

अ) 'ख' आणि 'ग' दोन्हीही बरोबर   ब) 'ख' आणि 'ग' दोन्हीही चूक

क) 'ख' चूक 'ग' बरोबर   ड) 'ख' बरोबर 'ग' चूक

८०५) ख) डाहरेनडॉर्फ यांच्या मताने संघर्ष हा नेहमी अधिकार संरचनेतील हक्क व कर्तव्य यांच्याशी निगडित असतो.

ग) वर्ग संघर्ष जितका तीव्र तितके सामाजिक परिवर्तन जहाल असते.

अ) 'ख' बरोबर 'ग' चूक   ब) 'ख' चूक 'ग' बरोबर

क) 'ख' आणि 'ग' दोन्हीही बरोबर   ड) 'ख' आणि 'ग' दोन्हीही चूक

८०६) ख) मार्क्स यांच्या प्रमाणेच डाहरेनडॉर्फ यांनाही असे वाटत होते की संघर्ष हा नेहमी परस्पर–विरोधी हितसंबंधातून आकाराला येतो.

ग) डाहरेनडॉर्फ यांच्या मताने हे परस्परविरोधी गट अधिकार संरचनेशी निगडित आहेत.

वरील विधानांसाठी खालीलपैकी कोणता पर्याय तुम्हास बरोबर वाटतो?

अ) 'ख' आणि 'ग' दोन्हीही चूक   ब) 'ख' बरोबर 'ग' चूक

क) 'ख' चूक 'ग' बरोबर   ड) 'ख' आणि 'ग' दोन्हीही बरोबर

८०७) लेव्हीस कोझर यांचा संघर्षवाद खालीलपैकी कोणत्या संज्ञेने संबोधला जातो?

अ) द्वंद्वात्मकता   ब) भौतिक विरोध विकासवाद

क) संघर्ष कार्यात्मकवाद   ड) धार्मिक संघर्षवाद

८०८) लेव्हीस कोझर यांनी संघर्ष कार्यात्मकवादाच्या सिद्धान्तात कोणत्या घटकावर भर दिला होता?

अ) संघर्षाच्या सकारात्मक कार्यावर   ब) संघर्षाच्या नकारात्मक कार्यावर

क) समाजाच्या धार्मिक कार्यावर   ड) समाजाच्या सामाजिक कार्यावर

८०९) लेव्हीस कोझर यांनी त्यांच्या संघर्ष कार्यात्मक सिद्धान्तात कोणत्या गोष्टीचे समर्थन केले होते?

अ) अहिंसा   ब) हिंसा   क) सत्याग्रह   ड) धर्मनिष्ठा

८१०) बहिर्गटाबरोबर झालेल्या संघर्षाचा परिणाम अंतर्गटावर कसा होतो असे लेव्हीस कोझर यांना वाटत होते?

अ) वैरभाव निर्माण करतो.   ब) समाजात दुफळी माजवितो.

क) सभासदांना एकत्र किंवा एकसंघ करतो.   ड) समाजाचे विभाजन करतो.

८११) 'सामाजिक संघर्ष हा सहकार्याचाच एक प्रकार आहे' असे कोणत्या विचारवंतांना वाटत होते?

अ) आर. डाहरेनडॉर्फब) जी. सिमेल   क) एल. कोझर   ड) टी. पार्सन्स

८१२) ख) जेव्हा संघर्ष हा जितका हिंसात्मक किंवा तीव्र असतो तेव्हा संबंधित संघर्ष पक्षातील संघर्षाच्या सीमारेषा स्पष्ट असतात.

ग) संघर्षातील दोन पक्षातील ध्येये जितकी मर्यादित तितका हा अल्पकाळ टिकण्याची शक्यता जास्त असते.

कोझर यांच्या दोन विधानांसाठी खालीलपैकी कोणता पर्याय तुम्हास बरोबर वाटतो?

अ) 'ख' बरोबर 'ग' चूक   ब) 'ख' चूक 'ग' बरोबर

क) 'ख' आणि 'ग' दोन्हीही चूक   ड) 'ख' आणि 'ग' दोन्हीही बरोबर

८१३) ख) लेव्हीस कोझर यांच्या मताने समाज हा अतिशय संस्थीकृत किंवा समतोल नसतो.

ग) कोझर यांनी त्यांचा 'संघर्ष कार्यात्मकवाद' हा सिद्धान्त त्यांच्या १९५६ साली लिहिलेल्या व प्रकाशित झालेल्या पुस्तकांत मांडला होता.

वरील दोन विधानांसाठी खालीलपैकी कोणता पर्याय तुम्हास बरोबर वाटतो?

अ) 'ख' आणि 'ग' दोन्हीही बरोबर   ब) 'ख' आणि 'ग' दोन्हीही चूक

क) 'ख' बरोबर 'ग' चूक   ड) 'ख' चूक 'ग' बरोबर

८१४) संघर्ष समाजशास्त्र (Conflict Sociology) हा ग्रंथ कोणी लिहिला?

अ) कार्ल मार्क्स   ब) आर. डाहरेनडॉर्फ   क) रॅन्डल कॉलिन्स   ड) एल्. कोझर

८१५) ख) संघर्ष हे जितके वारंवार होतील तितके त्यातील तीव्रतेचे प्रमाण कमी असते.

ग) संघर्षाच्या हेतूंबद्दल दोन पक्षात मतैक्याचे प्रमाण जितके कमी तितका संघर्ष अधिक लांबण्याची शक्यता असते.

लेव्हीस कोझर यांच्या वरील विधानांसाठी खालीलपैकी कोणता पर्याय तुम्हास योग्य वाटतो?

अ) 'ख' आणि 'ग' दोन्हीही बरोबर   ब) 'ख' चूक 'ग' बरोबर

क) 'ख' बरोबर 'ग' चूक   ड) 'ख' आणि 'ग' दोन्हीही चूक

८१६) रॅन्डल कॉलिन्स यांच्या मताने संघर्षासंबंधीचे विचार कोणत्या मार्गाने जाणारे होते?

अ) सूक्ष्म स्थितीज्ञान ब) स्थूल स्थितीज्ञान   क) राजकीय स्थितीज्ञान ड) धर्मविषयक स्थितीज्ञान

८१७) रॅन्डल कॉलिन्स यांच्या मताने संघर्षात्मक सिद्धान्तात कोणत्या दृष्टिकोनावर भर देणे आवश्यक आहे?

अ) द्वंद्वात्मकता   ब) परिवर्तनात्मक   क) स्तरीकरणात्मक   ड) धार्मिकता

८१८) कॉलिन्स यांच्या मताने संघर्ष सिद्धान्त हा खालीलपैकी कशाशी संबंधित आहे?

अ) अमूर्तता   ब) मूर्तता   क) अदृश्यता   ड) अप्रकटता

८१९) कॉलिन्स यांच्या मताने सामाजिक जीवनातील मध्यवर्ती प्रक्रिया कोणती?

अ) एकात्मता   ब) सहकार्य   क) संघर्ष   ड) अनुकूलन

८२०) कार्ल मार्क्स यांच्या संघर्ष सिद्धान्तावर टीका करताना कॉलिन्स म्हणतात की, मार्क्सवादी संघर्ष सिद्धान्त म्हणजे बहुआयामी जगाचे कोणत्या प्रकारचे स्पष्टीकरण होय?

अ) एक आयामी वा एककारणीय ब) समाजकारणीय

क) अनुकरणात्मक ड) धार्मिक स्वरूपाचे

८२१) रॅन्डल कॉलिन्स यांच्या स्तरीकरण सिद्धान्ताचे पहिले मूलभूत तत्त्व प्रतिपादन करताना कॉलिन्स म्हणतात की, लोक स्वतःच बांधलेल्या जगात राहतात.

अ) आत्मनिष्ठ ब) वस्तुनिष्ठ क) धर्मनिष्ठ ड) राष्ट्रनिष्ठ

८२२) रॅन्डल कॉलिन्स यांच्या मताने स्तरीकरण क्षेत्राव्यतिरिक्त आणखी कोणत्या घटकाचा समावेश संघर्ष क्षेत्राच्या अध्ययन क्षेत्रात करावा?

अ) वर्गव्यवस्था ब) जातीव्यवस्था क) कुटुंबव्यवस्था ड) सरंजामशाही

८२३) रॅन्डल कॉलिन्स यांच्या मताने गटागटातील कोणती परिस्थिती संघर्षाचे निर्धारण करते?

अ) समानतेची ब) असमानतेची क) संस्थात्मक ड) राजकीय

८२४) ख) रॅन्डल कॉलिन्स यांचा संघर्ष सिद्धान्त हा प्रामुख्याने 'स्थूल स्थितीज्ञानाच्या' मार्गाने जाणारा होता.

ग) रॅन्डल कॉलिन्स यांच्या मताने त्यांच्या स्पष्टीकरणात्मक अध्ययनाचे मूळ हे प्रघटनाशास्त्र (Phenomenology) आणि लोकजीवनपद्धती शास्त्र (Ethnomethodology) यात रुजलेले होते.

रॅन्डल कॉलिन्स यांच्या वरील दोन विधानांसाठी खालीलपैकी कोणता पर्याय तुम्हास बरोबर वाटतो?

अ) 'ख' आणि 'ग' दोन्हीही बरोबर ब) 'ख' आणि 'ग' दोन्हीही चूक

क) 'ख' बरोबर 'ग' चूक ड) 'ख' चूक 'ग' बरोबर

८२५) ख) रॅन्डल कॉलिन्स यांच्या मताने स्तरीकरण संघर्ष सिद्धान्तात सांस्कृतिक प्रघटनांचाही समावेश झाला पाहिजे.

ग) रॅन्डल कॉलिन्स यांच्या मताने अनुभवाच्या देवाणघेवाणाची व्यवस्था ही व्यक्तीच्या दृष्टिकोनाचे आणि वर्तनाचे प्रमुख निर्धारक घटक होत.

रॅन्डल कॉलिन्स यांच्या वरील दोन विधानांसाठी खालीलपैकी कोणता पर्याय तुम्हास बरोबर वाटतो?

अ) 'ख' आणि 'ग' दोन्हीही बरोबर ब) 'ख' आणि 'ग' दोन्हीही चूक

क) 'ख' चूक 'ग' बरोबर ड) 'ख' बरोबर 'ग' चूक

८२६) ख) रॅन्डल कॉलिन्स यांच्या मताने स्तरीकरण संघर्षाच्या अध्ययनात वैज्ञानिक व सामाजिक वचनबद्धता अभिप्रेत नाही.

ग) रॅन्डल कॉलिन्स यांच्या मतानुसार जे कोणी अधिक प्रमाणात आज्ञा देतात ते स्वतःला स्वाभिमानी, स्व-आश्वासित, औपचारिक आणि संघटनात्मक आदर्शांद्वारे ओळख देणारा समजत नाहीत.

रॅन्डल कॉलिन्स यांच्या वरील दोन विधानांसाठी खालीलपैकी कोणता पर्याय तुम्हास बरोबर वाटतो?

अ) 'ख' चूक 'ग' बरोबर ब) 'ख' बरोबर 'ग' चूक

क) 'ख' आणि 'ग' दोन्हीही चूक ड) 'ख' आणि 'ग' दोन्हीही बरोबर

८२७) ख) इ.स. १९७५ साली रॅन्डल कॉलिन्स यांनी 'संघर्ष समाजशास्त्र' (Conflict Sociology) हे पुस्तक प्रकाशित केले होते.

ग) रॅन्डल कॉलिन्स यांच्या मताने संघर्ष ही सामाजिक जीवनातील महत्त्वाची प्रक्रिया असू शकत नाही.

रॅन्डल कॉलिन्स यांच्या वरील दोन विधानांसाठी खालीलपैकी कोणता पर्याय तुम्हास बरोबर वाटतो?

अ) 'ख' चूक 'ग' बरोबर
ब) 'ख' बरोबर 'ग' चूक
क) 'ख' आणि 'ग' दोन्हीही चूक
ड) 'ख' आणि 'ग' दोन्हीही बरोबर

८२८) स्तंभ (I)मधील विचारवंत आणि स्तंभ (II)मधील संकल्पना यांच्या योग्य जोड्या लावा.

स्तंभ (I)	स्तंभ (II)
अ) मॅक्स वेबर	I) विज्ञानाची श्रेणीरचना
ब) एमिल डरखाईम	II) आदर्श प्रतिमा
क) व्ही. पॅरेतो	III) यांत्रिक एकता
ड) ऑगस्त कॉम्त	IV) अवशिष्ट्ये / अवशेष
	V) वर्ग संघर्ष

खालीलपैकी उत्तराचा योग्य पर्याय निवडा.

	(a)	(b)	(c)	(d)
अ)	II	I	IV	III
ब)	III	V	I	II
क)	IV	III	V	IV
ड)	I	II	III	V

८२९) स्तंभ (I)मधील लेखक आणि स्तंभ (II)मधील पुस्तके यांच्या योग्य जोड्या लावा.

स्तंभ (I)	स्तंभ (II)
अ) कार्ल मार्क्स	I) डिव्हिजन ऑफ लेबर इन सोसायटी
ब) मॅक्स वेबर	II) सोशल स्ट्रक्चर अॅन्ड सोशल थिअरी
क) एमिल डरखाईम	III) जर्मन आयडिऑलजी
ड) टी. पार्सन्स	IV) रिलिजन ऑफ इंडिया
	V) सोशल सीस्टिम

खालीलपैकी उत्तराचा योग्य पर्याय निवडा.

	(a)	(b)	(c)	(d)
अ)	II	III	V	IV
ब)	V	IV	III	II
क)	III	I	II	I
ड)	IV	V	IV	V

८३०) 'स्ट्रक्टर आणि फक्शन इन प्रिमिटिव्ह सोसायटी' हे पुस्तक कोणी लिहिले?

अ) रेडक्लिफ ब्राऊन ब) बी. मॅलिनॉव्हस्की क) एस्. एफ्. नाडेल ड) लेव्ही स्ट्रॉस

८३१) खालीलपैकी कोणत्या विचारवंताच्या विचारांमध्ये किंवा सिद्धान्तामध्ये उत्क्रांतिवादी परिवर्तनाचा समावेश नाही?

अ) डरखाईम　　ब) कार्ल मार्क्स　　क) स्पेन्सर　　ड) पॅरेतो

८३२) 'औद्योगिक समाजातील वर्ग व वर्गसंघर्ष' (Class and Class Conflict in Industrial Society) हे पुस्तक खालीलपैकी कोणत्या लेखकाने लिहिले होते?

अ) कार्ल मार्क्स　　ब) मॅक्स वेबर　　क) लेव्हीस कोझर　　ड) राल्फ डाहरेनडॉर्फ

८३३) सामाजिक स्तरीकरणाविषयीचा अभ्यास कोणत्या अभ्यास गटात समाविष्ट करता येईल?

अ) समग्रताप्रधान समाजशास्त्रीय अभ्यास　　ब) सूक्ष्मलक्ष्यी समाजशास्त्रीय अभ्यास

क) सामाजिक मानसशास्त्रीय अभ्यास　　ड) लोकजीवनपद्धती शास्त्रीय अभ्यास

८३४) सामाजिक उत्क्रांतिवादी सिद्धान्तासाठी खालीलपैकी कोणता विचारवंत हा सुप्रसिद्ध आहे?

अ) टॉलकॉट पार्सन्स ब) रॉबर्ट मर्टन　　क) राल्फ डाहरेनडॉर्फ　　ड) हर्बर्ट स्पेन्सर

८३५) टॉलकॉट पार्सन्स यांच्या मताने व्यवस्थेची पायाभरणी (Building Blocks) म्हणजे काय?

अ) मूल्ये　　ब) क्रिया　　क) प्रेरणा　　ड) कर्ता

८३६) राल्फ डाहरेनडॉर्फ यांचा संघर्ष सिद्धान्त कशावर प्रकाशझोत टाकतो?

अ) दर्जा　　ब) सत्ता　　क) अधिकार　　ड) अर्थव्यवस्था

८३७) स्तंभ (I)मधील विचारवंत आणि स्तंभ (II)मधील संकल्पना यांच्या योग्य जोड्या लावा.

स्तंभ (I)	स्तंभ (II)
अ) एमिल डरखाईम	I) अवशिष्टे
ब) कार्ल मार्क्स	II) अधिकार
क) राल्फ डाहरेनडॉर्फ	III) भौतिकवाद
ड) व्ही. पॅरेतो	IV) ऐक्य
	V) एकात्मभाव

उत्तराच्या खालील पर्यायापैकी कोणता पर्याय तुम्हास बरोबर वाटतो?

	(a)	(b)	(c)	(d)
अ)	V	I	II	IV
ब)	III	IV	V	I
क)	II	III	I	III
ड)	I	II	IV	V

८३८) राल्फ डाहरेनडॉर्फ यांचा संघर्ष सिद्धान्त कोणत्या संबंधांवर आधारित आहे?

अ) सामाजिक क्रिया ब) अधिकार　　क) श्रेणी रचना　　ड) भौतिकता

८३९) स्तंभ (I)मधील लेखकाच्या आणि स्तंभ (II) मधील पुस्तकांच्या योग्य जोड्या लावा.

स्तंभ (I)	स्तंभ (II)
अ) एमिल डरखाईम	I) माइन्ड, सेल्फ अॅन्ड सोसायटी
ब) मॅक्स वेबर	II) भांडवल (The Capital)
क) के. मार्क्स	III) रुल्स सोसिऑलॉजिक मेथड
ड) जी. एच. मीड	IV) रिलिजन ऑफ इंडिया

उत्तराचा खालीलपैकी कोणता पर्याय तुम्हास बरोबर वाटतो?

	(a)	(b)	(c)	(d)
अ)	III	IV	I	II
ब)	IV	II	III	I
क)	II	I	IV	III
ड)	I	III	II	IV

८४०) स्तंभ (I) मधील विचारवंत आणि स्तंभ (II) मधील त्यांचे विचार यांच्या योग्य जोड्या लावा.

स्तंभ (I)	स्तंभ (II)
अ) विल्फ्रेडो पॅरेतो	I) अप्रकट कार्य
ब) डरखाईम	II) क्रिया सिद्धान्त
क) टॉलकॉट पार्सन्स	III) संघर्ष सिद्धान्त
ड) रॉबर्ट मर्टन	IV) आत्महत्या सिद्धान्त
	V) युक्तिवाद

उत्तराचा खालीलपैकी कोणता पर्याय तुम्हास बरोबर वाटतो?

	(a)	(b)	(c)	(d)
अ)	II	V	IV	III
ब)	I	IV	V	IV
क)	IV	II	III	I
ड)	III	I	II	V

८४१) मार्क्सवादी विश्लेषणात शास्त्रीय ज्ञान, कौशल्ये आणि तंत्रज्ञान, उत्पादनाची प्रक्रिया म्हणून वापरले जातात तेव्हा त्याला काय म्हटले जाते?

अ) उत्पादनाची साधने
ब) उत्पादनाची शक्ती
क) उत्पादन प्रणाली
ड) उत्पादन संबंध

८४२) ज्या क्रियेला प्रतिक्रिया अभिप्रेत असते, अशा क्रियेकरता जी. एच. मीड यांनी कोणती संज्ञा वापरली होती?

अ) हावभाव (Gesture)
ब) सामाजिक क्रिया (Social Action)
क) कृती (Act)
ड) प्रतीक (Symbol)

८४३) सामाजिक क्रियेच्या संकल्पनेसाठी खालीलपैकी कोणता विचारवंत ओळखला जातो?

अ) विल्फ्रेडो पॅरेतो   ब) कार्ल मार्क्स   क) एमिल डरखाईम   ड) मॅक्स वेबर

८४४) 'जीव जगत' (Life World) ही संकल्पना खालीलपैकी कोणत्या विचारवंतांशी संबंधित आहे?

अ) जी. एच. मीड   ब) एल्. अल्थुसर   क) एस्. एफ्. नाडेल   ड) ए. शुट्झ

८४५) टॉलकॉट पार्सन्स यांचा सामाजिक व्यवस्थेचा सिद्धान्त पुढीलपैकी कशाचे प्रतिनिधित्व करतो?

अ) प्रकार्यवादी सिद्धान्त
ब) संघर्ष सिद्धान्त
क) आंतरक्रियावादी सिद्धान्त
ड) प्रघटनशास्त्रीय सिद्धान्त

८४६) लोकजीवनपद्धतीशास्त्र किंवा लोकान्वयपद्धतीशास्त्र (Ethnomethodology) ही संज्ञा प्रथम कोणी वापरली होती?

अ) जी. एच. मीड   ब) लेव्हीस कोझर   क) हेरॉल्ड गारफिंकल   ड) बी. मॅलिनॉव्हस्की

८४७) एमिल डरखाईम यांच्या 'औद्योगिक पूर्व समाज' (Pre-industrial Society) कोणत्या घटकाच्या आधारे एकसंघ ठेवले गेले होते?

अ) सेंद्रिय ऐक्यभाव   ब) सामाजिक ऐक्यभाव   क) यांत्रिक ऐक्यभाव   ड) समूह ऐक्यभाव

८४८) 'दी रुल्स ऑफ सोसिओलॉजिकल मेथड' (समाजशास्त्राच्या अभ्यासपद्धतीचे नियम) हा ग्रंथ कोणी लिहिला होता?

अ) एमिल डरखाईम   ब) टॉलकॉट पार्सन्स   क) आर. मर्टन   ड) आर. डाहरेनडॉर्फ

८४९) अतिरिक्त मूल्यांच्या सिद्धान्ताबद्दल (Theory of Surplus Value) कोणता विचारवंत प्रसिद्ध आहे?

अ) लेव्हीस कोझर   ब) मॅक्स वेबर   क) विल्फ्रेडो पॅरेतो   ड) कार्ल मार्क्स

८५०) संरचनात्मक सिद्धान्त मांडणाऱ्या कोणत्या विद्वानाने ऐक्य सिद्धान्त (Alliance Theory) मांडला आहे की जो समाजातील विवाह संस्थेच्या महत्त्वावर भर देतो.

अ) एस्. एफ्. नाडेलब) रेडक्लिफ ब्राऊन   क) लेव्ही स्ट्रॉस   ड) कार्ल मार्क्स

८५१) कार्ल मार्क्स यांच्या मांडणीतील 'क्लास–इन–इटसेल्फ' (Class-in-itself- त्यांच्या स्वतःतील वर्ग) कशाच्या आधारे 'क्लास–फॉर–इटसेल्फ' (Class-for-itself - त्यांच्या स्वतःसाठीचा वर्ग) यात परिवर्तित होतो?

अ) संपत्ती   ब) संघर्षात्मक आर्थिक संबंध

क) वर्ग विरोध   ड) वर्ग जाणिवा

८५२) खालीलपैकी कोणत्या विचारवंताने समाजाचे सैनिकी समाज आणि औद्योगिक समाज असे वर्गीकरण केले होते?

अ) मॅक्स वेबर   ब) हर्बर्ट स्पेन्सर   क) एमिल डरखाईम   ड) कार्ल मार्क्स

८५३) खालीलपैकी कोणता अधिकाराचा प्रकार मॅक्स वेबर यांनी त्यांच्या विवेचनात प्रतिपादन केला नाही?

अ) आदर्श   ब) वैधानिक

क) पारंपरिक   ड) विभूतीमत्त्वाचे (Charismatic)

८५४) स्तंभ (I) मधील लेखकांचा आणि स्तंभ (II) मधील बाबींच्या योग्य पर्यायांची निवड करून जोड्या लावा.

स्तंभ (I)   स्तंभ (II)

अ) टॉलकॉट पार्सन्स   I) अप्रकट आणि प्रकट कार्य

ब) रॉबर्ट मर्टन   II) वर्तनबंध पर्याय

क) बी. मॅलिनॉव्हस्की   III) संरचनात्मक प्रकार्यवाद

ड) रेडक्लिफ ब्राऊन   IV) प्रकार्यात्मक गरजा

उत्तराचा खालीलपैकी कोणता पर्याय तुम्हास बरोबर वाटतो?

	(a)	(b)	(c)	(d)
अ)	III	IV	II	I
ब)	IV	III	I	III

क)	I	II	IV	IV
ड)	II	I	III	II

८५५) स्तंभ (I) मधील संकल्पनांच्या आणि स्तंभ (II) मधील बाबींच्या योग्य जोड्या लावा.

स्तंभ (I)	स्तंभ (II)
अ) अनुकूलन	I) कुटुंब
ब) साध्य संप्राप्ती	II) सांस्कृतिक
क) एकात्मीकरण	III) आर्थिक व्यवस्था
ड) अप्रकटीकरण	IV) राजकीय व्यवस्था

खालीलपैकी उत्तराचा कोणता पर्याय तुम्हास बरोबर वाटतो?

	(a)	(b)	(c)	(d)
अ)	IV	III	II	I
ब)	III	IV	I	III
क)	I	I	IV	IV
ड)	II	II	III	II

८५६) खालीलपैकी कोणत्या सिद्धान्ताचा समावेश हा मार्क्सवाद (Marxism) या संज्ञेत होत नाही?

अ) ऐतिहासिक भौतिकवादाचा सिद्धान्त ब) अतिरिक्त मूल्याचा सिद्धान्त

क) वर्ग संघर्षाचा सिद्धान्त ड) धर्माच्या उदयाचा सिद्धान्त

८५७) खालीलपैकी कोणत्या बाबींचा समावेश पार्सन्सच्या संरचनात्मक कार्यात्मक सिद्धान्ताच्या पूर्वावश्यक तत्त्वात होत नाही.

अ) अनुकूलन ब) साध्य संप्राप्ती क) संघर्ष व्यवस्थापन ड) एकात्मीकरण

८५८) मार्क्स यांनी खालीलपैकी कोणत्या अधिकार प्रकारावर विवेचन केले नाही?

अ) पारंपरिक अधिकार ब) आधुनिक अधिकार

क) दैवी अधिकार ड) कायदाधिष्ठित अधिकार

८५९) अवशिष्ट्ये आणि युक्तिवाद (व्युत्पन्ने) या संज्ञा कोणी प्रतिपादन केल्या होत्या?

अ) मॅक्स वेबर ब) कार्ल मार्क्स क) जी. एच. मीड ड) व्ही. पॅरेतो

८६०) ऋत्विकचे वडील हे खेड्यातील गरीब कामगार आहेत. परंतु, ऋत्विकला मात्र शिक्षणासाठी शिष्यवृत्ती मिळाल्यामुळे त्याचे शालेय व महाविद्यालयीन शिक्षण पूर्ण झाले व त्याला तहसीलदार कार्यालयात लिपिक म्हणून नोकरी लागली. अलीकडेच त्याची मुंबईच्या सचिवालयात लिपिक म्हणूनच बदली झाली. त्याने अनुभविलेला हा गतिशीलतेचा कोणता प्रकार आहे?

अ) ऊर्ध्वगामी गतिशीलता ब) अधोगामी गतिशीलता

क) समस्तरीय गतिशीलता ड) आंतरपिढी गतिशीलता

८६१) जेव्हा एखादी व्यक्ती तिच्या समूहाबाहेरील व्यक्तीशी वैवाहिक संबंध प्रस्थापित करते तेव्हा त्यासाठी खालीलपैकी कोणती संज्ञा वापरतात?

अ) अंतर्विवाह / अंतर्गटविवाह ब) बहिर्विवाह / बहिर्गटविवाह

क) बहुपत्नीविवाह ड) बहुपती विवाह

८६२) प्रघटनांची अंतिम कारणे देऊन त्याचे स्पष्टीकरण करणाऱ्या तत्त्वासाठी खालीलपैकी कोणती संज्ञा वापरतात?

अ) सायबरनेटिक्स (Cybernetics - संगणकशास्त्रीय)

ब) टेलिऑलजि (Teleology - घटना अस्तित्वशास्त्र)

क) भाषाशास्त्र (Linguistics)

ड) सामान्यीकरण (Generalization)

८६३) खालीलपैकी कोणती बाब मॅक्स वेबर यांच्या वर्ग संकल्पनेशी संबंधित आहे?

अ) उत्पादन साधनांची मालकी ब) जीवनशैली

क) बाजारातील व्यक्तीचे स्थान किंवा पत ड) दुसऱ्याच्या निर्णय क्षमतेवर प्रभाव पाडण्याचे सामर्थ्य

८६४) प्रमाणके किंवा नियमने (Norms) म्हणजे काय?

अ) वर्तणुकीचा मापदंड ब) संघटनेचे कायदेशीर नियम

क) रूढी अथवा प्रथा (Customs) ड) देशाची घटना

८६५) वस्तू, सेवा यांचे उत्पादन, वितरण आणि विनिमय करणारी व्यवस्था कोणती?

अ) राजकीय किंवा राज्यव्यवस्था ब) अर्थव्यवस्था

क) बाजारपेठ ड) कारखाना

८६६) विल्फ्रेडो पॅरेतो यांच्या मताने 'सिंह' खालीलपैकी कशाच्या साहाय्याने त्यांचा अधिकार गाजवितात?

अ) बळ ब) चतुराई क) संमती ड) संस्था

८६७) पितृसत्ताक पद्धतीचे वैशिष्ट्य म्हणून स्त्रीवादी विचारवंतांनी खालीलपैकी कोणत्या घटकास महत्त्व दिले होते?

अ) फक्त सासऱ्याने असमान अधिकार गाजविणे.

ब) फक्त वरिष्ठ पुरुषांनीच असमान अधिकार गाजविणे.

क) फक्त पतीने पत्नीवर हक्क गाजविणे.

ड) समाजातील सर्वच पुरुषांनी समाजातील स्त्रियांवर अधिकार गाजविणे.

८६८) जर्मन भाषेतील व्हर्स्टेहन (Verstehan) या संज्ञेचा नेमका अर्थ काय आहे?

अ) समाजाचे संघटन ब) सामाजिक ऐक्यभाव

क) समाजविभाजन ड) आत्मनिष्ठ आकलन

८६९) 'मनुष्याचा 'सामाजिक वारसा' म्हणजे संस्कृती' ही व्याख्या खालीलपैकी कोणी केली?

अ) आर. के. मर्टन ब) बी. मॅलिनॉव्हस्की क) मार्गारेट मीड ड) चार्ल्स कूले

८७०) स्तंभ (I) मधील विचारवंत आणि स्तंभ (II) मधील त्यांचे विचार यांच्या योग्य जोड्या लावा.

स्तंभ (I)	स्तंभ (II)
अ) मॅक्स वेबर	I) क्रिया सिद्धान्त
ब) पॅरेतो	II) मन व स्वत्व
क) जी. एच. मीड	III) जाती संस्था
ड) टॉलकॉट पार्सन्स	IV) सिंह व कोल्हा
	V) प्रोटेस्टंट नीतितत्त्वे आणि भांडवलशाही

उत्तराचा योग्य पर्याय खालील पर्यायातून निवडा.

	(a)	(b)	(c)	(d)
अ)	IV	V	III	II
ब)	III	IV	II	I
क)	I	II	I	IV
ड)	V	I	IV	V

८७१) स्तंभ (I) मधील विचारवंत आणि स्तंभ (II) मधील त्यांचे विचार यांच्या योग्य जोड्या लावा.

स्तंभ (I)	स्तंभ (II)
अ) कार्ल मार्क्स	I) स्तरीकरण वर्ग संघर्ष
ब) आर. के. मर्टन	II) अधिकार संघर्ष
क) रॅन्डल कॉलिन्स	III) प्रकट आणि अप्रकट कार्य
ड) लेव्हीस कोझर	IV) वर्ग संघर्ष
	V) कार्यात्मक संघर्ष

उत्तराच्या खालील पर्यायापैकी कोणता पर्याय तुम्हास बरोबर वाटतो?

	(a)	(b)	(c)	(d)
अ)	IV	V	III	II
ब)	III	IV	II	I
क)	I	II	I	IV
ड)	V	III	IV	V

८७२) स्तंभ (I) मधील विचार स्तंभ (II) मधील कोणत्या विचारवंताने मांडले यांच्या योग्य जोड्या लावा.

स्तंभ (I)	स्तंभ (II)
अ) असंदिग्ध संकल्पना	I) मॅलिनॉव्हस्की
ब) आज्ञार्थक समन्वयात्मक मंडळ	II) लेव्हीस कोझर
क) कार्यिक विश्लेषणाचे संहितीकरण	III) हर्बर्ट ब्लमर
ड) मनुष्याचा सामाजिक वारसा म्हणजे 'संस्कृती'	IV) आर. डाहरेनडॉर्फ
	V) आर. के. मर्टन

खालीलपैकी उत्तराचा कोणता पर्याय तुम्हास बरोबर वाटतो?

	(a)	(b)	(c)	(d)
अ)	V	III	V	II
ब)	II	IV	II	V
क)	I	V	III	IV
ड)	III	I	I	I

८७३) एस्. एफ्. नाडेल यांच्या सामाजिक संरचनात्मक निकषात खालीलपैकी कोणता निकष समाविष्ट नाही?

अ) सामाजिक प्रघटनेची पुनरुक्ती होणे. ब) सामाजिक प्रघटनेचा टिकाऊपणा.

क) आधुनिकतेकडे वाटचाल करणे. ड) संतुलनाकडे वाटचाल करणे.

८७४) स्तंभ (I) मधील विचारांच्या स्तंभ (II) मधील लेखकांशी योग्य जोड्या लावा.

स्तंभ (I)	स्तंभ (II)
अ) पवित्र-अपवित्र	I) एस्. एफ्. नाडेल
ब) आर्थिक निर्धारणवाद	II) मॅक्स वेबर
क) आकलनाच्या किंवा अंतर्बाधाच्या पद्धती	III) कार्ल मार्क्स
ड) नुबा आदिवासींचे अध्ययन	IV) रेडक्लिफ ब्राऊन
	V) एमिल डरखाईम

उत्तराचा खालीलपैकी कोणता पर्याय तुम्हास बरोबर वाटतो?

	(a)	(b)	(c)	(d)
अ)	IV	III	V	II
ब)	V	IV	III	I
क)	I	V	II	III
ड)	III	II	I	IV

८७५) स्तंभ (I)मधील विचारवंत आणि स्तंभ (II)मधील त्यांचे विचार यांच्या जोड्या लावा.

स्तंभ (I)	स्तंभ (II)
अ) लेव्ही स्ट्रॉस	I) प्रतिकात्मक आंतरक्रियावाद
ब) आर. के. मर्टन	II) संघर्षात्मक विचार
क) आर. कॉलिन्स	III) नव कार्यात्मकवादी विचार
ड) जी. एच. मीड	IV) कार्यात्मक विचार
	V) संरचनात्मक विचार

उत्तराचा खालीलपैकी कोणता पर्याय तुम्हास बरोबर वाटतो?

	(a)	(b)	(c)	(d)
अ)	V	IV	III	II
ब)	IV	V	II	III
क)	II	III	I	IV
ड)	I	II	IV	V

८७६) जी कार्ये हेतूपूर्ण नसतात त्यासाठी आर. के. मर्टन यांनी कोणती संज्ञा वापरली होती?

अ) प्रकट कार्ये ब) अप्रकट कार्ये क) राजकीय कार्ये ड) निश्चित कार्ये

८७७) भारतात शूद्रांना धार्मिक ग्रंथांचे वाचन करू न देण्याच्या क्रियेस डरखाईम यांनी कोणत्या संज्ञेने संबोधले होते?

अ) नकारात्मक कार्ये ब) सकारात्मक कार्ये
क) पापविमोचनात्मक कार्ये ड) संवर्धनात्मक कार्ये

८७८) 'संघर्ष सिद्धान्त हा अमूर्ततेपेक्षा मूर्त जीवनावर प्रकाश टाकतो,' हे विधान खालीलपैकी कोणत्या शास्त्रज्ञाने प्रतिपादन केले होते?

अ) लेव्हीस कोझर ब) आर. डाहरेनडॉर्फ क) रॅन्डल कॉलिन्स ड) हर्बर्ट मारक्यूस

८७९) लेव्ही स्ट्रॉस यांच्या मताने मानवी मनाचा अनिवार्य आणि तार्किक संरचनात्मक पैलू कोणता ?

अ) जाणतेपणा   ब) अजाणतेपणा   क) सांस्कृतिकता   ड) सामाजिकता

८८०) आर. के. मर्टन यांनी त्यांच्या कार्यात्मक सिद्धान्तात सामाजिक कार्याचे कोणते दोन प्रकार प्रतिपादन केले होते ?

अ) वैयक्तिक व सामाजिक कार्ये   ब) धार्मिक व शैक्षणिक कार्ये

क) प्रकट व अप्रकट कार्ये   ड) पारंपरिक व आधुनिक कार्ये

वस्तुनिष्ठ प्रश्नांची उत्तरे

५५१ क	५५२ ड	५५३ ब	५५४ अ	५५५ ब	५५६ क	५५७ अ	५५८ ब
५५९ ब	५६० अ	५६१ क	५६२ ड	५६३ अ	५६४ क	५६५ अ	५६६ क
५६७ अ	५६८ ब	५६९ ड	५७० अ	५७१ ब	५७२ ब	५७३ क	५७४ क
५७५ ड	५७६ अ	५७७ ब	५७८ ब	५७९ अ	५८० क	५८१ अ	५८२ क
५८३ ब	५८४ अ	५८५ क	५८६ क	५८७ अ	५८८ अ	५८९ ब	५९० ड
५९१ अ	५९२ अ	५९३ क	५९४ ब	५९५ अ	५९६ ड	५९७ अ	५९८ क
५९९ ब	६०० क	६०१ अ	६०२ अ	६०३ ब	६०४ ड	६०५ ड	६०६ क
६०७ ड	६०८ अ	६०९ ब	६१० क	६११ ड	६१२ ब	६१३ अ	६१४ ड
६१५ अ	६१६ ब	६१७ ड	६१८ ब	६१९ क	६२० ब	६२१ अ	६२२ अ
६२३ ब	६२४ अ	६२५ ब	६२६ क	६२७ अ	६२८ ब	६२९ ब	६३० ड
६३१ ब	६३२ क	६३३ ड	६३४ ड	६३५ अ	६३६ ब	६३७ क	६३८ अ
६३९ ब	६४० ब	६४१ ब	६४२ ड	६४३ अ	६४४ अ	६४५ क	६४६ ब
६४७ ड	६४८ अ	६४९ ब	६५० ब	६५१ ड	६५२ ब	६५३ ब	६५४ अ
६५५ क	६५६ ड	६५७ ब	६५८ अ	६५९ ड	६६० ड	६६१ अ	६६२ ब
६६३ ब	६६४ क	६६५ क	६६६ ब	६६७ अ	६६८ ब	६६९ ब	६७० अ
६७१ क	६७२ ड	६७३ ब	६७४ क	६७५ अ	६७६ ड	६७७ क	६७८ ब
६७९ अ	६८० क	६८१ अ	६८२ अ	६८३ ड	६८४ ब	६८५ अ	६८६ II
६८७ III	६८८ IV	६८९ ड	६९० क	६९१ अ	६९२ ब	६९३ अ	६९४ ड
६९५ ब	६९६ क	६९७ क	६९८ अ	६९९ क	७०० ब	७०१ अ	७०२ ड
७०३ ब	७०४ ब	७०५ क	७०६ ब	७०७ अ	७०८ क	७०९ क	७१० अ

७११ अ	७१२ ड	७१३ ब	७१४ क	७१५ अ	७१६ ड	७१७ ड	७१८ क
७१९ अ	७२० ब	७२१ ब	७२२ क	७२३ अ	७२४ ब	७२५ क	७२६ अ
७२७ ब	७२८ ड	७२९ अ	७३० क	७३१ अ	७३२ क	७३३ ब	७३४ क
७३५ अ	७३६ ब	७३७ ड	७३८ क	७३९ अ	७४० क	७४१ अ	७४२ अ
७४३ ब	७४४ क	७४५ अ	७४६ क	७४७ अ	७४८ ड	७४९ ड	७५० क
७५१ ड	७५२ अ	७५३ अ	७५४ ब	७५५ क	७५६ अ	७५७ ब	७५८ ड
७५९ अ	७६० क	७६१ ड	७६२ ब	७६३ अ	७६४ ब	७६५ क	७६६ क
७६७ ब	७६८ ब	७६९ ड	७७० अ	७७१ ब	७७२ क	७७३ ड	७७४ ब
७७५ क	७७६ अ	७७७ ब	७७८ अ	७७९ ब	७८० अ	७८१ अ	७८२ अ
७८३ क	७८४ अ	७८५ ब	७८६ अ	७८७ क	७८८ ब	७८९ ड	७९० अ
७९१ ड	७९२ क	७९३ ड	७९४ अ	७९५ अ	७९६ अ	७९७ अ	७९८ क
७९९ क	८०० ब	८०१ क	८०२ क	८०३ अ	८०४ ड	८०५ ब	८०६ ड
८०७ क	८०८ अ	८०९ ब	८१० क	८११ क	८१२ अ	८१३ ड	८१४ क
८१५ अ	८१६ अ	८१७ क	८१८ ब	८१९ क	८२० अ	८२१ अ	८२२ क
८२३ ब	८२४ ड	८२५ अ	८२६ क	८२७ ब	८२८ अ	८२९ ब	८३० अ
८३१ ड	८३२ ड	८३३ ब	८३४ ड	८३५ ब	८३६ क	८३७ अ	८३८ ब
८३९ अ	८४० ब	८४१ ड	८४२ अ	८४३ ड	८४४ ड	८४५ अ	८४६ क
८४७ क	८४८ अ	८४९ ड	८५० क	८५१ ड	८५२ ब	८५३ अ	८५४ क
८५५ ब	८५६ ड	८५७ क	८५८ ब	८५९ ड	८६० क	८६१ ब	८६२ ब
८६३ क	८६४ अ	८६५ ब	८६६ अ	८६७ ड	८६८ ड	८६९ ब	८७० ब
८७१ अ	८७२ ब	८७३ क	८७४ क	८७५ अ	८७६ ब	८७७ अ	८७८ क
८७९ ब	८८० क						

पेपर : ३ (अ)

३

समाजशास्त्रीय अभ्यास पद्धती

(Sociological Research Methods)

(वस्तुनिष्ठ प्रश्न १४०)

८८१) वैज्ञानिक ज्ञान खालीलपैकी कोणत्या दोन घटकांद्वारे सिद्ध करता येते?

अ) कारणे व पुरावा ब) अंदाज आणि भविष्यक) धर्म आणि रूढी ड) संकेत आणि परंपरा

८८२) सामाजिक शास्त्रांच्या अभ्यास पद्धतीत खालीलपैकी कोणत्या भूमिकांचा समावेश होतो?

अ) संज्ञापनाच्या किंवा आशय संप्रेणाच्या भूमिका

ब) कार्यमीमांसेच्या भूमिका

क) आंतरआत्मनिष्ठतेच्या भूमिका

ड) वरीलपैकी सर्व भूमिका

८८३) 'आत्महत्या' या प्रघटनेचा खालीलपैकी कोणत्या प्रघटनेत समावेश होतो?

अ) नैसर्गिक प्रघटना ब) सामाजिक प्रघटना क) वैज्ञानिक प्रघटना ड) कौटुंबिक प्रघटना

८८४) कुन (Kuhn) या शास्त्रज्ञाने विज्ञान या संकल्पनेचे कोणते दोन प्रकार विशद केले होते?

अ) सामाजिक विज्ञान व नैसर्गिक विज्ञान

ब) धार्मिक विज्ञान व राजकीय विज्ञान

क) सामान्य विज्ञान व क्रांतिकारी विज्ञान (Normal and Revolutionary)

ड) वैद्यकीय विज्ञान व मानसशास्त्रीय विज्ञान

८८५) कुन (Kuhn) यांच्या मताने सामान्य विज्ञान (Normal Science) म्हणजे काय?

अ) एक किंवा अनेक वैज्ञानिक पूर्व सिद्धीवर आधारित निश्चित संशोधन.

ब) एक किंवा अनेक धार्मिक संकल्पनांवर आधारित संशोधन.

क) नोकरशाहीने केलेले सर्वेक्षणात्मक संशोधन.

ड) राजकीय पक्षाने निवडणूक पूर्व हाती घेतलेले संशोधन.

८८६) प्रतिस्पर्धी रूपावलीच्या (Paradigm) आकस्मित विकासाच्या वैज्ञानिक अध्ययनासाठी कुन (Kuhn) यांनी कोणती संज्ञा वापरली होती?

अ) सामाजिक विज्ञान 　　　　　ब) नैसर्गिक विज्ञान

क) क्रांतिकारी विज्ञान 　　　　　ड) भौतिक विज्ञान

८८७) वस्तुनिष्ठता (Objectivity) म्हणजे काय?

अ) खरेपणा आणि विश्वसनीयता यावर आधारित पूर्वग्रह विरहित ज्ञान.

ब) अविश्वसनीयता व असत्यता यावर आधारित ज्ञान.

क) अंधश्रद्धेवर आधारित ज्ञान.

ड) पूर्वग्रहावर आधारित ज्ञान.

८८८) सामाजिक संशोधकाने संशोधन करताना कोणता दृष्टिकोन स्वीकारावा असे तुम्हास वाटते?

अ) आत्मनिष्ठ 　　ब) पूर्वग्रहदूषित 　　क) वस्तुनिष्ठ 　　ड) राजकीय

८८९) वैज्ञानिक चौकशीची रूपावली (Paradigm) म्हणजे काय?

अ) विज्ञान 　　ब) संशोधन प्रक्रिया 　　क) धार्मिक स्थितीज्ञान 　　ड) नोकरशाही

८९०) कोणत्याही वैज्ञानिक संशोधनाचा अंतिम टप्पा कोणता?

अ) रूपावली (Paradigm) 　　　　　ब) निरीक्षण (Observation)

क) तथ्य संकलन (Data Collection) 　　ड) सिद्धान्त मांडणी (Theory Building)

८९१) संशोधन प्रक्रियेत खालीलपैकी कोणत्या घटकाचा समावेश होत नाही?

अ) समस्या सूत्रण 　　ब) तथ्य संकलन 　　क) सामाजिकीकरण 　　ड) तथ्य विश्लेषण

८९२) पूर्वकथन किंवा प्राक्कथन म्हणजे नेमके काय?

अ) शास्त्रीय नियमांच्या आधारे विशिष्ट परिस्थितीत नेमके काय घडेल याचा अंदाज वर्तविणे.

ब) भविष्य कथन करणे.

क) सिद्धान्तकल्पना/गृहीततत्त्व 　　　　ड) वर्गीकरण करणे

८९३) तथ्य संकलन (Data Collection) म्हणजे काय?

अ) वास्तवता शोधणे.

ब) संशोधनाशी संबंधित माहिती गोळा व जमा करणे.

क) सामान्यीकरण करणे.

ड) समस्येची बांधणी करणे.

८९४) व्यक्तीच्या किंवा कर्त्याच्या स्व-जाणिवांवर आधारित दृष्टिकोन म्हणजे काय?

अ) आत्मनिष्ठता 　　ब) वस्तुनिष्ठता 　　क) धर्मनिष्ठता 　　ड) राजनिष्ठा

८९५) वस्तू-वस्तूंचे गुणधर्म किंवा काही प्रघटना यांचे प्रतिनिधित्व करणारा गोशवारा निदर्शक संज्ञा कोणती?

अ) सामान्यीकरण ब) आत्मसातीकरण क) संकल्पना ड) वस्तुनिष्ठता

८९६) कोणत्याही ज्ञानशाखेत प्रघटनांच्या प्रायोगिक संशोधनासाठी ज्या मार्गाचा वापर केला जातो त्यास काय म्हणतात?

अ) अभ्यासपद्धतीशास्त्र ब) अनुसूची

क) प्रघटना ड) संकल्पना

८९७) ख) 'सत्ता', 'नोकरशाही', 'समाधान' इत्यादी शब्दांना सामाजिक शास्त्रात संकल्पना या संज्ञेने संबोधले जाते.

ग) समाजशास्त्रात संशोधकाने सतत आत्मनिष्ठ दृष्टिकोनाचा वापर करून संशोधन करावे.

वरील विधानांसाठी खालीलपैकी कोणता पर्याय तुम्हास बरोबर वाटतो?

अ) 'ख' आणि 'ग' दोन्हीही चूक ब) 'ख' आणि 'ग' दोन्हीही बरोबर

क) 'ख' बरोबर 'ग' चूक ड) 'ख' चूक 'ग' बरोबर

८९८) ख) वर्गीकरण व्यवस्थेच्याद्वारे सिद्धान्ताची पातळी निश्चित करणाऱ्या क्रियेसाठी इंग्रजीत टॅक्झोनॉमी (Taxonomy - वर्गीकरण व्यवस्था) ही संज्ञा वापरतात.

ग) सामाजिक शास्त्राच्या संशोधनात वापरल्या जाणाऱ्या सर्व संकल्पना या सुस्पष्ट, असंदिग्ध आणि सर्वमान्य असाव्यात.

वरील विधानांसाठी खालीलपैकी कोणता पर्याय तुम्हास बरोबर वाटतो?

अ) 'ख' आणि 'ग' दोन्हीही चूक ब) 'ख' बरोबर 'ग' चूक

क) 'ख' चूक 'ग' बरोबर ड) 'ख' आणि 'ग' दोन्हीही बरोबर

८९९) आपल्या संशोधनाचा विषय, त्याच्या कक्षा, त्याचे क्षेत्र इत्यादी बाबी निर्धारित करणाऱ्या क्रियेस कोणत्या संज्ञेने संबोधले जाते?

अ) तथ्य संकलन ब) वर्गीकरण क) समस्यासूत्रण ड) निरीक्षण

९००) नमुना निवड पद्धतीत किंवा प्रक्रियेत प्रथम सर्व सभासदांची यादी केली जाते. त्यातून काही सभासदांची अध्ययनासाठीचा नमुना म्हणून निवड केली जाते. त्यास खालीलपैकी कोणत्या पर्यायाने संबोधले जाते?

अ) नमुना चौकट ब) यादृच्छिक नमुना निवड क) सहेतूक निवड ड) कोटा निवड पद्धती

९०१) आपणास ज्या चलाचा प्रभाव काढून टाकावयाचा आहे अशा चलाला खालीलपैकी कोणत्या पर्यायाने संबोधले जाते?

अ) स्वायत्त चल ब) नियंत्रित चल क) परायत्त चल ड) मध्यवर्ती

९०२) खालीलपैकी कोणते उदाहरण हे संभाव्यता नमुना निवड पद्धतीचे नाही?

अ) सरल यादृच्छिक नमुना निवड ब) स्तरीकृत यादृच्छिक नमुना निवड

क) व्यवस्थाबद्ध नमुना निवड ड) स्नोबॉल (बर्फगोळा Snow-ball) निवड

९०३) मुंबई (किंवा तत्सम) शहरातील मादक पदार्थांच्या अधीन झालेल्या लोकांचा अभ्यास करावयाचा आहे. तेथील माहिती असणाऱ्या संशोधकाने त्या शहराच्या तीन भागात जाऊन व्यसनाधीन व्यक्तींच्या

स्वत:च्या इच्छेनुसार निवड करून मुलाखती घेतल्यात. या नमुना निवड प्रकारास काय म्हणतात?

अ) सहेतूक नमुना निवड ब) कोटा नमुना निवड

क) स्तरीकृत नमुना निवड ड) यादृच्छिक नमुना निवड

९०४) खालीलपैकी कोणती बाब ही प्रश्नावलीपेक्षा अनुसूचित भिन्न आहे?

अ) प्रश्नांचा संरचित संच ब) उत्तराचे पूर्वसंकेतन

क) संशोधकाने उत्तराच्या नोंदी लिहिणे ड) संशोधनाचा अर्थ संकल्प

९०५) डरखाईम यांनी त्यांच्या आत्महत्येच्या अध्ययनात खालीलपैकी कोणत्या अभ्यास पद्धतीचा वापर केला होता?

अ) एरिऑलॉजिकल (Etiological) निदान शास्त्रीयपद्धती

ब) सर्वेक्षणपद्धती

क) निगमनपद्धती

ड) रेखांशिय अध्ययनपद्धती (Longitudinal Method)

९०६) शिक्षणाचा गुन्हेगारीवर परिणाम होत नाही, हे कशाचे उदाहरण आहे?

अ) वास्तविक अभ्युपगम किंवा सिद्धान्त कल्पना (Hypothesis)

ब) कायदा

क) सिद्धान्त

ड) नल (Null) अभ्युपगम किंवा निरर्थक अभ्युपगम सिद्धान्त कल्पना

९०७) संशोधन समस्यांच्या संदर्भात केलेले संशोधनपूर्व अनिश्चित विधान म्हणजे काय?

अ) निरीक्षण ब) सिद्धान्तकल्पना वा गृहीततत्त्व

क) निरर्थक विचार ड) प्राक्कथन

९०८) समाजशास्त्रीय संशोधन तथ्य संकलन तंत्रात खालीलपैकी कोणत्या तंत्राचा समावेश होत नाही?

अ) प्रश्नावली ब) अनुसूची क) व्यष्टी अध्ययन ड) अहवाल लेखन

९०९) वायुसेनेत आत्ता आत्तापर्यंत स्त्रियांना विमानचालक म्हणून मान्यता देण्यात येत नव्हती. हे कशाचे प्रतीक आहे?

अ) लिंगभाव संरक्षण ब) लिंगभाव समानता क) नैसर्गिक निवड ड) लिंगभाव भेदाभेद

९१०) जेव्हा एखादा संशोधक संशोधन प्रक्रियेचा एक भाग म्हणून, ज्या गटाचे संशोधन करावयाचे आहे त्या गटाचा सभासद म्हणून गुप्तपणे राहतो व संबंधित माहितीही गुप्तपणे प्राप्त करतो, त्यास काय म्हणतात?

अ) निरीक्षण ब) असहभागी निरीक्षण क) सहभागी निरीक्षण ड) मुलाखत

९११) खालीलपैकी कोणते तंत्र हे मोठ्या स्वरूपाच्या संशोधनासाठी प्रामुख्याने वापरणे योग्य ठरेल?

अ) प्रश्नावली ब) व्यष्टी अध्ययन क) प्रयोगपद्धती ड) मुलाखत

९१२) वेब्स (Webbs) यांच्या मताने सामाजिक शास्त्रातील सामाजिक संशोधनाची सुरुवात आणि शेवट कोणत्या घटकाने होतो?

अ) निरीक्षण ब) सिद्धान्त कल्पना क) प्राक्कथन ड) वर्गीकरण

९१३) सामाजिक संशोधनात संशोधकाची अभिवृत्ती कशी असावी असे तुम्हास वाटते?

अ) पूर्वग्रहदूषित   ब) तटस्थ   क) निरर्थक   ड) धर्माधिष्ठित

९१४) सामाजिक संशोधनाचे क्षेत्र जर व्यापक असेल तर समग्र समाजातील सर्वांकडून माहिती गोळा करणे हे अशक्य असते. तेव्हा समग्रातील काही प्रतिनिधी निवडून त्यांच्याकडूनच फक्त माहिती गोळा करण्याच्या क्रियेला कोणत्या संज्ञेने संबोधले जाते?

अ) सर्वेक्षण   ब) दस्तऐवज   क) नमुना निवड   ड) मुलाखत

९१५) खालीलपैकी कोणती बाब ही अभ्युपगमचा अथवा सिद्धान्त कल्पनेचा (Hypothesis) भाग किंवा स्रोत नाही?

अ) तुलना   ब) संशोधकाचा वैयक्तिक अनुभव

क) इतर अभ्यासाचे निष्कर्ष   ड) संख्याशास्त्र

९१६) खालीलपैकी कोणते तंत्र हे बहुतांशी अशिक्षित समाजाच्या अभ्यासासाठी उपयुक्त नाही?

अ) प्रश्नावली   ब) मुलाखत   क) अवधान केंद्रित समूह   ड) असहभागी निरीक्षणे

९१७) संशोधन करताना संशोधनासंबंधी केलेले तात्पुरते किंवा अनिश्चित विधान म्हणजे काय?

अ) संशोधन आराखडा   ब) प्रश्नावली

क) अनुसूची   ड) गृहीततत्त्व किंवा सिद्धान्त कल्पना

९१८) संशोधकाने सामाजिक प्रघटनेचा अभ्यास कसा करावा?

अ) वस्तुनिष्ठपणे   ब) आत्मनिष्ठपणे वा व्यक्तिनिष्ठपणे

क) क्रांतिकारक पद्धतीने   ड) भावनात्मकतेने

९१९) संशोधकाला जेव्हा एखाद्या घटकाचे अध्ययन करावयाचे असते, तेव्हा तो संशोधक त्या संबंधीच्या सामान्य व नैसर्गिक घटकांचे निरीक्षण करताना तो त्या क्षेत्रातील लोकांसमवेत त्यांच्या नकळत राहून त्यांच्या संबंधीची माहिती गोळा करतो. हे खालीलपैकी कशाचे उदाहरण होय?

अ) असहभागी निरीक्षण   ब) शास्त्रीय स्वरूपाचे निरीक्षण

क) अंशिक स्वरूपाचे निरीक्षण   ड) सहभागी निरीक्षण

९२०) संरचित मुलाखतीत विचारलेल्या प्रश्नांचे स्वरूप कसे असते?

अ) संदिग्ध स्वरूपाचे   ब) अनियोजित किंवा अनिर्धारित

क) वर्णनात्मक   ड) पूर्वनियोजित/पूर्वनिर्धारित

९२१) असंरचित मुलाखतीत, मुलाखतकार त्याला पाहिजे त्याप्रकारे प्रश्नांची रचना करू शकतो का? या वरील विधानासाठी खालील कोणता पर्याय तुम्हास बरोबर वाटतो?

अ) सत्य   ब) असत्य   क) अर्धसत्य   ड) काहीसे असत्य

९२२) यादृच्छिक नमुना निवडीत खालीलपैकी कोणती पद्धती वापरली जाते?

अ) लॉटरी पद्धती (Lottery Method)   ब) सुव्यवस्थित पद्धती (Systematic Method)

क) गणिती पद्धती (Mathematical Method)   ड) बहुअवस्था पद्धती (Multistage Method)

९२३) दोन चलातील संबंधांचे विश्लेषण करण्यासाठी वापरली जाणारी पद्धती कोणत्या संज्ञेने ओळखली जाते?

अ) प्रसरण (Dispersion)   ब) बहुचलयी (Multivarial)

क) सहसंबंधी विश्लेषण (Co-relational Analysis)

ड) परागती (Regression)

१२४) विश्लेषणात्मक सर्वेक्षण खालीलपैकी कोणत्या घटकाशी संबंधित आहे?

अ) स्पष्टीकरण (Interpretation) ब) दस्तऐवज (Documentation)

क) वर्णन (Discription) ड) निवेदन (Narration)

१२५) जर कोणी असे विधान केले की, 'सर्व कावळे काळे असतात' तर ते खालीलपैकी कोणत्या तार्किकतेचे उदाहरण होईल?

अ) निगमन (Deductive)

ब) विगमन (Inductive)

क) अ-तार्किक (Illogical or Non-logical)

ड) निरीक्षण न केलेल्या बाबी (The things does not observed)

१२६) समाजशास्त्रातील 'संशोधन अभ्यास पद्धती' या विषयात विद्यार्थ्यांना खालीलप्रमाणे गुण मिळालेत. २२,२७,३४,३१,२२,२९,१९,२८,४४,२७,३९,४०,४३ आणि ४६ यांचा 'मध्यगा' कोणता?

अ) ३२ ब) ३१ क) ३३ ड) ३४

१२७) जी मापनपद्धती 'श्रेणीरचना विरहित' परिणामकारक असते त्याला काय म्हणतात?

अ) सापेक्षस्थिती दर्शक (Ordinal) ब) नाम निर्देशक (Nominal)

क) मध्यांतर (Interval) ड) गुणोत्तर (Proportion)

१२८) कारणमीमांसेवर आधारित आपले विचार व्यक्त करण्याच्या क्रियेसाठी खालीलपैकी कोणती संज्ञा वापरणे योग्य होईल?

अ) तार्किक विधान (Logical Statement) ब) अ-तार्किक विधान (Illogical Statement)

क) सामान्यीकरण (Generalization) ड) भोंगळ विधान (Slovenly Statement)

१२९) ख) संज्ञा या खऱ्याही नसतात व चूकही नसतात.

ग) संज्ञा नेहमीच खऱ्या असतात. वरील विधानांसाठी खालीलपैकी कोणता पर्याय तुम्हास बरोबर वाटतो?

अ) 'ख' आणि 'ग' दोन्हीही बरोबर ब) 'ख' आणि 'ग' दोन्हीही चूक

क) 'ख' चूक 'ग' बरोबर ड) 'ख' बरोबर 'ग' चूक

१३०) संशोधन करण्यासाठी डावपेचांचे (strategies) जे नियोजन करतो त्यास काय म्हणतात?

अ) नमुना निवड ब) संशोधन आराखडा क) संभाव्यता ड) सिद्धान्त कल्पना

१३१) प्रश्नावलीत कोणत्या प्रकारचे प्रश्न विचारण्याचे संशोधकाने टाळावे?

अ) पूर्वग्रहदूषित प्रश्न ब) सकारात्मक प्रश्न

क) प्रत्यक्ष प्रश्न (Direct questions) ड) असंदिग्ध प्रश्न

१३२) खालीलपैकी कोणती गोष्ट ही संशोधन आराखड्याचा प्रकार नाही?

अ) वर्णनात्मक संशोधन आराखडा.

ब) स्पष्टीकरणात्मक संशोधन आराखडा.

क) शोधात्मक किंवा अन्वेषणात्मक संशोधन आराखडा.

ड) आपल्या बंगला बांधणीचा आराखडा.

१३३) प्रश्नांचा संरचित संच म्हणजे काय?

अ) निरीक्षण ब) नमुना पद्धती क) प्रश्नावली ड) सिद्धान्त कल्पना.

१३४) प्रश्नावलीतील ज्या प्रश्नास माहिती देणाऱ्यासाठी उत्तराचे निश्चित पर्याय दिले जातात, त्यास कोणते प्रश्न म्हणतात?

अ) बंदिस्त प्रश्न (Closed Ended Questions) ब) खुले प्रश्न (Open Ended Questions)

क) प्रत्यक्ष प्रश्न (Direct Questions) ड) अप्रत्यक्ष प्रश्न (Indirect Questions)

१३५) अप्रमाणबद्ध (Unstandardize) मुलाखतीचा वापर कोणत्या प्रकारच्या संशोधनात होतो?

अ) संख्यात्मक संशोधन ब) गुणात्मक संशोधन

क) सरकारी पाहणी/सर्वेक्षण ड) सामाजिक सर्वेक्षण

१३६) आशय विश्लेषण (Contect Analysis) संशोधन तंत्रात खालीलपैकी कोणत्या साधनांचा वापर केला जातो?

अ) वृत्तपत्र ब) मासिके क) संदर्भ ग्रंथ ड) वरील सर्व साधने

१३७) खालीलपैकी कोणता प्रकार हा आशय विश्लेषणात येत नाही?

अ) संज्ञात्मक विश्लेषण (Conceptual Analysis)

ब) शब्दार्थ विकासशास्त्र (Semantic Analysis)

क) अनुसूची विश्लेषण (Scheduled Analysis)

ड) संदर्भात्मक विश्लेषण (Contextual Analysis)

१३८) ख) आशय विश्लेषणात माहिती गोळा करण्यासाठी प्रचार माध्यमांचा वापर केला जातो.

ग) प्रश्नावलीत खुल्या आणि बंदिस्त अशा दोन्ही स्वरूपाच्या प्रश्नांचा वापर केला जातो.

वरील विधानांसाठी खालीलपैकी कोणता पर्याय बरोबर आहे असे तुम्हास वाटते?

अ) 'ख' आणि 'ग' दोन्हीही बरोबर ब) 'ख' आणि 'ग' दोन्हीही चूक

क) 'ख' चूक 'ग' बरोबर ड) 'ख' बरोबर 'ग' चूक

१३९) सामाजिक अन्वेषणात 'व्यष्टी अध्ययन पद्धती' कोणी प्रस्तावित अथवा सुरू केली?

अ) एन. अँडरसन (N. Anderson) ब) एफ. लीप्ले (F. Leplay)

क) जे. गाल्टुंग (J. Gaultung) ड) एल. लुंडबर्ग (L. Lundberg)

१४०) प्रश्नावलीत एखाद्या प्रश्नाचे उत्तर देण्यासाठी उत्तरदात्याला उत्तराचे अनेक पर्याय व अधिक संधी दिल्या जातात, तेव्हा त्यास काय म्हणून ओळखले जाते?

अ) प्रश्नांचा बंदिस्त प्रकार ब) प्रश्नांचा मुक्त प्रकार

क) अनुसूची ड) असंरचित प्रकार

१४१) खालीलपैकी कशाशी अनुभवाश्रित किंवा अनुभवाधिष्ठित संशोधन संबंधित नाही?

अ) असहभागी निरीक्षण ब) व्यष्टी अध्ययनातून तथ्यसंकलन

क) संरचित मुलाखत ड) पुराभिलेखीय तथ्यसामग्री.

९४२) विकिरणाच्या मापनाचा सर्वांत सोपा प्रकार कोणता?

अ) वारंवारता वितरण (Frequency Distribution) ब) कक्षा किंवा आटोका (Range)

क) सहसंबंध (Co-relation) ड) साहचर्य (Association)

९४३) ख) मुलाखतीत प्रामुख्याने पोस्टाने पाठवावयाच्या प्रश्नावलीचाच वापर केला जातो.

ग) मुलाखत ही फक्त संरचितच असते.

वरील विधानांसाठी खालीलपैकी कोणता पर्याय तुम्हास बरोबर वाटतो?

अ) 'ख' बरोबर 'ग' चूक ब) 'ख' चूक 'ग' बरोबर

क) 'ख' आणि 'ग' दोन्हीही बरोबर ड) 'ख' आणि 'ग' दोन्हीही चूक

९४४) खाली एक तक्ता दिला आहे. तो तक्तीकरणाच्या कोणत्या प्रकारात मोडतो?

लिंगानुसार, निवासानुसार आणि वयानुसार माहिती देणाऱ्यांचे वर्गीकरण

वय / वर्षे	लिंग				एकूण
	पुरुष		स्त्रिया		
	नागरी	ग्रामीण	नागरी	ग्रामीण	
१० पेक्षा कमी	५	५	३	१	१४
११ – २०	८	७	२	१	१८
२१ – ३०	९	५	६	२	२२
३१ – ४०	१८	१२	८	४	४२
४१ – ५०	११	८	४	३	२६
५० पेक्षा जास्त	०३	२	२	१	८
एकूण	५४	३९	२५	१२	१३०
एकूण	९३		३७		१३०

उत्तराचा खालीलपैकी कोणता पर्याय तुम्हास वाटतो?

अ) द्विचलीय ब) त्रिचलीय क) एकचलीय ड) बहुचलीय

९४५) तथ्य संकलनाच्या प्रमुख साधनात जेव्हा दृष्टीचा वापर केला जातो, तेव्हा त्यास काय म्हणतात?

अ) चल (Variable) ब) मापन (Measurement)

क) निरीक्षण (Observation) ड) आराखडा (Design)

९४६) जेव्हा संशोधनांतर्गत येणाऱ्या लोकसंख्येचे संशोधक जेव्हा विविध गटात विभाजन करतो तेव्हा त्यास कोणत्या प्रकारच्या नमुना संज्ञेने संबोधले जाते?

अ) गुच्छ किंवा पुंजका नमुना पद्धती (Cluster Sampling Method)

ब) यादृच्छिक नमुना पद्धती (Random Smapling Method)

क) स्तरीकरण नमुना पद्धती (Stratified Sampling Method)

ड) साधी नमुना पद्धती (Simple Sampling Method)

९४७) खालीलपैकी कोणता प्रकार हा निरीक्षण प्रक्रियेचा प्रकार म्हणून संबोधला जात नाही?

अ) सहभागी निरीक्षण ब) असहभागी निरीक्षण

क) प्रत्यक्ष निरीक्षण ड) चल

९४८) दैनंदिन जीवनातील अत्यंत सामान्य वितरणातील सरासरीसाठी खालीलपैकी कोणती संज्ञा वापरतात?

अ) मध्य (Mean) ब) मध्यगा/मध्यमा (Median)

क) बहुलक (Mode) ड) प्रतिकृती (Model)

९४९) 'गणितीमध्य' हा कोणत्या बीजगणितीय संज्ञेने संबोधला जातो?

अ) वाय (Y) ब) सी (C) क) एक्स (X) ड) ए (A)

९५०) मूल्यांच्या मालिकेतील एकूण मूल्यांचे विभाजन जेव्हा दोन समान भागात केले जाते तेव्हा त्यास कोणत्या संज्ञेने संबोधले जाते?

अ) मध्यगा (Median) ब) बहुलक (Mode)

क) मध्य (Mean) ड) चल (Variable)

९५१) 'मध्यगा' किंवा 'मध्यमा' म्हणजे काय? खालीलपैकी योग्य पर्याय निवडा.

अ) वारंवारतांची सरासरी

ब) मध्यावर असलेल्या घटकांचा किंवा मूल्यांचा आकार

क) आकाराचे अचूक परिमापन

ड) निरीक्षणाचा मध्यबिंदू

९५२) मध्यावर (On Mean) कशाचा परिणाम होतो?

अ) प्रत्येक व्यष्टीचे मूल्य (Value of every case)

ब) चतुर्थक (Quartiles)

क) सरासरी (Average)

ड) सहसंबंध (corelation)

९५३) खालीलपैकी कोणता गृहीतकृत्य वा सिद्धान्त कल्पना यांचा उगमस्रोत नाही?

अ) साम्यानुभव/समान अनुभव (Anallogies) ब) इतर अभ्यासातील निकष

क) संख्याशास्त्रीय विश्लेषण ड) संशोधकाचे वैयक्तिक अनुभव

९५४) स्तंभ (I) मध्ये काही विचार दिले असून स्तंभ (II) मध्ये त्या विचारांची वैशिष्ट्ये विशद केली आहेत. विचार आणि वैशिष्ट्ये यांच्या योग्य जोड्या लावा.

स्तंभ (I)	स्तंभ (II)
अ) मौखिक इतिहास	I) अनन्यसाधारण परंतु सामान्यीकरण करण्यायोग्य
ब) सहभागी निरीक्षण	II) निरक्षर समुदाय
क) व्यष्टी अध्ययन	III) सांकेतांक पुस्तिका
ड) आशय विश्लेषण	IV) समुदायातील सहभाग
	V) समुदायाशी एकरूपता

उत्तराचा खालीलपैकी कोणता पर्याय तुम्हास बरोबर वाटतो?

	(a)	(b)	(c)	(d)
अ)	II	II	IV	III
ब)	I	IV	II	I
क)	III	I	III	IV
ड)	IV	III	I	II

९५५) स्तंभ (I) मध्ये काही अभ्यासपद्धती दिल्या असून स्तंभ (II) मध्ये त्या अभ्यास पद्धतीचा अभ्यास करणाऱ्या समाजशास्त्रज्ञांची नावे दिली आहेत. त्यांच्या योग्य जोड्या लावा.

स्तंभ (I)	स्तंभ (II)
अ) सहभागी निरीक्षण	I) ऑस्कर लेव्हीस
ब) व्यष्टी अध्ययन	II) गोल्डथॉर्प आणि लॉकवूड
क) प्रश्नावली	III) थॉमस व इर्नॅनियकी
ड) मुलाखत	IV) रॉबर्ट मर्टन
	V) नेल्स ॲन्डरसन

उत्तरासाठी खालील पर्यायांपैकी कोणता पर्याय तुम्हास बरोबर वाटतो?

	(a)	(b)	(c)	(d)
अ)	V	IV	I	V
ब)	I	I	IV	III
क)	II	II	III	II
ड)	III	III	II	I

९५६) सामाजिक कलाकृतीचे परीक्षण म्हणजे कोणती अध्ययन पद्धती होय?

अ) व्यष्टी अध्ययन पद्धती
ब) ऐतिहासिक अभ्यास पद्धती
क) आशय विश्लेषण अभ्यास पद्धती
ड) असहभागी निरीक्षण

९५७) वारंवारता विवरण चित्रमय पद्धतीने (Graphic Method) साक्षर करण्याची पद्धत कोणती?

अ) स्तंभालेख (Histogram)
ब) मानचित्रालेख (Cartogram)
क) बहुविध स्तंभाकृती (Multiple Bar Diagram)
ड) टक्केवारीवर आधारित स्तंभालेख (Percentage Bar Diagram)

९५८) सर्व विज्ञानांना अपेक्षित असलेली अधिकाधिक अचूकता आणण्याचा प्रयत्न खालीलपैकी कोणत्या संज्ञेने ओळखला जातो?

अ) वैधता (Validity)
ब) विश्वसनीयता (Reliability)
क) अनुमापन (Scaling)
ड) सामान्यत: (Generality)

९५९) उत्तरदात्याकडून तथ्यसंकलनासाठी पूर्वनिश्चित केलेल्या प्रश्नांच्या सूचीला काय म्हणतात?

अ) मुलाखत
ब) प्रश्नावली
क) सर्वेक्षण
ड) निरीक्षण

९६०) क्रममालिकेतील मध्यमूल्य सूचित करण्यासाठी कोणती संज्ञा वापरतात?

    अ) सरासरी (Average)   ब) मध्यमान/मध्य (Mean)

    क) मध्यांक/मध्यगा (Median)   ड) बहुलक (Mode)

९६१) पोस्टाने पाठविलेल्या प्रश्नावलीच्या साहाय्याने कोणत्या प्रकारच्या प्रतिसादाचे अध्ययन करता येत नाही?

    अ) महाविद्यालयीन विद्यार्थी   ब) नोकरशाहीतील वरिष्ठ अधिकारी

    क) बँकेतील कारकून   ड) कोणत्याही वयाच्या आणि लिंगाच्या निरक्षर व्यक्ती

९६२) ज्या संशोधन तंत्रामध्ये चलावर नियंत्रण (Vriables) ठेवलेले असते, त्या तंत्राला काय म्हणतात?

    अ) मुलाखत (Interview)   ब) नमुना पद्धती (Sampling)

    क) प्रयोग पद्धती (Experiment Method)   ड) सहभागी निरीक्षण (Participant Observation)

९६३) एखाद्या घटनेच्या सखोल अध्ययनाला काय म्हणतात?

    अ) आशय विश्लेषण   ब) सहभागी निरीक्षण

    क) व्यष्टी अध्ययन   ड) जीवन वृत्तांत

९६४) खालीलपैकी कोणता प्रकार हा गैर संभाव्यता (Non-probability) नमुना निवडीचा प्रकार आहे?

    अ) साधा यादृच्छिक नमुना   ब) व्यवस्थाबद्ध नमुना

    क) स्तरित यादृच्छिक नमुना   ड) सहेतूक नमुना

९६५) खाली एक तक्ता दिला आहे. त्यात विशिष्ट साली किती आत्महत्या केल्या गेल्या याची आकडेवारी दिली आहे. तर त्याचा मध्य किती येईल?

अ.क्र.	वर्ष	आत्महत्या करणाऱ्यांची संख्या
१)	१९९२	२२५१
२)	१९९३	२४४७
३)	१९९४	२६२४
४)	१९९५	२७३१
५)	१९९६	२९६६
६)	१९९७	३१७०
७)	१९९८	३२९२
८)	१९९९	३७४३
	एकूण आत्महत्या	२३२२४

मध्यासाठी उत्तराचा कोणता पर्याय तुम्हास बरोबर वाटतो?

    अ) २९१५   ब) २९१८   क) २९०३   ड) २९१७

९६६) मूल्यांची आत्यंतिक वारंवारता (Frequency) दर्शविण्यासाठी कोणती संज्ञा वापरतात?

    अ) वारंवारता (Frequency)   ब) बहुलक (Mode)

    क) वितरण (Distribution)   ड) मध्यगा/मध्यमा (Median)

१६७) मध्यगा/मध्यमा (Median) काढण्याचे सांख्यिकीशास्त्राने खालीलपैकी कोणते सूत्र निर्धारित केले आहे?

अ) Median-Size of $\left[\frac{N+1}{2}\right]^{+h}$ ब) Median size of $\left[\frac{X\div 2}{3}\right]^{+h}$

क) Median size of $\left[\frac{F+4}{2}\right]^{+h}$ ड) Median size of $\left[\frac{Y+3}{2}\right]^{+h}$

१६८) खालील तक्त्यात काही जिल्ह्यातील मद्यपी लोकांची यादी दिली असून त्याचा बहुलक (Mode) काय असे तुम्हास वाटते?

अ.क्र.	जिल्ह्याचे नाव (सांकेतिक)	मद्यपींची संख्या
१)	A	६६००
२)	B	४२००
३)	C	२८००
४)	D	७३००
५)	E	२८००
६)	F	५६००
७)	G	२८००
८)	H	१९००
९)	I	६०००
१०)	J	३६००
११)	K	२८००
१२)	L	४४००

बहुलक निर्धारित करण्यासाठी उत्तराचा कोणता पर्याय तुम्ही निवडाल कारण तो बरोबर आहे असे तुम्हास वाटते.

अ) ७३०० ब) ६६०० क) २८०० ड) १९००

१६९) खाली एक तक्ता दिला आहे. तो तक्तीकरणाच्या कोणत्या प्रकारात मोडतो असे तुम्हास वाटते?

लिंग	वयोगट			
	*(-)३०	३०-५०	५०(+)*	एकूण
पुरुष	३९	४९	०५	९३
स्त्रिया	२५	१९	०३	३७
एकूण	५४	६८	०८	१३०

(-) पेक्षा कमी (+) पेक्षा जास्त

खालीलपैकी उत्तराचा कोणता पर्याय तुम्हास योग्य वाटतो?

अ) त्रिचलीय तक्ता (Tri-variate)   ब) द्विचलीय तक्ता (Bi-variate)

क) एकचलीय तक्ता (Uni-variate)   ड) बहुचलीय तक्ता (Multi-variate)

९७०) व्यक्ती, संस्था, व्यवस्था, समुदाय, संघटना, प्रसंग (event) किंवा एखाद्या समाजाची समग्र संस्कृती यांचा सखोल अभ्यास करण्यासाठी कोणत्या अभ्यास पद्धतीचा वापर करण्यात येतो?

अ) ऐतिहासिक अभ्यास पद्धती   ब) तथ्यसंकलन अभ्यास पद्धती

क) व्यष्टी अध्ययन पद्धती   ड) आशय विश्लेषण अभ्यास पद्धती.

९७१) बर्न (Burn) यांनी केलेल्या अभ्यासानुसार व्यष्टी अध्ययनात खालीलपैकी कोणता प्रकार येत नाही?

अ) निरीक्षणात्मक व्यष्टी अध्ययन   ब) परिस्थितीजन्य व्यष्टी अध्ययन

क) बहुव्यष्टी अध्ययन   ड) सांख्यिकी अध्ययन

९७२) चलाचे वर्गमूळ काढण्यासाठी खालीलपैकी कोणती संज्ञा वापरली जाते?

अ) प्रमाण विचलन (Standard deviation)   ब) चलाचे विचलन (Variate deviation)

क) समाजबाह्य वर्तन (Devient behaviour)   ड) वारंवारता विचलन (Frequency deviation)

९७३) संधीच्या गृहीतापासून अपेक्षित वारंवारता जेव्हा वारंवारतेच्या केंद्रापासून विचलित होते तेव्हा त्याचे मोजमापन कशाने होते?

अ) वारंवारतेने (Frequency)   ब) कास स्केअर (chi-square-x^2)

क) चलाने (Variables)   ड) विचलन प्रक्रियेने (Devient process)

९७४) ख) कास–स्केअर (Chi-square) क्ष^2 (x^2) या चिन्हाने निर्देशित केला जातो.

ग) तथ्य संकलनानंतर तथ्य विश्लेषण पण आवश्यक आहे. वरील विधानांसाठी तुम्ही खालीलपैकी कोणता पर्याय निवडाल?

अ) 'ख' बरोबर 'ग' चूक   ब) 'ख' चूक 'ग' बरोबर

क) 'ख' आणि 'ग' दोन्हीही बरोबर   ड) 'ख' आणि 'ग' दोन्हीही चूक.

९७५) ख) नमुना निवड म्हणजे समग्र लोकसंख्येतील छोटा प्रातिनिधिक भाग होय.

ग) स्तरीकृत नमुन्याचा एक प्रकार म्हणून लॉटरी पद्धतीचा उल्लेख केला जातो. वरील विधानांसाठी खालीलपैकी कोणता पर्याय तुम्हास बरोबर वाटतो?

अ) 'ख' बरोबर 'ग' चूक   ब) 'ख' आणि 'ग' दोन्हीही चूक

क) 'ख' आणि 'ग' दोन्हीही बरोबर   ड) 'ख' चूक 'ग' बरोबर

९७६) 'कनिष्ठ वर्गातील लोक हे मध्यम वर्गातील लोकांपेक्षा अधिक गुन्हे करतात.' हे विधान खालीलपैकी कशाचे द्योतक आहे?

अ) निरीक्षण (Observation)

ब) तथ्य संकलन (Data collection)

क) सिद्धान्त कल्पना अथवा गृहीत तत्त्व (Hypothesis)

ड) समस्या सूत्रण (Formulation of problem)

९७७) सामाजिक संशोधन पद्धतीत खालीलपैकी कोणत्या घटकांचा समावेश नाही?
अ) क्षेत्र अभ्यास पद्धती ब) वर्गीकरण
क) सर्वेक्षण पद्धती ड) ऐतिहासिक पद्धती

९७८) खालीलपैकी कोणता प्रकार हा महत्त्वपूर्ण चाचणी प्रकार आहे?
अ) कास स्क्वेअर (Chi-square) ब) पॅरामिट्रिक (Parametric)
क) यू-टेस्ट (U-test) ड) स्पीअरमन्स रँक को-रिलेटन को-इफिशियन्स

९७९) सहसंबंधात जेव्हा क्ष (X)ची गुणसंख्या वाढत जात असेल आणि 'य' (Y)ची गुणसंख्या कमी होत असेल, तर त्याला काय म्हणतात?
अ) ऋणात्मक सहसंबंध (Negative co-relation)
ब) प्रत्यक्ष सहसंबंध (Direct co-relation)
क) अप्रत्यक्ष सहसंबंध (Indirect co-relation)
ड) विपर्यस्त सहसंबंध (Inverse co-relation)

९८०) मोझर सी.ए. यांच्या मताने प्रत्येक शास्त्रीय अभ्यासात सुरुवात आणि निष्कर्ष या संदर्भात खालीलपैकी कोणत्या पद्धतीचा अवलंब केला जातो?
अ) पडताळणी ब) जनमतचाचणी
क) निरीक्षण ड) गृहीततत्त्व वा सिद्धान्त कल्पना

९८१) तथ्य संकलनाची खालीलपैकी कोणती पद्धती उत्स्फूर्त व अनौपचारिक आहे असे तुम्हास वाटते?
अ) प्रश्नावली (Questionnaire) ब) मुलाखत (Interview)
क) सहभागी निरीक्षण (Participant observation)
ड) सामाजिक सर्वेक्षण (Social survey)

९८२) ज्या तथ्य संकलन तंत्रामध्ये संशोधक उत्तरदात्याने दिलेल्या प्रतिसादाची नोंद करतो, त्यास काय म्हणतात?
अ) प्रश्नावली (Questionnaire) ब) मुलाखत (Interview)
क) निरीक्षण (Observation) ड) मौखिक इतिहास (Oral History)

९८३) खालीलपैकी कोणती पद्धती प्रायोगिक पद्धतीच्या हेतूची पूर्तता करते?
अ) ऐतिहासिक पद्धती ब) सर्वेक्षण पद्धती क) प्रकार्यात्मक पद्धती ड) तुलनात्मक पद्धती

९८४) जेव्हा एखादा संशोधक बालवाडीतील विद्यार्थ्यांचे खिडकीआड बसून निरीक्षण करतो, तेव्हा त्यास खालीलपैकी कोणत्या संज्ञेने संबोधले जाते?
अ) अनियंत्रित असहभागी निरीक्षण ब) अनियंत्रित सहभागी निरीक्षण
क) नियंत्रित सहभागी निरीक्षण ड) नियंत्रित असहभागी निरीक्षण.

९८५) वितरणातील सर्वांत कमी गुण व सर्वांत जास्त गुण अशी मांडणी केल्यानंतर मधल्या घटकाला काय म्हणतात?
अ) मध्य (Mean) ब) बहुलक (Mode)
क) क्षेत्र/विस्तार (Range) ड) मध्यगा/मध्यमा (Median)

९८६) खालीलपैकी कोणता घटक हा गृहीतकृत्याचा स्रोत नाही?
अ) सिद्धान्त (Theory)
ब) नमुना (Sample)
क) संस्कृती (Culture)
ड) सामान्यूमान/तुलना (Analogies)

९८७) संभाव्यता नमुना (Probability Sample) निवडीच्या प्रकारात खालीलपैकी कोणत्या बाबीचा समावेश होत नाही?
अ) स्नोबॉल (बर्फगोळा) नमुना (Snowball Sample)
ब) स्तरित यादृच्छिक नमुना (Stratified Random Sample)
क) व्यवस्थाबद्ध नमुना (Systematic Sample)
ड) सामान्य यादृच्छिक नमुना (Simple Random Sample)

९८८) खालीलपैकी कोणती बाब ही संशोधन आराखडा नाही?
अ) प्रायोगिक (Experimental)
ब) उद्दिष्टे (Objectives)
क) अन्वेषणात्मक (Exploratory)
ड) वर्णनात्मक (Descriptive)

९८९) व्यष्टी अध्ययन पद्धतीचा परिचय खालीलपैकी कोणी करून दिला?
अ) फ्रेडरिक ली प्ले
ब) कोरा द्यु बुआ (Bois)
क) हर्बर्ट स्पेन्सर
ड) टी.डब्ल्यू. ॲडोर्नो

९९०) संशोधनात प्रश्नावलीचा वापर खालीलपैकी कोण करतो?
अ) उत्तरदाता (Respondant)
ब) निर्वाचक (Interbreter)
क) संशोधक (Researcher)
ड) तथ्य संकलन विश्लेषक (Data Analyser)

९९१) विशिष्ट निरीक्षणाच्या आधारे विकसित केलेले तार्किक प्रारूप कोणत्या सिद्धान्तात वापरतात?
अ) विगमन (Inductive)
ब) निगमन (Deductive)
क) घट (Reduction)
ड) संचयन (Accumulation)

९९२) प्रश्नावलीचा वापर संशोधनात कोणातर्फे केला जातो?
अ) संशोधक (Researcher)
ब) उत्तरदाता (Respondent)
क) निर्वाचक (Interpreter)
ड) तथ्यसंकलन विश्लेषक (Data Analyser)

९९३) खालीलपैकी कोणते सामाजिक संशोधनाचे उद्दिष्ट नाही?
अ) सिद्धान्ताचा पडताळा
ब) नवे सिद्धान्त निर्माण करणे.
क) नव्या आधार सामग्रीचे विश्लेषण
ड) जुनी आधार सामग्री नाकारणे.

९९४) डोंगराळ प्रदेशात राहणाऱ्या भारतातील आदिवासींचे अध्ययन करण्यासाठी खालीलपैकी कोणती अध्ययन पद्धती योग्य आहे असे तुम्हास वाटते?
अ) टेलिफोनद्वारे मुलाखत
ब) अ-सहभागी निरीक्षण
क) सहभागी निरीक्षण
ड) आशय विश्लेषण

९९५) संकेतन नियमपुस्तिका (Coding Manual) म्हणजे काय? खालीलपैकी कोणता पर्याय तुम्हास बरोबर वाटतो?
अ) संकेतन करणाऱ्यासाठी सूचना की ज्यात शक्य त्या कोटीक्रमांचा किंवा वर्गक्रमांचा (Categories) समावेश होतो.

ब) संकेतानंतर आधारसामग्री किंवा तथ्यसामग्री नोंदविण्याचे नमुना पत्र. क) संकेतन योजना
ड) संकेतनानंतर मिळणारा आधार सामग्रीचा गोशवारा.

९९६) खालीलपैकी कोणते वैशिष्ट्य हे आशय विश्लेषणाला लागू पडत नाही?
अ) हस्तक्षेप न करणारी पद्धती ब) पारदर्शक पद्धती
क) लवचीक पद्धती ड) आंतरक्रियेवर आधारित पद्धती.

९९७) सामाजिक संशोधनात खालीलपैकी कोणती गुणात्मक पद्धती नाही?
अ) व्यष्टी अध्ययन पद्धती ब) मौखिक इतिहास पद्धती
क) नमुना निवड पद्धती ड) जीवन इतिहास

९९८) अनेक चलांमध्ये एकाच वेळी असणाऱ्या संबंधांचे विश्लेषण हे खालीलपैकी कोणत्या संज्ञेने कराल?
अ) एकचर/एकचल विश्लेषण ब) द्विचर/द्विचल विश्लेषण
क) बहुचर/बहुचल विश्लेषण ड) संख्याशास्त्रीय विश्लेषण

९९९) काही चलांमध्ये होणारा बदल जर दुसऱ्या चलातील (Variables) होणाऱ्या बदलातील तुलनात्मक परिवर्तनाशी संबंधित असेल आणि नंतर होणारा बदल हा पहिल्या परिवर्तनाच्या अनुपस्थितीत होत असेल तर त्या चलाला खालीलपैकी कोणत्या स्वरूपात ओळखले जाते?
अ) को-रिलेटेड (परस्परसंबंधी) (Co-related)
ब) को-इफिशिअंट (गुणक) (Co-efficient)
क) स्पुरिअस (दिखाऊ) (Spurious)
ड) कर्व्हिलिनियर (वक्ररेषारूप) (Curvilinear)

१०००) स्नोबॉल सँपल (बर्फगोळा नमुना Snowball Sample) जेव्हा यादृच्छिक नसतात आणि विचाराधीन असलेल्या लोकसंख्येशी संख्याशास्त्रीय दृष्ट्या प्रातिनिधिक नसतात त्या वेळी ती कोणत्या दृष्टीने कोणत्या गोष्टीला चालना देणारी ठरू शकत नाही?
अ) सेंट्रल टेन्डन्सी (मध्यवर्ती कल) (Central Tendency)
ब) को-रिलेशनल ॲनालिसिस (परस्परसंबंधी विश्लेषण) (Co-relational Analysis)
क) नॉन-इन्फरेन्शीअल स्टॅटिस्टिकल टेक्निक (अ-अनुमानित सांख्यिकी तंत्रे) (Non-inferential Statistical Technique)
ड) इन्फरेन्शीअल स्टॅटिस्टिकल टेक्निक (अनुमानित सांख्यिकी तंत्रे)(Inferential Statistical Technique)

१००१) वारंवारता विभाजनात केंद्रीय मूल्यासाठी कोणती संख्याशास्त्रीय संज्ञा वापरली जाते की जिचा संबंध हा सरासरीशी असतो?
अ) मध्यवर्ती कल वा केंद्रीय कल (Central Tendency)
ब) रिग्रेशन (परागती) (Regression)
क) डिस्पर्शन (प्रसरण) (Dispersion)
ड) को-रिलेशन ॲनालिसिस (परस्परसंबंधी विश्लेषण) (Co-relation Analysis)

१००२) खालीलपैकी कोणते तथ्यसंकलन तंत्र अशिक्षित समाजासाठी उपयोगी नाही?

अ) प्रश्नावली (Questionnaire)   ब) मुलाखत (Interview)

क) अवधानकेंद्रित समूह   ड) असहभागी निरीक्षण

१००३) मध्य काढण्यासाठी सांख्यिकीशास्त्रात खालीलपैकी कोणते सूत्र वापरतात?

अ) $\bar{x} = c \pm \dfrac{(\sum d)}{p}$ ब) $\bar{x} = k \pm \dfrac{(\sum d)}{A}$

क) $\bar{x} = A \pm \dfrac{(\sum d)}{N}$ ड) $\bar{x} = N \pm \dfrac{(\sum d)}{A}$

१००४) ख) प्रश्नावलीत पूर्वग्रहदूषित प्रश्न विचारणे आवश्यक आहे.

ग) स्तरित यादृच्छिक नमुना पद्धती प्रमाणबद्ध आणि अ–प्रमाणबद्ध अशा दोन प्रकारात विभाजित झाली आहे.

वरील विधानांसाठी खालीलपैकी कोणता पर्याय तुम्हास बरोबर वाटतो?

अ) 'ख' चूक 'ग' बरोबर   ब) 'ख' बरोबर 'ग' चूक

क) 'ख' आणि 'ग' दोन्हीही बरोबर   ड) 'ख' आणि 'ग' दोन्हीही चूक

१००५) ख) निरीक्षण हे प्रत्यक्ष व अप्रत्यक्ष अशा दोन्ही प्रकारचे असते.

ग) मुलाखततंत्रात, पाश्चिमात्य देशात टेलिफोनद्वारे पण मुलाखत घेतली जाते.

वरील विधानांसाठी खालीलपैकी कोणता पर्याय बरोबर आहे असे तुम्हास वाटते?

अ) 'ख' बरोबर 'ग' चूक   ब) 'ख' चूक 'ग' बरोबर

क) 'ख' आणि 'ग' दोन्हीही चूक   ड) 'ख' आणि 'ग' दोन्हीही बरोबर

१००६) ख) थर्स्टन यांची मापन श्रेणी इ.स. १९२०मध्ये अमेरिकेत विकसित झाली होती व त्यात त्यांनी सर्व विधानांचे विभाजन फक्त पाच श्रेणीत केले होते.

ग) लायकर्ट यांची मापन श्रेणी ही १९३२ साली विकसित झाली त्यात प्राप्त विधानांचे ११ श्रेणीत विभाजन करण्यात आले होते.

वरील विधानांसाठी खालीलपैकी कोणता पर्याय तुम्हास बरोबर वाटतो?

अ) 'ख' व 'ग' अर्धे बरोबर अर्धे चूक   ब) 'ख' व 'ग' पूर्ण चूक

क) 'ख' व 'ग' पूर्ण बरोबर   ड) 'ख' व 'ग' अर्धे चूक व अर्धे बरोबर.

१००७) गटमन (Guttman) यांनी १९४४ साली विकसित केलेल्या मापन सारणीचे नाव काय?

अ) मध्यवर्ती समदर्शी मापन सारणी   ब) अनुमापनालेख (Scalogram)

क) गणितीमापन सारणी (Mathematical Method)

ड) श्रेणी अनुमाप

१००८) गणितीमध्य कोणत्या प्रतीकात्मक संज्ञेने संबोधला जातो?

अ) जी.एम्. (GM)   ब) एन (N)   क) क्ष (X)   ड) आर (r)

१००९) ख) मुलाखतीत मुलाखत देणारा व मुलाखत घेणारा यांचा दर्जा समान असतो.

ग) मुलाखत नेहमी असंरचितच असते.

वरील विधानांसाठी खालीलपैकी कोणता पर्याय तुम्हास बरोबर वाटतो?

अ) 'ख' बरोबर 'ग' चूक
ब) 'ख' चूक 'ग' बरोबर
क) 'ख' आणि 'ग' दोन्हीही बरोबर
ड) 'ख' आणि 'ग' दोन्हीही चूक.

१०१०) खालीलपैकी कोणते वैशिष्ट्य हे आशय विश्लेषणात समाविष्ट नाही?

अ) वस्तुनिष्ठता (Objectivity)
ब) सामान्यीकरण (Generalization)
क) आलेख (Graph)
ड) सांख्यिकीकरण (Statistician)

१०११) स्तंभ (I) मध्ये काही संज्ञा दिल्या आहेत त्यांच्या स्तंभ (II)मधील योग्य त्या घटकांशी जोड्या लावा.

स्तंभ (I)	स्तंभ (II)
अ) संशोधन प्रकल्पापूर्वी संशोधन पूर्व अनुमान	I) नमुना निवडीचा प्रकार
ब) तथ्य विश्लेषण	II) निरीक्षण
क) बर्फगोळा पद्धती (Snowball Method)	III) संशोधन आराखडा अवस्था
ड) तथ्यसंकलनाचे एक साधन	IV) अभ्युपगम किंवा सिद्धान्त कल्पना

उत्तराचा खालीलपैकी कोणता पर्याय तुम्हास बरोबर वाटतो?

	(a)	(b)	(c)	(d)
अ)	III	IV	II	IV
ब)	I	III	IV	II
क)	IV	I	II	III
ड)	II	II	III	I

१०१२) स्तंभ (I) मधील बाबींच्या जोड्या स्तंभ (II) मधील घटकांशी लावा.

स्तंभ (I)	स्तंभ (II)
अ) इतिहासालेख (Histograms)	I) प्रश्नावली
ब) सहभागी निरीक्षण	II) सामाजिक संशोधनाची एक पद्धती
क) प्रत्यक्ष व अप्रत्यक्ष प्रश्न संरचना	III) वारंवारतेच्या वितरणाचे आलेखीय प्रदर्शन.
ड) आशय विश्लेषण	IV) निरीक्षणाचा एक प्रकार

खालीलपैकी उत्तराचा कोणता पर्याय तुम्हास बरोबर वाटतो?

	(a)	(b)	(c)	(d)
अ)	II	IV	III	I
ब)	I	III	IV	II
क)	III	II	I	IV
ड)	IV	I	II	III

१०१३) स्तंभ (I) मधील घटकांच्या जोड्या स्तंभ (II) मधील बाबींशी लावा.

स्तंभ (I)	स्तंभ (II)
अ) छापील साहित्य	I) चल
ब) बहुअवस्था नमुना निवड	II) संशोधन आराखड्याचा एक प्रकार
क) एक किंवा अधिक मूल्यांची वैशिष्ट्ये	III) आशय विश्लेषणाचा उगम
ड) उत्क्रांतिवादी संशोधन	IV) नमुना व्यवस्था एकीकरण

खालीलपैकी उत्तराचा कोणता पर्याय तुम्हास बरोबर वाटतो?

	(a)	(b)	(c)	(d)
अ)	III	II	IV	I
ब)	IV	I	II	III
क)	I	IV	III	II
ड)	II	III	I	IV

१०१४) लोकसंख्येच्या वैशिष्ट्यांना कोणत्या संज्ञेने संबोधले जाते?

अ) प्राचल (Parameters)
ब) पूर्वगृहीत नमुना (Biased Sample)
क) नमुना चूल
ड) संशोधन आराखडा

१०१५) गुणात्मक प्रसरणाचे (Qualitative Dispersion) गणिती सूत्र खालीलपैकी कोणते आहे?

अ) $S^2 = \frac{i=j}{N} - (x)^2$

ब) $\frac{\sum \underline{f} i \underline{f} j}{n\left(\frac{n-1}{2}\right) \times \left(\frac{F}{n}\right)^2}$

क) $N = \frac{\sum f + s}{\frac{F}{2}}$

ड) $\sum^{N} \times (x_1)^2$

१०१६) खालीलपैकी कोणता प्रकार हा आकृती (Diagram) या संज्ञेत मोडत नाही?

अ) दंडाकृती (Bar-Diagram)
ब) छायालेख आकृती (Pictograph)
क) त्रिकोणाकृती (Pyramidical)
ड) संशोधन अहवाल (Research Report)

१०१७) मध्यवर्ती मापन सारणी हा मोजमापनाचा प्रकार खालीलपैकी कोणत्या विचारवंताने मांडला होता?

अ) लायकर्ट रेनसिस (Likert Rensis)
ब) थर्स्टन एल.एल. (Thurstone L.L.)
क) गटमन लुईस (Guttman Louis)
ड) बोगार्ड्स इ.एस. (Bogardus E.S.)

१०१८) समाजशास्त्रात संशोधन प्रक्रियेची सुरुवात कशाने करतात?

अ) निरीक्षण (Observation)
ब) सर्वेक्षण (Survey)
क) समस्यासूत्रण (Formulation of problem)
ड) वर्गीकरण (Classification)

१०१९) एल.एल.थर्स्टन यांनी त्यांच्या मध्यवर्ती समदर्शी मापन सारणीत उत्तरदात्याच्या अभिवृत्तीचे मापन किती श्रेणीत (scale) केले होते?

अ) ५
ब) ११
क) १६
ड) ३

१०२०) लुईस गटमन यांची अभिवृत्ती मापन सारणी कोणत्या नावाने संज्ञेने ओळखली जाते?

अ) सामाजिक अंतरमापन सारणी (Social Distance Scale)

ब) मध्यवर्ती समदर्शी मापन सारणी (अनुमाप)

क) अनुमाप/मापन सारणी विश्लेषण किंवा अनुमापालेख किंवा मापनसारणी आलेख तंत्र
(Scale Analysis or Scalogram Technique)

ड) वारंवारता वितरण तंत्र (Frequency Distribution Technique)

वस्तुनिष्ठ प्रश्नांची उत्तरे

८८१ अ	८८२ ड	८८३ ब	८८४ क	८८५ अ	८८६ क	८८७ अ	८८८ क
८८९ ब	८९० ड	८९१ क	८९२ अ	८९३ ब	८९४ अ	८९५ क	८९६ अ
८९७ क	८९८ ड	८९९ क	९०० ब	९०१ ब	९०२ ड	९०३ अ	९०४ ब
९०५ अ	९०६ अ	९०७ ब	९०८ ड	९०९ ड	९१० क	९११ अ	९१२ अ
९१३ ब	९१४ क	९१५ ड	९१६ अ	९१७ ड	९१८ अ	९१९ ड	९२० ड
९२१ अ	९२२ अ	९२३ अ	९२४ क	९२५ अ	९२६ ब	९२७ ब	९२८ अ
९२९ ड	९३० ब	९३१ अ	९३२ ड	९३३ क	९३४ अ	९३५ ब	९३६ ड
९३७ क	९३८ अ	९३९ ब	९४० ब	९४१ ड	९४२ ब	९४३ ड	९४४ ब
९४५ क	९४६ अ	९४७ ड	९४८ अ	९४९ क	९५० अ	९५१ ब	९५२ अ
९५३ क	९५४ ब	९५५ अ	९५६ क	९५७ अ	९५८ ब	९५९ ब	९६० क
९६१ ड	९६२ क	९६३ क	९६४ ड	९६५ क	९६६ ब	९६७ अ	९६८ क
९६९ ब	९७० क	९७१ ड	९७२ अ	९७३ ब	९७४ क	९७५ अ	९७६ क
९७७ ब	९७८ अ	९७९ अ	९८० क	९८१ क	९८२ ब	९८३ ड	९८४ अ
९८५ ड	९८६ ब	९८७ अ	९८८ ब	९८९ अ	९९० क	९९१ ब	९९२ अ
९९३ ड	९९४ क	९९५ अ	९९६ ड	९९७ ड	९९८ क	९९९ ड	१००० ड
१००१ अ	१००२ अ	१००३ क	१००४ अ	१००५ ड	१००६ अ	१००७ ब	१००८ क
१००९ अ	१०१० क	१०११ ब	१०१२ क	१०१३ अ	१०१४ अ	१०१५ ब	१०१६ ड
१०१७ ब	१०१८ क	१०१९ ब	१०२० क				

पेपर : ३ (अ)

३

उद्योग आणि समाज
(Industry and Society)

(वस्तुनिष्ठ प्रश्न १००)

१०२१) कोणत्याही देशातील उद्योगक्षेत्राचे कार्य सुव्यवस्थितपणे व कामगारांच्या क्षमतेनुसार चालण्यासाठी उद्योगात कोणती व्यवस्था अस्तित्वात आली?

    अ) कामगार संघटना   ब) श्रमविभाजन व्यवस्था

    क) स्वयंचलन व्यवस्था   ड) कार्यकारी

१०२२) पारंपरिक भारतीय उद्योग व्यवस्थेत श्रमविभाजन कशावर आधारित होते?

    अ) जाती व्यवस्थेवर   ब) वर्ग व्यवस्थेवर   क) धर्मनिरपेक्ष तत्त्वावर   ड) शिक्षणावर

१०२३) श्रमविभाजनाचे बहुसंख्य शास्त्रज्ञांनी मान्य केलेले तत्त्व कोणते?

    अ) धर्मावर आधारित कार्यवाटप   ब) विज्ञानाधिष्ठित कार्यवाटप

    क) व्यक्तींच्या लायकीनुसार कार्यवाटप   ड) यांपैकी एकही नाही

१०२४) भारतातील बलुतेदारी किंवा जजमानी व्यवस्था हीसुद्धा एक प्रकारची कोणती व्यवस्था होय?

    अ) पारिवारीक किंवा कौटुंबिक   ब) शैक्षणिक व्यवस्था

    क) राजकीय व्यवस्था   ड) श्रमविभाजन व्यवस्था

१०२५) अत्यंत साध्या समाजात श्रमविभाजनाची मुळे (Roots) कशात गुंतलेली होती?

    अ) शिक्षण व कर्तृत्व   ब) राजकारण व नेतृत्व   क) लिंग आणि वय ड) धर्म आणि रूढी

१०२६) औद्योगिक समाजात श्रम विभाजन हे कशावर आधारित असते?

    अ) जातीव्यवस्था   ब) वर्गव्यवस्था   क) लिंगभाव   ड) वर्ण व्यवस्था

१०२७) औद्योगिक समाजशास्त्रज्ञांच्या मताने औद्योगिक नोकरशाही ही कोणत्या तत्त्वावर आधारित व्यवस्था होय.

अ) स्तरीकरण व्यवस्थेवर ब) धार्मिक श्रद्धा व्यवस्थेवर

क) जन्म तत्त्वावर ड) राजकीय विचारसरणीवर

१०२८) औद्योगिक क्षेत्रातील नोकरशाहीचा महत्त्वाचा उद्देश काय असतो?

अ) उत्पादन वाढ ब) यंत्रसामग्रीत वाढ

क) प्रशासकीय कार्य करणे ड) उद्योग व्यवस्थेत अडथळा आणणे.

१०२९) श्रेष्ठ-कनिष्ठ दर्जाचे कर्मचारी त्यांच्या लायकीनुसार कार्य करणारा कशाच्या आधाराने कार्य करतात?

अ) वरिष्ठांच्या आज्ञा ब) राजकीय नेत्यांच्या आज्ञा

क) स्वयंप्रेरणा ड) नियमबद्धता व कायदा

१०३०) औद्योगिक नोकरशाहीचा विचार करता सर्वोच्च पदावर काम करणारा अधिकारी कोणत्या संज्ञेने संबोधला जातो?

अ) रेखा अधिकारी (Linear Officer)

ब) विभाग प्रमुख (Departmental Head)

क) कार्यकारी /प्रमुख कार्यकारी (Executive or Chief Executive)

ड) अधीक्षक (Superitendent)

१०३१) औद्योगिक नोकरशाही ही उत्पादन प्रक्रियेवर आधारित असल्याने त्यात खालीलपैकी कोणत्या घटकांना महत्त्व दिले जाते?

(I) राजकीय नेत्यांना (II) उत्पादन प्रक्रियेच्या स्वरूपाला (III) उत्पादन प्रक्रियेच्या विविध टप्प्यांना

(IV) कामगारांच्या कार्यक्षमतेला (V) परस्परपूरक उत्पादन प्रक्रियेला (VI) निरीक्षकांच्या आज्ञांना उत्तराचा खालीलपैकी कोणता पर्याय तुम्हास बरोबर वाटतो?

अ) (II) (III) (V) ब) (I) (II) (III) क) (IV) (V) (VI) ड) (III) (V) (VI)

१०३२) ख) पारंपरिक भारतात श्रमविभाजन हे जातीव्यवस्थेवर आधारित होते?

ग) औद्योगिक नोकरशाहीत सर्व अधिकार हे पर्यवेक्षकांच्या हातात एकवटलेले असतात.

वरील दोन विधानांसाठी उत्तराचा कोणता पर्याय हा बरोबर आहे असे तुम्हास वाटते?

अ) 'ख' चूक 'ग' बरोबर ब) 'ख' बरोबर 'ग' चूक

क) 'ख' व 'ग' दोन्हीही बरोबर ड) 'ख' व 'ग' दोन्हीही चूक

१०३३) औद्योगिक नोकरशाहीचा विचार करता औद्योगिक नोकरशाहीतील कामांचे वाटप करणाऱ्या दोन पद्धती कोणत्या?

अ) सरळ रेखात्मक व त्रिकोणाकृती ब) श्रेष्ठत्व व कनिष्ठत्व

क) समपातळीचे ड) अधिकाराधिष्ठित

१०३४) ख) उद्योगक्षेत्रातील उत्पादन प्रक्रियेला चालना देण्यासाठी नोकरशाहीची निर्मिती करण्यात आली.

ग) औद्योगिक नोकरशाहीत कामगार हा सर्वांत कनिष्ठ कर्मचारी असतो?

वरील विधानांसाठी उत्तराचा खालीलपैकी कोणता पर्याय तुम्हास बरोबर वाटतो?

अ) 'ख' व 'ग' दोन्हीही बरोबर   ब) 'ख' व 'ग' दोन्हीही चूक

क) 'ख' चूक 'ग' बरोबर   ड) 'ख' बरोबर 'ग' चूक

१०३५) औद्योगिक नोकरशाहीचे व्यवस्थापन करण्यासाठी कोण कार्यक्षम असणे अत्यावश्यक आहे?

अ) फोरमन/पर्यवेक्षक ब) कामगार   क) रेखा अधिकारी   ड) कार्यकारी

१०३६) औद्योगिक नोकरशाहीतील कामगारांची स्थिती काय असते?

अ) अनौपचारिक वर्तनब) औपचारिकता

क) अधिकाररहित श्रेणी   ड) नोकरशाहीचा कणा

१०३७) औद्योगिक नोकरशाहीत 'रेखा अधिकारी' हे काय आहेत?

अ) पद   ब) पदाधिकारी   क) नामधारी   ड) व्यक्तीनिष्ठ घटना

१०३८) औद्योगिक नोकरशाहीत खालीलपैकी कोणत्या संरचनांचे प्रकार आढळतात?

(I) राजकीय पक्षावर आधारित संरचना (II) रेखात्मक किंवा रेषामय संरचना (III) कार्यात्मक संरचना

(IV) धार्मिकतेवर आधारित संरचना (V) समिती संरचना.

उत्तराचा खालीलपैकी कोणता पर्याय तुम्हास बरोबर वाटतो?

अ) (I) (III) (V)   ब) (II) (III) (V)   क) (III) (IV) (V)   ड) (I) (IV) (V)

१०३९) काही औद्योगिक समाजशास्त्रज्ञांच्या मताने कार्यकारीला औद्योगिक नोकरशाहीचा काय मानले जाते?

अ) कामचुकार अधिकारी   ब) योजनाविहीन अधिकारी

क) आत्मा वा केंद्रबिंदू   ड) राजकारण पटू

१०४०) बुद्धिप्रामाण्यवाद किंवा सयुक्तिकता (Rationality) ही संज्ञा कोणत्या संस्कृतीचे प्रतीक होय?

अ) भारतीय   ब) आफ्रिकन   क) पाश्चात्त्य   ड) आदिवासी

१०४१) काही तज्ज्ञांच्या मताने बुद्धिप्रामाण्यता किंवा समंजसपणा हा ज्ञान व समाज यांचा काय आहे?

अ) उगमस्रोत   ब) ज्ञानसाठा   क) भावनावेग   ड) धर्मनिष्ठता

१०४२) बुद्धिप्रामाण्यता किंवा समंजसपणा यावर विवेचन करताना फुको म्हणतात की ज्ञान हे कधीच काय नसते?

अ) दृष्टिकोनात्मक   ब) शुद्ध आणि तटस्थक) भावनावेग विरहित   ड) आत्मिक

१०४३) ख) उद्योगाचे प्रशासन चालविणारी यंत्रणा म्हणजे नोकरशाही होय.

ग) औद्योगिक कार्यकारी हा सर्वोच्च अधिकार असणारा पदाधिकारी असतो.

वरील दोन विधानांसाठी उत्तराचा खालीलपैकी कोणता पर्याय बरोबर वाटतो?

अ) 'ख' चूक 'ग' बरोबर   ब) 'ख' बरोबर 'ग' चूक

क) 'ख' व 'ग' दोन्हीही चूक   ड) 'ख' व 'ग' दोन्हीही बरोबर

१०४४) ख) आधुनिक जीवनात बुद्धिप्रामाण्यवाद महत्त्वाचा नाही.

ग) मानवाच्या प्रत्येक क्रियेमागे कोणत्या ना कोणत्या प्रकारचा बुद्धिप्रामाण्यवाद वा तर्कसंगतता (Rationality) असते.

वरील विधानांसाठी उत्तराचा कोणता पर्याय तुम्ही निवडाल?

अ) 'ख' व 'ग' दोन्हीही चूक   ब) 'ख' व 'ग' दोन्हीही बरोबर

क) 'ख' बरोबर 'ग' चूक ड) 'ख' चूक 'ग' बरोबर

१०४५) उद्योगक्षेत्रात उत्पादनाच्या साधनात प्रामुख्याने कोणत्या साधनांचा समावेश होतो?

अ) विविध यंत्रसामग्री ब) हस्तोद्योग

क) कृषी अवजारे ड) प्रशासकीय साधने

१०४६) 'अतिरिक्त मूल्य' ही संकल्पना ही कोणत्या शास्त्रज्ञाने प्रतिपादन केली होती?

अ) एमिल डरखाईम ब) हर्बर्ट स्पेन्सर क) कार्ल मार्क्स ड) डी. पी. मुकर्जी

१०४७) कार्ल मार्क्स यांची 'अतिरिक्त मूल्य' ही संकल्पना कशावर आधारित आहे?

अ) उत्पादन व विनिमय ब) वितरण व विभाजन

क) शेतमजूर व शेतमालक ड) वृत्तपत्रे व प्रचार माध्यमे

१०४८) भांडवलशाही अर्थव्यवस्थेत मानवाचे श्रम हेसुद्धा एक काय बनते?

अ) श्रमसाधन ब) विक्रेय वस्तू क) भांडवल ड) धर्माचरण

१०४९) कार्ल मार्क्स यांनी प्रतिपादन केलेले अतिरिक्त श्रमाचे सूत्र खालीलपैकी कोणते आहे असे तुम्हास वाटते?

अ) मजुराचे काम + मोबदला = अतिरिक्त श्रम

ब) मजुराचे कामाचे तास + त्यास मिळणारी मजुरी = अतिरिक्त श्रम

क) मजुराचे एकूण श्रम - आवश्यक श्रम = अतिरिक्त श्रम

ड) मजुरांची मजुरी + प्रत्यक्ष काम = अतिरिक्त श्रम

१०५०) परात्मता दूरीकरण (alienation) ह्या संकल्पनेचा जनक कोण?

अ) एमिल डरखाईम ब) हर्बर्ट स्पेन्सर क) मॅक्स वेबर ड) कार्ल मार्क्स

१०५१) परात्मता दूरीकरणात मार्क्स यांच्या मताने कोणत्या दोन शक्ती कार्यरत असतात?

अ) उत्पादनाची साधने व उत्पादन ब) भांडवल व उत्पादन

क) धर्माचरण व परंपरा

ड) अन्य मनुष्य (Other man) आणि आर्थिक व्यवस्था (Economic System)

१०५२) कार्ल मार्क्स यांच्या प्रतिपादनानुसार त्यांच्या 'परात्मता' या संकल्पनेतील अन्य मनुष्य कोण?

अ) भांडवलदार किंवा कारखानदार ब) कामगार किंवा मजूर

क) कार्यकारी ड) यंत्रसामग्री

१०५३) परात्मतेच्या संकल्पनेत कामगार वा मजूर कामापासून दूर का जातो?

अ) कामातील तोच तोचपणा किंवा साचेबंदपणा

ब) मजुरीचे कमी दर

क) भांडवलदारांचे दडपण

ड) वस्तूविक्रीतील बाजारीपणा

१०५४) ख) मार्क्सवाद्याच्या मताने उत्पादन प्रक्रिया व भांडवलदार यांच्या संबंधापासून दूर जाणे म्हणजे दूरीकरण होय.

ग) अतिरिक्त मूल्यांचा सिद्धान्त हा एमिल डरखाईम यांनी प्रतिपादन केला होता.

वरील विधानांसाठी उत्तराचा खालीलपैकी कोणता पर्याय तुम्हास बरोबर वाटतो?

अ) 'ख' व 'ग' दोन्हीही बरोबर 　　　ब) 'ख' व 'ग' दोन्हीही चूक

क) 'ख' चूक 'ग' बरोबर 　　　　　ड) 'ख' बरोबर 'ग' चूक

१०५५)ख) औद्योगिक नोकरशाहीत विभाग प्रमुखांना सर्वोच्च अधिकार प्राप्त झालेले असतात.

ग) बुद्धिप्रामाण्यवाद ही संकल्पना नोकरशाहीत मॅक्स वेबर यांनी वापरली होती.

वरील दोन विधानांसाठी उत्तराचा कोणता पर्याय तुम्हाला बरोबर वाटतो?

अ) 'ख' बरोबर 'ग' चूक 　　　　ब) 'ख' चूक 'ग' बरोबर

क) 'ख' व 'ग' दोन्हीही चूक 　　　ड) 'ख' व 'ग' दोन्हीही बरोबर

१०५६)स्तंभ (I)मध्ये दिलेल्या संकल्पनांची उत्तरे स्तंभ (II)मध्ये शोधा व त्यांच्या योग्य जोड्या लावा.

स्तंभ (I)	स्तंभ (II)
अ) औद्योगिक नोकरशाही	I) मॅक्स वेबर
ब) अतिरिक्त मूल्याचा सिद्धान्त	II) श्रमाचे वाटप करणारी व्यवस्था
क) बुद्धिप्रामाण्यता (Rationality)	III) उद्योगातील प्रशासकीय यंत्रणा
ड) श्रमविभाजन	IV) कार्ल मार्क्स
	V) हर्बर्ट स्पेन्सर

खालीलपैकी उत्तराचा कोणता पर्याय तुम्हास बरोबर वाटतो?

	(a)	(b)	(c)	(d)
अ)	(V)	(IV)	(III)	(II)
ब)	(II)	(I)	(IV)	(III)
क)	(III)	(V)	(I)	(IV)
ड)	(I)	(III)	(II)	(V)

१०५७)स्तंभ (I)मधील प्रतिपादनाचे उत्तर स्तंभ (II)मध्ये शोधून त्यांच्या योग्य जोड्या लावा.

स्तंभ (I)	स्तंभ (II)
अ) औद्योगिक नोकरशाहीचा आत्मा	I) परात्मता
ब) तेच तेच काम करून कामाचा कंटाळा येण्याची स्थिती	II) नोकरशाहीतील अधिकाररहित पद
क) कामगार	III) वर्तनातील वैज्ञानिकता
ड) बुद्धिप्रामाण्यता (Rationality)	IV) कार्यकारी
	V) फोरमन (पर्यवेक्षक)

उत्तराचा खालीलपैकी कोणता पर्याय तुम्हास योग्य वाटतो?

	(a)	(b)	(c)	(d)
अ)	(V)	(II)	(III)	(IV)
ब)	(IV)	(III)	(V)	(I)
क)	(III)	(IV)	(I)	(II)
ड)	(II)	(V)	(IV)	(III)

१०५८) कारखाना उत्पादन व्यवस्थेत खालीलपैकी कोणत्या वैशिष्ट्यांचा समावेश होतो?

(I) उत्पादन प्रक्रियेचे केंद्रीकरण   (II) घरगुती उत्पादनास प्राधान्य

(III) यांत्रिक शक्तीच्याद्वारे उत्पादनास प्रारंभ   (IV) पारंपरिक उत्पादनावर भर

(V) भांडवलाचे केंद्रीकरण   (VI) श्रमविभाजन-कामाची फोड करण्यावर आधारित.

वरीलसाठी उत्तराचा कोणता पर्याय तुम्हास बरोबर वाटतो.

अ) (I) (III) (V) (VI)   ब) (II) (IV) (V) (VI)

क) (III) (IV) (V) (VI)   ड) (I) (II) (III) (IV)

१०५९) कारखाना उत्पादन पद्धतीत उत्पादन प्रक्रियेचे काय झाले?

अ) विकेंद्रीकरण   ब) केंद्रीकरण   क) हस्तोद्योगास महत्त्व   ड) सरंजामशहांचे वर्चस्व

१०६०) औद्योगिक उत्पादनात व्यग्र असणाऱ्या व्यक्तींनी परस्पर सहकार्य आणि एकत्रितता यासाठी स्थापन केलेल्या गटास काय म्हणतात?

अ) मंडळ (Association)

ब) संघटना (Organization)

क) औद्योगिक संघटना (Industrial Organization)

ड) राष्ट्रीय पक्ष (National Party)

१०६१) औद्योगिक क्षेत्रात कार्यरत असलेल्या औद्योगिक संघटना कोणत्या दोन प्रकारात विभागल्या गेल्या आहेत?

अ) धार्मिक व पारंपरिक संघटना

ब) कौटुंबिक व संस्थात्मक संघटना

क) औपचारिक व अनौपचारिक औद्योगिक संघटना

ड) आर्थिक व व्यापारी संघटना

१०६२) प्रत्येक कारखाना ही कोणत्या प्रकारची संघटना आहे?

अ) राजकीय संघटना   ब) औपचारिक औद्योगिक संघटना

क) अनौपचारिक औद्योगिक संघटना   ड) सांस्कृतिक संघटना

१०६३) औपचारिक औद्योगिक संघटनेचे खालीलपैकी कोणते प्रकार पाडले जातात?

(I) राजकीय स्वरूपाच्या संघटना (II) उपयुक्ततावादी औद्योगिक संघटना (III) नियमनात्मक संघटना

(IV) करमणूक मंडळ (V) दबावात्मक संघटना

उत्तराचा खालीलपैकी कोणता पर्याय तुम्हास बरोबर वाटतो?

अ) (II) (IV) (V)   ब) (I) (II) (III)   क) (III) (IV) (V)   ड) (II) (III) (V)

१०६४) उद्योग क्षेत्रातील 'करमणूक मंडळ' (Recreation Association) कोणत्या प्रकारची औद्योगिक संघटना आहे.

अ) अनौपचारिक   ब) औपचारिक   क) शैक्षणिक   ड) आर्थिक

१०६५) उद्योगक्षेत्राचा विवाह संस्थेवर झालेला एक परिणाम अधोरेखित करा.

अ) 'विवाह एक पवित्र बंधन' या विचारात वाढ

ब) स्त्री व पुरुष यांच्या विवाह वयात झालेली वाढ

क) प्रेमविवाहास विरोध

ड) स्त्रियांच्या सामाजिक दर्जात घट

१०६६) उद्योगांच्या प्रगतीमुळे भारतात कुटुंब संस्थेत कोणते बदल झाले?

(I) कुटुंबाच्या पारंपरिक कार्यात बदल (II) संयुक्त कुटुंबाच्या विघटनास प्रारंभ

(III) मातृसत्ताक कुटुंबाचा उदय (IV) स्त्रियांच्या सामाजिक दर्जात घट

(V) केंद्र कुटुंबास वा छोट्या आकाराच्या कुटुंबाला प्राधान्य

उत्तराचा खालीलपैकी कोणता पर्याय तुम्हास बरोबर वाटतो?

अ) (I) (II) (III) ब) (III) (IV) (V) क) (II) (III) (IV) ड) (I) (II) (V)

१०६७) ख) उद्योगक्षेत्राचा प्रभाव म्हणून स्त्री-पुरुषांच्या घटस्फोटात वाढ झाली.

ग) उद्योगक्षेत्राच्या उदयामुळे सामाजिक स्तरीकरणात अस्पृश्यांचा सामाजिक दर्जा अधिक खालावला.

वरील दोन विधानांसाठी उत्तराचा कोणता पर्याय तुम्हास बरोबर वाटतो?

अ) 'ख' बरोबर, 'ग' चूक ब) 'ख' चूक 'ग' बरोबर

क) 'ख' व 'ग' दोन्ही चूक ड) 'ख' व 'ग' दोन्ही बरोबर

१०६८) उद्योगांचा परिणाम म्हणून सामाजिक स्तरीकरणात कोणत्या घटकाला प्राधान्य प्राप्त झाले आहे?

अ) जन्म ब) कर्तृत्व क) रूढिप्रियता ड) धर्म

१०६९) ख) उद्योगांचा भारतीय सामाजिक संरचनेवर झालेला महत्त्वाचा परिणाम म्हणजे अस्पृश्यतेच्या प्रथेचे झालेले संपूर्ण निर्मूलन होय.

ग) औद्योगिकीकरणामुळे शहर व त्या परिसरातील लोकांना रोजगाराच्या अधिक संधी उपलब्ध झाल्यात. वरील दोन विधानांसाठी उत्तराचा खालीलपैकी कोणता पर्याय तुम्हास बरोबर वाटतो?

अ) 'ख' व 'ग' दोन्हीही बरोबर ब) 'ख' व 'ग' दोन्हीही चूक

क) 'ख' चूक व 'ग' बरोबर ड) 'ख' बरोबर 'ग' चूक

१०७०) कामागार संघटना (Trade Union) ही उद्योग क्षेत्रातील कोणत्या प्रकारची संघटना होय?

अ) धार्मिक स्वरूपाची संघटना ब) आर्थिक स्वरूपाची संघटना

क) अनौपचारिक संघटना ड) औपचारिक संघटना

१०७१) एखाद्या कारखान्यातील अधिकाऱ्यांनी एकत्र येऊन अधिकारी संघटना (Officer's Organization or club) स्थापन केली तर त्याचे स्वरूप कोणत्या प्रकारचे असेल?

अ) अनौपचारिक संघटना ब) औपचारिक संघटना

क) रेखात्मक संघटना ड) कार्यात्मक संघटना

१०७२) कारखाना उत्पादन पद्धतीचे सर्वांत महत्त्वाचे वैशिष्ट्य कोणते?

अ) हस्तोद्योगाला प्राधान्य ब) यांत्रिक उत्पादनाला प्राधान्य

क) कृषी क्षेत्राचे महत्त्व ड) सरंजामशाहीला महत्त्व

१०७३) कारखाना उत्पादन पद्धतीतील भांडवलशाहीचे चार घटक इंग्रजीत फोर एमस (Four M's) कोणते?

(I) पैसा (Money) (II) जादू (Magic) (III) मनुष्य (Men) (IV) कच्चा माल (Material)

(V) विवाह (Marriage) (VI) यंत्रे (Machines)

वरीलसाठी उत्तराचा खालीलपैकी कोणता पर्याय बरोबर वाटतो?

अ) (I) (II) (III) (IV)   ब) (III) (IV) (V) (VI)

क) (I) (III) (IV) (VI)   ड) (II) (III) (IV) (V)

१०७४) उद्योग क्षेत्रात कार्यरत असलेली अनौपचारिक प्रशासकीय संघटना कोणती?

अ) भांडवलशाही   ब) नोकरशाही   क) साम्यवाद   ड) समाजवाद

१०७५) कामगारांच्या कामाच्या बदलत्या स्वरूपाचा विचार करता कामगारांच्यात कोणते बदल झाल्याचे दिसते?

अ) श्रमिक कामगारांच्या संख्येत वाढ

ब) कार्यकारीचे संपूर्ण नियंत्रण

क) श्रमजीवी कामगारांच्या संख्येत घट तर बुद्धिजीवी कामगारांच्या संख्येत वाढ

ड) फक्त बुद्धिजीवी कामगारांनाच प्राधान्य

१०७६) कामगारांच्या बदलत्या स्थितीचा विचार करता आजच्या कारखाना व्यवस्थेत कामगारांची परिस्थिती कशी बदलत आहे?

अ) कारखाना कामाकडून सेवा कामाकडे वाटचाल

ब) श्रमजीवी कामगारांच्या संख्येत वाढ व बौद्धिक कामगारांच्या संख्येत घट

क) श्रमबाजाराला अन्य बाजारापेक्षा जास्त महत्त्व प्राप्त झाले.

ड) सेवा कामात घट तर कारखाना कामात घट.

१०७७) कामगार-मालक संघर्षात कोणती प्रक्रिया संघर्षाची तीव्रता कमी करण्यास उपयोगी पडते?

अ) कायदेशीर व्यवस्था   ब) राजकीय व्यवस्था

क) सलोखा घडवून आणणारी यंत्रणा   ड) व्यवस्थापक

१०७८) औद्योगिक क्षेत्रातील कामगार-मालक तंट्याची सोडवणूक करणारी यंत्रणा ही कोणत्या संज्ञेने संबोधली जाते?

अ) न्यायालय   ब) मध्यस्थ   क) लवाद   ड) सौदेबाज

१०७९) लवादाचे कोणते दोन प्रकार तज्ज्ञ मान्य करतात?

अ) राजकीय व धार्मिक लवाद   ब) सांस्कृतिक व शैक्षणिक लवाद

क) ऐच्छिक व अनिवार्य लवाद   ड) वैधानिक व अवैधानिक लवाद

१०८०) कामगार व गिरणी मालक यांच्यातील संघर्ष सोडविण्याची व त्यांच्यात समझोता घडवून आणण्यासाठी कोणाची नेमणूक केली जाते?

अ) धर्मगुरू   ब) नगराध्यक्ष   क) मध्यस्थ   ड) न्यायाधीश

१०८१) लवादाचा निर्णय हा मालक आणि कामगार या दोन्ही पक्षांनी स्वीकारणे काय असते?

अ) दोघांच्या मर्जीकर अवलंबून असते.   ब) दोन्हीही पक्ष निर्णय फेटाळतात.

क) लवाद बदलतात.   ड) बंधनकारक असते.

१०८२) कामगार-मालक यांच्यात त्यांच्यातील कलह (संघर्ष) मिटविण्यासाठी केलेल्या वाटाघाटी व तद्संबंधी घेतलेले निर्णय म्हणजे काय?

अ) लवाद
ब) मध्यस्थ
क) सामूहिक सौदा किंवा करार
ड) राजकीय निर्णय

१०८३) सामूहिक कराराचा प्रारंभ हा कोणत्या देशात झाला?

अ) अमेरिका
ब) इंग्लंड
क) भारत
ड) जपान

१०८४) स्तंभ (I)मध्ये काही विधाने दिली असून स्तंभ (II)मध्ये त्याचे स्पष्टीकरण दिले आहे. त्यांच्या योग्य जोड्या लावा.

स्तंभ (I)	स्तंभ (II)
अ) सामूहिक सौदा	I) बुद्धिजीवी कामगारांच्या संख्येत वाढ
ब) लवाद	II) सलोख्याचे असणे चांगले
क) कामगारांचे आजच्या काळातील बदलते स्वरूप	III) कामगार व मालक यांच्यातील कलहात समझोता घडवून आणणारी यंत्रणा
	IV) त्यांचे निर्णय स्वीकारणे
ड) कामगार-मालक संबंध कसे असावेत.	दोन्ही पक्षांवर बंधनकारक असते.

वरीलसाठी उत्तराचा कोणता पर्याय तुम्हास बरोबर आहे असे वाटते?

	(a)	(b)	(c)	(d)
अ)	(II)	(IV)	(III)	(I)
ब)	(I)	(II)	(IV)	(III)
क)	(IV)	(III)	(I)	(II)
ड)	(III)	(I)	(II)	(IV)

१०८५) नव्या (१९९१) आर्थिक धोरणाचा परिणाम म्हणून कोणते कामगार आज महत्त्वाचे आहेत?

अ) कंत्राटी कामगार
ब) पगारी कामगार
क) श्रमिक कामगार
ड) कारागीर

१०८६) खालीलपैकी कोणी 'जबाबदार संघवादाचा सिद्धान्त' भारतात विकसित केला?

अ) डी. आर. गाडगीळ
ब) एस. ए. डांगे
क) एन. एम. लोखंडे
ड) अशोक मेहता

१०८७) भारतात एन. एम. लोखंडे यांनी स्थापन केलेल्या कामगार संघटनेचे नाव काय होते?

अ) बॉम्बे(मुंबई) मिल्स हॅन्ड्स असोसिएशन (Bombay Mills Hands Association)
ब) हिंद मजूर सभा (Hind Mazoor Sabha)
क) भारतीय किसान सभा
ड) भारतीय कापड गिरणी कामगार संघटना

१०८८) ख) कामगारांच्या हितसंबंधांचे रक्षण करण्यासाठी भारतात विविध उद्योग क्षेत्रात कामगार संघटना स्थापन करण्यात आल्यात.

ग) भारतातील कामगार संघटनांच्या स्थापनेचे प्रणेते पं. जवाहरलाल नेहरू हे होते.

वरील दोन विधानांसाठी उत्तराचा कोणता पर्याय तुम्हास बरोबर वाटतो?

अ) 'ख' चूक 'ग' बरोबर ब) 'ख' बरोबर 'ग' चूक

क) 'ख' व 'ग' दोन्हीही बरोबर ड) 'ख' व 'ग' दोन्हीही चूक

१०८९) इंग्लंड देशात प्रथम स्थापन करण्यात आलेल्या कामगार संघटनेचे नाव काय होते व ती संघटना किती साली स्थापन झाली?

अ) ग्रँड नॅशनल कन्सॉलिडेटेड ट्रेड युनियन-१८३४ (Grand National Consolidated Trade Union-1834)

ब) नॅशनल ट्रेड युनियन-१८५० (National Trade Union -1850)

क) द ॲमलगमेटेड सोसायटी ऑफ इंजिनिअर्स-१८५१ (The Amalgamated Society of Engineers -1851)

ड) ट्रेड युनियन काँग्रेस -१८३० (Trade Union Congress-1830)

१०९०) काही औद्योगिक अभ्यासकांच्या मताने कामगारांचे प्रश्न सोडविण्याचे शक्तीशाली हत्यार कोणते आहे?

अ) प्रांतीय सरकार ब) केंद्रीय सरकार क) कामगार संघटना ड) राजकीय पक्ष

१०९१) जागतिकीकरणाचा परिणाम म्हणून भारतीय उद्योगक्षेत्रात कोणत्या प्रकारच्या कामगार वर्गाचा उदय झाला?

अ) पगारी कामगार (Salaried Labour) ब) उद्योगबाह्य कामगार (Outsourcing Workers)

क) कृषी मजूर (Agricultural Labourer) ड) अकुशल कामगार (Unskilled Labourer)

१०९२) स्तंभ (I)मध्ये कामगार संघटनांची नावे दिली असून स्तंभ (II)मध्ये त्या संघटनांवर प्रभुत्व असलेल्या राजकीय पक्षांची नावे दिली आहेत. त्यांच्या योग्य जोड्या लावा.

स्तंभ (I)	स्तंभ (II)
अ) इंडियन नॅशनल ट्रेड युनियन काँग्रेस (INTUC)	I) साम्यवादी पक्ष
ब) ऑल इंडिया ट्रेड युनियन कॉग्रेस (AITUC)	II) समाजवादी पक्ष
क) हिंद मजूर सभा (HMS)	III) पूर्वाश्रमीचा जनसंघ (भा.ज.प.)
ड) भारतीय मजदूर सभा (BMS)	IV) काँग्रेस
	V) शिवसेना

उत्तराचा खालीलपैकी कोणता पर्याय तुम्हास बरोबर वाटतो?

	(a)	(b)	(c)	(d)
अ)	(II)	(III)	(IV)	(V)
ब)	(V)	(II)	(I)	(III)
क)	(III)	(V)	(II)	(IV)
ड)	(I)	(IV)	(III)	(II)

१०९३) एकविसाव्या शतकात कामगार संघटनांच्या सभासद संख्येत घट होण्याचे मुख्य कारण कोणते?

अ) संघटनांवरचा अविश्वास ब) भरपूर वेतन

क) उद्योगबाह्य कामगारांचे प्रमाण वाढले ड) सरकारची दडपशाही

१०९४) भारतात विविध उद्योगात कार्यरत असलेल्या स्त्री कामगारांचे प्रमाण सरासरी किती टक्के आहे?

अ) ६०% ब) ३५% क) २०% ड) १५%

१०९५) भारतातील बहुसंख्य कामगार संघटना या मोठ्या प्रमाणात कोणाच्या ताब्यात आहेत?

अ) सरकारच्या ब) खासगी व्यावसायिकांच्या

क) राजकीय पक्षांच्या ड) स्वयंसेवी संस्थांच्या

१०९६) खाली 'ख'मध्ये एक विधान प्रतिपादन करण्यात आले असून 'ग'मध्ये त्याचे कारण दिले आहे.

विधान

ख) भारतात कामगार चळवळ पूर्णपणे कधीच यशस्वी झाली नाही.

कारण

ग) दोन पक्षातील राजकीय मतभेदांमुळे प्रश्न सोडविण्याच्या प्रश्नांच्या संदर्भात एकमतांचा अभाव.
वरीलसाठी उत्तराचा योग्य असा पर्याय निवडा.

अ) 'ख' विधान बरोबर आणि त्याचे 'ग' कारणही अचूक

ब) 'ख' विधान चूक पण 'ग' कारण बरोबर

क) 'ख' विधान बरोबर पण 'ग' कारण चूक

ड) 'ख' आणि 'ग' दोन्हीही चूक

१०९७) खालीलपैकी कोणत्या उद्योगक्षेत्रात आजही स्त्रियांना पुरुषांपेक्षा कमी वेतन दिले जाते.

(I) लागवड उद्योग क्षेत्र (II) सरकारी उद्योग क्षेत्र (III) खाण उद्योग क्षेत्र (IV) बांधकाम उद्योग क्षेत्र (V) धार्मिक क्षेत्र.

उत्तराचा कोणता पर्याय बरोबर आहे असे तुम्हास वाटते?

अ) (I) (II) (III) ब) (I) (III) (IV) क) (III) (IV) (V) ड) (II) (III) (IV)

१०९८) बालकामगार नेमणुकीच्या प्रवृत्तीला आळा घालण्यासाठी भारत सरकारने 'बाल कामगार (प्रतिबंध व नियमन) कायदा' किती साली मंजूर केला.

अ) ११९० ब) १९९६ क) १९८६ ड) २०००

१०९९) 'भारतात व्यवस्थापनात कामगारांचा सहभाग' ही प्रक्रिया किती साली सुरू झाली?

अ) १९५० ब) १९१० क) २००१ ड) १९४०

११००) सामूहिक सौद्यात कामगार व मालक यांच्यातील संघर्षावर तोडगा कशा प्रकारचा असतो?

अ) दोन पक्षात वितुष्ट निर्माण करणारा ब) शांततामय मार्गाने प्रश्नावर तोडगा

क) कामगारांचे हितसंबंध जपणे ड) राजकीय संघर्ष

११०१) स्तंभ (I)मध्ये काही संकल्पना दिल्या असून स्तंभ (II) मध्ये त्यांचे स्पष्टीकरण दिले आहे. त्यांच्या योग्य जोड्या लावा.

स्तंभ (I)	स्तंभ (II)
अ) भारतात मुंबई (बॉम्बे) गिरणी हॅन्ड्स असोसिएशनची स्थापना	I) साम्यवादी पक्ष

ब) इंडियन नॅशनल ट्रेड युनियन काँग्रेसची स्थापना (इन्टक)   II) कामगार संघटना

क) ऑल इंडिया ट्रेड युनियन काँग्रेसची स्थापना (आयटक)   III) स्थापना १९२० साली

ड) कामगारांची स्थिती सुधारण्यासाठी स्थापन करण्यात आलेली संघटना   IV) श्री. एन. एम. लोखंडे

V) महात्मा गांधी

उत्तराचा खालीलपैकी कोणता पर्याय तुम्हास योग्य वाटतो?

	(a)	(b)	(c)	(d)
अ)	(V)	(IV)	(III)	(II)
ब)	(II)	(III)	(I)	(IV)
क)	(III)	(I)	(V)	(V)
ड)	(IV)	(II)	(IV)	(I)

११०२) कामगार संघटना संघर्षाचे अंतिम हत्यार म्हणून कशाचा वापर करतात?

अ) संप   ब) घेराव   क) मोर्चा   ड) धरणे

११०३) माहिती तंत्रज्ञानाचा परिणाम म्हणून भारतीय कुटुंब संस्थेवर झालेला महत्त्वाचा परिणाम कोणता?

अ) नात्यांपेक्षा पैसा महत्त्वाचा ठरत आहे.

ब) तरुण जोडप्यांच्या घटस्फोट घेण्याच्या प्रवृत्तीत वाढ

क) पितृसत्ताक अधिकारात वाढ

ड) कुटुंब महत्त्वाचे असे वाटणाऱ्या व्यक्तींच्या प्रवृत्तीत वाढ

११०४) औद्योगिकीकरणाचा भारतातील कुटुंब संस्थेवर झालेला महत्त्वाचा परिणाम कोणता?

अ) संयुक्त कुटुंब व्यवस्था अधिक घट्ट झाली   ब) नोंदणी विवाह करण्याच्या प्रवृत्तीत वाढ

क) संयुक्त कुटुंबाच्या विघटनास प्रारंभ   ड) धार्मिक विधींना महत्त्व प्राप्त झाले.

११०५) सामाजिक स्तरीकरण व्यवस्थेत औद्योगिकीकरणाचा कोणता परिणाम झाला असल्याचे तज्ज्ञ मानतात?

अ) जातीवर आधारित स्तरीकरण व्यवस्थेत वाढ.

ब) आजही स्तरीकरण व्यवस्थेवर धर्माचा पगडा कायम आहे.

क) आज स्तरीकरण व्यवस्था नष्ट झाली आहे.

ड) जन्मावर आधारित स्तरीकरण व्यवस्थेऐवजी कर्तृत्वावर आधारित स्तरीकरणास प्राधान्य प्राप्त झाले.

११०६) तज्ज्ञांच्या मताने उद्योगक्षेत्रातील वर्ग संघर्ष हा प्रामुख्याने कोणत्या दोन वर्गात होतो?

अ) दलित-दलितेतर   ब) जमीनदार-व्यापारी

क) कामगार-कारखाना मालक   ड) दोन राजकीय पक्षांचे समर्थक

११०७) ख) उद्योगक्षेत्रातील कामगारांचे कलह हे मुख्यत: पगार व तद्संबंधी भत्त्यात वाढ करण्यासाठीच असतात.

ग) औद्योगिक कलह सोडविण्याची यंत्रणा म्हणजे संप होय.

वरील दोन विधानांसाठी खालीलपैकी उत्तराचा कोणता पर्याय तुम्हास योग्य वाटतो.

अ) 'ख' व 'ग' दोन्हीही बरोबर ब) 'ख' व 'ग' दोन्हीही चूक

क) 'ख' चूक 'ग' बरोबर ड) 'ख' बरोबर 'ग' चूक

११०८) कामगारातील वर्गसंघर्ष हा प्रामुख्याने कोणत्या प्रश्नांशी निगडित असतो?

अ) कामगार कपातीच्या प्रश्नावर ब) बेशिस्त वर्तनाचे समर्थन करण्यासाठी

क) राजकीय पक्षांच्या दबाबामुळे ड) विभिन्न धार्मिक मतभेदांमुळे

११०९) औद्योगिकीकरणाचे सामाजिक स्तरीकरणावर झालेले परिणाम कोणते?

(I) व्यक्तीच्या क्षमतेवर आधारित व्यवसाय

(II) जातीवर आधारित व्यवसायाला महत्त्व

(III) व्यक्ती दर्जा निर्धारणात तिचे उत्पन्न गृहीत धरले जाते

(IV) दर्जे निर्धारित करण्यात शिक्षण महत्त्वाचे

(V) धर्माला दर्जे निर्धारण्यात आत्यंतिक महत्त्व

उत्तराचा कोणता पर्याय तुम्हास बरोबर वाटतो?

अ) (I) (II) (III) ब) (I) (III) (IV) क) (III) (IV) (V) ड) (II) (III) (IV)

१११०) औद्योगिकीकरणाचा जाती व्यवस्थेवर कोणता परिणाम झाला?

(I) जातीचे विघटीकरण (II) ब्राह्मणांच्या दर्जात घसरण (III) अस्पृश्यतेची प्रथा घट्ट झाली (IV) शूद्र जातीतील व्यक्तींच्या दर्जात वाढ (V) शिक्षणाला महत्त्व नाही (VI) कर्तृत्वावर आधारित श्रमविभाजन

उत्तराचा खालीलपैकी कोणता पर्याय तुम्हास बरोबर वाटतो?

	(a)	(b)	(c)	(d)
अ)	(III)	(IV)	(V)	(VI)
ब)	(IV)	(V)	(VI)	(III)
क)	(I)	(II)	(IV)	(VI)
ड)	(II)	(III)	(IV)	(V)

११११) भारतात नवीन औद्योगिक धोरणाचा प्रारंभ कधी झाला?

अ) १९५० ब) १९७० क) १९८५ ड) १९९१

१११२) नव्या औद्योगिक धोरणाचा (१९९१) महत्त्वाचा घटक कोणता?

अ) गृहोद्योगाला प्राधान्य ब) यांत्रिकीकरणाला प्रारंभ

क) नवीन स्वदेशी तंत्रज्ञानाचा विकास करणे ड) सरकारी क्षेत्रातील उद्योगास प्राधान्य देणे

१११३) १९९१च्या नवीन औद्योगिक धोरणाचा परिणाम म्हणून भारत सरकारने प्रत्येक महत्त्वाच्या शहरात कशाची स्थापना करण्याचे ठरविले?

अ) कृषी बाजार समिती ब) सहकारी बाजार समित्या

क) कर्ज प्रदान यंत्रणा ड) विशेष आर्थिक क्षेत्र (Special Economic Zone)

१११४) भारतात स्वातंत्र्य प्राप्तीनंतर भारत सरकारने सर्वसाधारणपणे उद्योगक्षेत्रांच्या विकासासाठी किती कायदे मंजूर केले होते?

अ) ५१ ब) ६२ क) ७५ ड) ४३

१११५) उद्योगक्षेत्रातील मानवी संबंध हे कोणत्या घटकांवर आधारित असावेत असे तज्ज्ञांना वाटते?

अ) द्वेषावर ब) संघर्षावर

क) सद्गुणांवर आधारित मैत्रीचे ड) कायद्यावर

१११६) उद्योगक्षेत्रातील मानवी संबंधांचा आधार खालीलपैकी कोणता असावा असे तुम्हास वाटते?

(I) समान नैतिकता पाहिजे (II) आश्वासनांची पूर्तता करणारी वचनबद्धता

(III) जाती मंडळाची निर्मिती (IV) द्वेष बुद्धिचा अभाव (Non-malevolence)

(V) धार्मिक मंडळांना प्राधान्य (VI) परस्पर मदत, सामंजस्य व आदर

उत्तराचा खालीलपैकी कोणता पर्याय तुम्हास बरोबर वाटतो?

	(a)	(b)	(c)	(d)
अ)	(I)	(II)	(III)	(IV)
ब)	(I)	(II)	(IV)	(VI)
क)	(III)	(IV)	(V)	(VI)
ड)	(I)	(IV)	(V)	(VI)

१११७) भारतात व इतरत्रही कामगार कायद्याची निर्मिती करण्यामागचा सरकारचा हेतू काय होता?

अ) कामगारांवर दबाब टाकणे.

ब) कामगारांचे कल्याण करण्यासाठी विविध सुविधा त्यांना पुरविण्यासाठी.

क) औद्योगिक कलहाला प्रोत्साहन देण्यासाठी.

ड) मालकांचे कामगारांवर नियंत्रण असावे म्हणून.

१११८) खालीलपैकी कोणते कायदे कामगार कल्याण साधण्यासाठी केले गेले होते?

(I) कामगार नुकसान भरपाई कायदा १९२३ (II) भारतीय दंडविधान कायदा

(III) कोळसाखाणी भविष्य निर्वाह निधी व बोनस कायदा १९४८ (IV) हिंदू वारसाहक्क कायदा १९५६

(V) कर्मचारी राज्य विमा कायदा १९४८ (VI) कर्मचारी भविष्य निर्वाह निधी कायदा १९५२

उत्तराचा खालीलपैकी कोणता पर्याय तुम्हास बरोबर वाटतो?

	(a)	(b)	(c)	(d)
अ)	(I)	(II)	(III)	(IV)
ब)	(III)	(IV)	(V)	(VI)
क)	(II)	(III)	(IV)	(V)
ड)	(I)	(III)	(V)	(VI)

१११९) ख) १९९१च्या औद्योगिक धोरणानुसार प्रामुख्याने खासगी मालकाच्या उद्योगाला प्रोत्साहन देण्यात आले होते.

ग) १९९१च्या औद्योगिक धोरणात स्वदेशी गुंतवणुकीला तीव्र विरोध करण्यात आला होता.

वरील विधानांसाठी खालीलपैकी कोणता उत्तराचा पर्याय तुम्हास बरोबर वाटतो?

अ) 'ख' बरोबर 'ग' चूक   ब) 'ख' चूक 'ग' बरोबर

क) 'ख' व 'ग' दोन्ही चूक   ड) 'ख' व 'ग' दोन्ही बरोबर

११२०) भारतात औद्योगिक धोरणाचा प्रारंभ कधी झाला?

अ) १९४८   ब) १९५६   क) १९७०   ड) १९९१

वस्तुनिष्ठ प्रश्नांची उत्तरे

१०२१ ब	१०२२ अ	१०२३ क	१०२४ ड	१०२५ क	१०२६ ब	१०२७ अ	१०२८ क
१०२९ ड	१०३० क	१०३१ अ	१०३२ ब	१०३३ अ	१०३४ क	१०३५ ड	१०३६ क
१०३७ अ	१०३८ ब	१०३९ क	१०४० क	१०४१ अ	१०४२ ब	१०४३ ड	१०४४ ड
१०४५ अ	१०४६ क	१०४७ अ	१०४८ ब	१०४९ क	१०५० ड	१०५१ ड	१०५२ अ
१०५३ अ	१०५४ ड	१०५५ ब	१०५६ क	१०५७ ड	१०५८ अ	१०५९ ब	१०६० क
१०६१ क	१०६२ ब	१०६३ ड	१०६४ अ	१०६५ ब	१०६६ ड	१०६७ अ	१०६८ ब
१०६९ क	१०७० ड	१०७१ अ	१०७२ ब	१०७३ क	१०७४ ब	१०७५ क	१०७६ अ
१०७७ क	१०७८ क	१०७९ क	१०८० क	१०८१ ड	१०८२ क	१०८३ ब	१०८४ क
१०८५ अ	१०८६ क	१०८७ अ	१०८८ ब	१०८९ अ	१०९० क	१०९१ ब	१०९२ क
१०९३ क	१०९४ ड	१०९५ क	१०९६ अ	१०९७ ब	१०९८ क	१०९९ ब	११०० ब
११०१ ब	११०२ अ	११०३ ब	११०४ क	११०५ ड	११०६ क	११०७ ड	११०८ अ
११०९ ब	१११० क	११११ ड	१११२ क	१११३ ड	१११४ अ	१११५ क	१११६ ब
१११७ ब	१११८ ड	१११९ अ	११२० अ				

पेपर : ३ (ब)

४

विकासाचे समाजशास्त्र
(Sociology of Development)

(वस्तुनिष्ठ प्रश्न १००)

११२१) सामाजिक विकास ही एक प्रक्रिया आहे की ज्यात काय होते?

अ) साध्या समाजाचे प्रगत (Advanced) समाजात रूपांतर होते.

ब) प्रगत समाजाचे अप्रगत समाजात रूपांतर होते.

क) साध्या समाजाचे धर्म निरपेक्ष किंवा धर्मातीत समाजात रूपांतर होते.

ड) आर्थिक प्रगती होते.

११२२) विकास या प्रक्रियेचे खालीलपैकी तीन महत्त्वाचे पैलू कोणते?

I) आर्थिक विकास   II) धार्मिक विकास   III) सामाजिक विकास   IV) राजकीय विकास

V) सांप्रदायिक विकास

खालीलपैकी उत्तराचा कोणता पर्याय तुम्हास बरोबर वाटतो?

अ) (I) (II) (III)   ब) (I) (III) (IV)   क) (III) (IV) (V)   ड) (II) (III) (IV)

११२३) विकासाची परिभाषा लावावयाची झाल्यास भारत हा कोणत्या प्रकारचा देश आहे?

अ) अविकसित   ब) विकसित   क) विकसनशील   ड) औद्योगिक

११२४) डॉ. आर. दत्ता यांच्या विचारानुसार विकासाच्या समाजशास्त्रात कशाच्या अध्ययनावर भर दिला जातो?

अ) सामाजिक परिवर्तनावर   ब) धार्मिक परिवर्तनावर

क) सांस्कृतिक परिवर्तनावर   ड) क्रियाव्यवस्थेच्या विकासावर

११२५) कोणत्याही देशाच्या विकास प्रक्रियेचा विचार करता विकास हा कसा असतो?

अ) एक दिशीय स्वरूपाचा   ब) परिवर्तनात्मक स्वरूपाचा

क) सर्वांगीण स्वरूपाचा   ड) फक्त राजकीय स्वरूपाचा

११२६) आर्थिक विकास हा कशाचा परिणाम आहे असे तज्ज्ञांना वाटते?

अ) आर्थिक शोषणाचा   ब) जाती विभेदीकरणाचा

क) पाश्चिमात्यीकरणाचा   ड) दीर्घकालीन नियोजनाचा

११२७) आर्थिक विकासाच्या मापदंडात खालीलपैकी कोणते मापदंड समाविष्ट होतात?

I)   जागतिक आर्थिक परिस्थिती   II) राष्ट्रीय उत्पन्न

III) वैयक्तिक उत्पन्न   IV) राजकीय सूडांचे अर्थकारण

V) आर्थिक कल्याण

उत्तराचा कोणता पर्याय तुम्हास बरोबर वाटतो?

अ) (I) (II) (III)   ब) (II) (III) (V)   क) (III) (IV) (V)   ड) (I) (III) (IV)

११२८) विकासाचा एक पैलू म्हणून तज्ज्ञ आणखी कोणत्या विकासाचा उल्लेख करतात?

अ) राजकीय विकास   ब) मानवी विकास

क) धर्मशास्त्रीय विकास   ड) सांस्कृतिक विकास

११२९) मानवी विकासाचा विचार करता मानवी विकासाचे दोन दृष्टिकोन कोणते?

अ) धार्मिक व परंपरावादी विकास   ब) नेतृत्व व नेतृत्व गुणांचा विकास

क) शारीरिक व बौद्धिक विकास   ड) वैज्ञानिक व अवैज्ञानिक विकास

११३०) 'विकास' या संकल्पनेचा विचार करता जगाचे विभाजन किती विभागात झाले आहे?

अ) चार   ब) दोन   क) पाच   ड) तीन

११३१) विकासाचा निकष लावून जगाचे कोणत्या तीन आर्थिक गटात विभाजन झाले आहे?

अ) विकसित-विकसनशील व अविकसित   ब) धार्मिक-सांस्कृतिक व रूढिप्रिय

क) ग्रामीण-आदिवासी व नागरी   ड) उच्च, नीच व शूद्र

११३२) आर्थिक विकासाचा विचार करता कोणत्याही राष्ट्राचे आर्थिक विकासाचे निर्देशक निकष कोणते?

(I) उत्पन्न निर्देशक   (II) धार्मिक रूढी निर्देशक   (III) जीवनमान निर्देशक

(IV) नेतृत्व निर्देशक (V) मूलभूत गरजांचे निर्देशक

उत्तराचा खालीलपैकी कोणता पर्याय तुम्हास योग्य वाटतो?

अ) (I) (II) (III)   ब) (II) (III) (IV)   क) (I) (III) (V)   ड) (III) (IV) (V)

११३३) ख) मानवाचे दरडोई उत्पन्न त्या त्या राष्ट्राच्या आर्थिक विकासाचे निर्देशक होय.

ग) आफ्रिका खंडातील राष्ट्रे 'विकसित राष्ट्रे' या संज्ञेला पात्र ठरतात.

वरील दोन विधानांसाठी उत्तराचा कोणता पर्याय तुम्हास बरोबर वाटतो?

अ) 'ख' व 'ग' दोन्हीही बरोबर   ब) 'ख' व 'ग' दोन्हीही चूक

क) 'ख' चूक 'ग' बरोबर   ड) 'ख' बरोबर 'ग' चूक

११३४) भावी पिढ्यांसाठी जिथे निसर्ग संवर्धन केले जाते अशा विकासाला काय म्हणतात?

अ) सामाजिक विकास ब) आर्थिक विकास

क) शाश्वत विकास ड) मानवी विकास

११३५) ख) अर्थव्यवस्थेच्या तरतुदीनुसार समाजातील सर्व घटकांची प्रगती एकाच वेळी होण्याच्या क्रियेला 'असंतुलित विकास' असे म्हणतात?

ग) भारत हा तज्ज्ञांच्या मताने अविकसित देश आहे.

वरील दोन विधानांसाठी उत्तराचा कोणता पर्याय तुम्हास बरोबर वाटतो?

अ) 'ख' व 'ग' दोन्हीही चूक ब) 'ख' व 'ग' दोन्हीही बरोबर

क) 'ख' बरोबर 'ग' चूक ड) 'ख' चूक 'ग' बरोबर

११३६) सामाजिकीकरण ही अशी एक सामाजिक प्रक्रिया आहे की जी कोणास मदत करते?

अ) मानवी विकासास ब) धार्मिक विकासास

क) राजकीय विकासास ड) साम्राज्यशाहीच्या विकासास

११३७) सामाजिक परिवर्तन व सामाजिक विकासाचे एक साधन म्हणून कोणत्या प्रक्रियेकडे पाहिले जाते?

अ) राजकीय पक्ष ब) शैक्षणिक प्रक्रिया

क) जातीय विभेदीकरणाची प्रक्रिया ड) धार्मिक प्रक्रिया

११३८) 'परिसर विकास कार्यक्रम' हे कोणत्या प्रकारच्या विकास प्रक्रियेचे प्रतीक होय?

अ) आर्थिक ब) राजकीय क) शाश्वत वा चिरंतन ड) शैक्षणिक

११३९) असमान आणि असंतुलित विकास ही संकल्पना कोणत्या विद्वानाने मांडली आहे?

अ) ए. जी. फ्रॅन्क ब) समीर अमीन क) जी. मिर्डाल ड) डी. मॅकलेलँड

११४०) वॉलर स्टीनच्या (Waller Stein) विश्व-व्यवस्था विश्लेषणात खालीलपैकी कोणती व्यवस्था विश्लेषणाचा घटक बनते?

अ) राष्ट्र - राज्य - विश्व साम्राज्य - विश्व अर्थव्यवस्था

ब) लघुव्यवस्था - विश्वसाम्राज्य - विश्व अर्थव्यवस्था

क) विश्वसाम्राज्य - राष्ट्र - राज्य - लघुव्यवस्था

ड) विश्व अर्थव्यवस्था - राष्ट्र - राज्य - लघुव्यवस्था

११४१) मानवी विकासाचा अभ्यास समाजशास्त्रज्ञ कोणत्या प्रक्रियेद्वारे करतात?

अ) धार्मिक प्रक्रियांद्वारे ब) सामाजिकीकरण प्रक्रियेद्वारे

क) मानसिक प्रक्रियेद्वारे ड) वाढत्या वयाच्या प्रक्रियेद्वारे

११४२) भारताच्या ग्रामीण विकासाच्या प्रक्रियेत कोणत्या चळवळीचा वाटा मोठा आहे?

अ) नक्षलवादी चळवळ ब) चिपको चळवळ

क) सहकारी चळवळ ड) जिल्हा परिषदा

११४३) समुदाय विकास योजनेचा विकास प्रक्रियेतील लक्ष्य गट (Target Group) कोण होता?

अ) नागरी समुदाय ब) शिक्षण क्षेत्र क) धार्मिक समुदाय ड) ग्रामीण समुदाय

११४४) काही तज्ज्ञांच्या मताने नागरी विकासाला कारणीभूत असणारा महत्त्वाचा घटक कोणता ?

अ) औद्योगिकीकरण   ब) स्थलांतर

क) जातीय राजकारण   ड) धर्मनिरपेक्षता

११४५) विकास म्हणजे फक्त कोणता विकास आहे ?

अ) राजकीय   ब) धर्मशास्त्रीय   क) आर्थिक   ड) शैक्षणिक

११४६) खालीलपैकी कोणते घटक नागरी विकासास कारणीभूत ठरतात ?

I) कृषीक्षेत्रात झालेली क्रांती   II) वाहतुकीच्या साधनात झालेली वाढ

III) शिक्षणाचा अभाव   IV) संज्ञापन साधनांची उपलब्धता

V) जातीवादाचे प्राबल्य   VI) औद्योगिक क्रांती

उत्तराचा खालीलपैकी कोणता पर्याय तुम्हास बरोबर वाटतो ?

अ) (I) (II) (III) (IV)   ब) (I) (II) (IV) (VI)

क) (III) (IV) (V) (VI)   ड) (II) (III) (IV) (V)

११४७) आज विकासाचा एक घटक म्हणून कोणती प्रक्रिया महत्त्वाची ठरते ?

अ) लष्करीकरण   ब) साम्यवादीकरण

क) राष्ट्रीयीकरण   ड) आधुनिकीकरण

११४८) भारतादी विकसनशील देशात नियोजनबद्ध आर्थिक वा अन्य प्रकारच्या विकासासाठी कोणती योजना राबवली जाते ?

अ) पंचवार्षिक नियोजन व्यवस्था   ब) एकात्मिक ग्रामीण रोजगार योजना

क) सहकारी बाजार समित्या   ड) सहकारी नागरी सहकारी बँका

११४९) मानवाच्या आर्थिक व अन्य स्वरूपाच्या विकासासाठी मानवी श्रम शक्तीच्या वापरांसाठी कोणत्या संज्ञेचा वापर केला जातो ?

अ) आर्थिक भांडवल   ब) मानवी भांडवल   क) राजकीय भांडवल   ड) सांस्कृतिक भांडवल

११५०) ख) 'आर्थिक विकास हा सर्व प्रकारच्या विकासाचा पाया आहे' असे मार्क्स यांना वाटत होते.

ग) मानवाच्या सर्वांगीण विकासासाठी प्रगती (Progress) आणि वृद्धी (Growth) या संज्ञांचा वापर करतात ?

वरील विधानांसाठी उत्तराचा खालीलपैकी कोणता पर्याय हा बरोबर आहे ?

अ) 'ख' व 'ग' दोन्हीही चूक   ब) 'ख' व 'ग' दोन्हीही बरोबर

क) 'ख' बरोबर 'ग' चूक   ड) 'ख' चूक व 'ग' बरोबर

११५१) स्तंभ (I) मध्ये काही संज्ञा दिल्या आहेत व स्तंभ (II) मध्ये त्याचे स्पष्टीकरण दिले आहे. योग्य जोड्या लावा.

स्तंभ (I)   स्तंभ (II)

अ) जागतिक व्यवस्था   I) ए. फ्रॅन्क (A. Frank)

ब) विकासाचा उदारवादी दृष्टिकोन   II) वॉलर स्टेन (Waller Stein)

क) परावलंबित्वाचा सिद्धान्त   III) समीर अमीन (Samir Amin)

ड) असंतुलित विकास सिद्धान्त — IV) गुन्नर मिर्डाल (Gunnar Mirdal)

V) कार्ल मार्क्स (Karl Marks)

उत्तराचा खालीलपैकी कोणता पर्याय तुम्हास बरोबर वाटतो?

	(a)	(b)	(c)	(d)
अ)	(V)	(III)	(IV)	(II)
ब)	(II)	(I)	(II)	(IV)
क)	(III)	(V)	(V)	(I)
ड)	(IV)	(II)	(I)	(III)

११५२) उदारमतवादी सिद्धान्त युरोप खंडात १७ व्या शतकात विकसित झाला, तो कशासाठी?

अ) अधिकारशाहीवादी सरकारला नाकारण्यासाठी (Rejection of Authoritarian Government)

ब) धर्म निरपेक्षतेला नाकारण्यासाठी (Rejection to Securalism)

क) लोकशाहीला नाकारण्यासाठी (Rejection of Democracy)

ड) संस्कृतीला विरोध करण्यासाठी (Oppose to Culture)

११५३) विकासाच्या उदारमतवादी सिद्धान्तात खालीलपैकी कोणत्या घटकांचा समावेश होतो?

I) भाषण स्वातंत्र्यास मान्यता II) गरिबांच्या मानवी हक्कांना नकार देणे.

III) हितसंबंधांचे रक्षण करण्यासाठी मंडळांच्या निर्मितीस मान्यता.

IV) स्त्रियांच्या हक्कांवर गदा आणण्यासाठी.

V) धर्मस्वातंत्र्यास मान्यता.

VI) बालकामगारांच्या नेमणुकीला मुक्त द्वार.

उत्तराचा खालीलपैकी कोणता पर्याय बरोबर आहे असे तुम्हास वाटते?

अ) (I) (II) (III) ब) (I) (III) (V) क) (IV) (V) (VI) ड) (III) (IV) (V)

११५४) ख) तिसऱ्या जगातील राष्ट्रांचे पहिल्या जगातील राष्ट्रांवर असलेले अवलंबन हा उदारमतवादी सिद्धान्ताचा गाभा आहे.

ग) तिसऱ्या जगातील राष्ट्रे म्हणजे अविकसित राष्ट्रे होत.

वरील दोन विधानांसाठी उत्तराचा कोणता पर्याय 'तुम्हास' बरोबर वाटतो?

अ) 'ख' व 'ग' दोन्हीही चूक — ब) 'ख' व 'ग' दोन्हीही बरोबर

क) 'ख' बरोबर 'ग' चूक — ड) 'ख' चूक व 'ग' बरोबर

११५५) विकसित राष्ट्रांतील विकासाची गती व अविकसित राष्ट्रांतील विकासाची गती यातील भेदासाठी कोणती संज्ञा वापरली जाते?

अ) संतुलित विकास — ब) सामाजिक विकास

क) असंतुलित विकास — ड) ऊर्ध्वरेषी विकास

११५६) वॉलरस्टेन यांच्या मताने पहिले जग व तिसरे जग यांच्या परस्पर संबंधीची व्यवस्था म्हणजे कोणती व्यवस्था?

अ) उदारमतवादी व्यवस्था — ब) जागतिक व्यवस्था

क) आर्थिक निर्धारण व्यवस्था   ड) सामाजिक व्यवस्था

११५७) मानवी विकासाचा एक घटक म्हणून मानवी भांडवलाचा उल्लेख केला जातो. मानवी भांडवलात कोणत्या घटकांचा अंतर्भाव होतो?

अ) सामाजिक परिस्थिती   ब) राजकीय परिस्थिती

क) मानवाचे कौशल्य आणि ज्ञान   ड) मानवाची मानसिक स्थिती

११५८) मानवी विकासाचे दोन पैलू आहेत, ते कोणते?

अ) धर्माधिष्ठित विकास   ब) शिक्षणाधिष्ठित विकास

क) कौटुंबिक विकास   ड) बौद्धिक व शारीरिक विकास

११५९) संतुलित विकासाची आवश्यक तत्त्वे म्हणून कोणत्या दोन घटकांचा उल्लेख केला जातो?

अ) औद्योगिक व क्षेत्रीय संतुलन   ब) ग्रामीण व आदिवासी संतुलन

क) राजकीय व सामाजिक संतुलन   ड) धार्मिक व सांस्कृतिक संतुलन

११६०) भारतात पूर्वी तथाकथित अस्पृशांना धार्मिक, सामाजिक व शैक्षणिक क्षेत्रापासून वंचित करण्यात आले होते. हे कोणत्या प्रकारच्या विकासाचे प्रतीक होय?

अ) आर्थिक विकासाचे   ब) असंतुलित विकासाचे

क) धार्मिक विकासाचे   ड) संतुलित विकासाचे

११६१) ख) तिसऱ्या जगातील राष्ट्रांचे पहिल्या जगातील अवलंबन हे 'परावलंबन सिद्धान्त' या संज्ञेने संबोधले जाते.

ग) भारत हे संतुलित विकासाचे प्रतीक होय.

वरील दोन विधानांसाठी खालीलपैकी उत्तराचा कोणता पर्याय तुम्हास बरोबर वाटतो?

अ) 'ख' व 'ग' दोन्ही बरोबर   ब) 'ख' व 'ग' दोन्हीही चूक

क) 'ख' चूक व 'ग' बरोबर   ड) 'ख' बरोबर 'ग' चूक

११६२) कोणत्याही राष्ट्राच्या विकासाचा मार्ग (Path) म्हणून कोणत्या दोन संज्ञा वापरतात?

अ) राष्ट्रीयीकरण व सामाजिकीकरण   ब) धार्मिकीकरण व सांस्कृतिकीकरण

क) आधुनिकीकरण व जागतिकीकरण   ड) वास्तविकीकरण व संतुलिकीकरण

११६३) ॲन्थनी गिडन्स यांच्या मताने 'आधुनिकता' म्हणजे काय?

अ) सरंजामशाहीवर आधारित व्यवस्था

ब) सरंजामोत्तर (Post - Feudal) कालावधीत युरोप खंडातील संस्था व वर्तन पद्धती यात झालेला बदल

क) धर्मनिरपेक्षतेचा प्रसार

ड) आत्यंतिक राष्ट्रवाद

११६४) स्तंभ (I) मध्ये काही विचार दिले असून त्या विचारांचे स्पष्टीकरण हे स्तंभ (II) मध्ये दिले आहे. त्यांच्या योग्य जोड्या लावा.

स्तंभ (I)	स्तंभ (II)
अ) लायकीनुसार काम व गरजेनुसार दाम.	I) भारत

ब) १९९१पर्यंत मिश्र अर्थव्यवस्थेचा अवलंब करणारा देश — II) वेबर यांची आधुनिकतेची व्याख्या

क) सत्य व अहिंसा या तत्त्वांवर आधारित अर्थव्यवस्था — III) साम्यवाद/मार्क्सवाद

ड) बुद्धिप्रामाण्यवादावर वा तार्किकतेवर आधारित अर्थव्यवस्था — IV) महात्मा गांधी

उत्तराचा खालीलपैकी कोणता पर्याय तुम्हास बरोबर वाटतो?

	(a)	(b)	(c)	(d)
अ)	(II)	(IV)	(I)	(III)
ब)	(III)	(II)	(IV)	(I)
क)	(I)	(III)	(II)	(IV)
ड)	(IV)	(I)	(III)	(II)

११६५) एका अर्थाने जागतिकीकरण ह्या संकल्पनेत प्रामुख्याने कशाचा समावेश होतो?

अ) राजकीयीकरण — ब) जागतिक सांस्कृतिक व्यवस्थेचा

क) धार्मिकीकरणाचा — ड) पाश्चिमात्यीकरणाचा

११६६) जागतिक स्तरावर उपग्रहाद्वारे विविध प्रकारच्या माहितीचे सर्वत्र वितरण करण्याची क्रिया म्हणजेच काय?

अ) जागतिकीकरण ब) संगणकीकरण क) संकल्पनीकरण ड) कौटुंबिकीकरण

११६७) ॲन्थनी गिडन्स यांच्या मताने सरंजामोत्तर (Post-Feudal) कालावधीत युरोप खंडातील संस्था व वर्तनपद्धती यात झालेला बदल म्हणजे काय?

अ) सरंजामवाद ब) मार्क्सवाद क) आधुनिकता ड) राजकारण

११६८) जागतिकीकरणामुळे तज्ज्ञांच्या मताने कोणत्या प्रकारच्या प्रक्रियेला महत्त्व प्राप्त झाले?

अ) जातीयवादाला — ब) साम्यवादाला

क) धार्मिक विवादाला — ड) भांडवलशाहीवादी अर्थव्यवस्थेला

११६९) 'वसुधैव कुटुंबकम्' ही भारतीय संकल्पना कशाचे प्रतीक आहे?

अ) जागतिकीकरणाचे — ब) कुटुंबाच्या एकतेचे

क) राजकारण मुक्ततेचे — ड) परंपरावादाचे

११७०) व्यापार, शिक्षण, वाहतूकव्यवस्था, माहितीतंत्रज्ञान इत्यादी क्षेत्रातील सरकारी हस्तक्षेप करून कोणत्या प्रक्रियेला प्रोत्साहन दिले?

अ) आधुनिकीकरण ब) खासगीकरण क) उदारीकरण ड) पारंपरिकीकरण

११७१) कार्ल मार्क्स यांच्या मताने 'आधुनिकता' म्हणजे काय?

अ) बुद्धिप्रामाण्यवाद ब) विभेदीकरण क) वस्तुकरण ड) भांडवलीकरण

११७२) ख) भारतात होणारा रॉक व पॉप संगीताचा प्रसार हे सरंजामशाहीचे प्रतीक होय.

ग) भारताने स्वीकारलेले १९९१ सालचे मुक्त अर्थव्यवस्थेचे धोरण हे जागतिकीकरणाचे प्रतीक होय.

वरील दोन विधानांसाठी उत्तराचा खालीलपैकी कोणता पर्याय निवडाल?

अ) 'ख' व 'ग' दोन्हीही बरोबर   ब) 'ख' व 'ग' दोन्हीही चूक

क) 'ख' चूक 'ग' बरोबर   ड) 'ख' बरोबर 'ग' चूक

११७३) जागतिकीकरणाचा एक परिणाम म्हणून जगात सर्वत्र कोणत्या अर्थव्यवस्थेस प्राधान्य प्राप्त झाले?

अ) साम्यवादी   ब) लोकशाहीवादी

क) संमिश्र   ड) मुक्त अथवा भांडवलशाही

११७४) स्तंभ (I)मध्ये काही संकल्पना दिल्या असून स्तंभ (II)मध्ये त्याचे स्पष्टीकरण दिले आहे त्यांच्या योग्य त्या जोड्या लावा.

स्तंभ (I)	स्तंभ (II)
अ) सामाजिक विकासाचे स्वरूप	I) विकासाचे एक अंग
ब) नागरिकीकरण	II) जागतिक बाजार व जागतिक स्वरूपाचे उत्पादन यास प्राधान्य
क) जागतिकीकरण	III) सर्व प्रकारच्या स्वातंत्र्याचा आविष्कार
ड) उदारमतवाद	IV) सर्वांगीण स्वरूपाचे
	V) आर्थिकतेला प्राधान्य

खालीलपैकी उत्तराचा कोणता पर्याय तुम्हास बरोबर वाटतो?

	(a)	(b)	(c)	(d)
अ)	(IV)	(V)	(II)	(III)
ब)	(I)	(IV)	(III)	(V)
क)	(II)	(III)	(IV)	(I)
ड)	(III)	(II)	(V)	(IV)

११७५) विकासाच्या प्रक्रियेत कोणत्या त्रिसूत्रीचा समावेश आहे?

I) आधुनिकीकरण II) जागतिकीकरण   III) धार्मिकीकरण   IV) खासगीकरण

V) उदारीकरण   VI) साम्यवादीकरण

उत्तराचा खालीलपैकी कोणता पर्याय बरोबर आहे असे तुम्हास वाटते?

अ) (I) (II) (III) ब) (II) (IV) (V)   क) (III) (IV) (V)   ड) (IV) (V) (VI)

११७६) खाली (ख)मध्ये एक विधान दिले असून (ग)मध्ये त्याचे कारण दिले आहे.

ख) **विधान**

जागतिकीकरण म्हणजे सर्वसाधारणपणे वस्तुंचा, सेवांचा आणि लोकांचा एका ठिकाणाहून दुसऱ्या ठिकाणी मुक्त संचार होय.

ग) **कारण**

प्रचारमाध्यमे, माहितीतील क्रांती आणि नव्याची (Fashions) आवड यामुळे काही वस्तुंना जागतिक स्वरूप प्राप्त झाले. (उदा. बर्गर, पास्ता, सौम्य पेये इत्यादी)

उत्तराचा खालीलपैकी कोणता पर्याय तुम्हास बरोबर वाटतो?

अ) विधान 'ख' बरोबर, परंतु त्याचे कारण 'ग' तेवढे अचूक वाटत नाही.

ब) विधान 'ख' बरोबर व 'ग' मधील कारणही बरोबर

क) विधान 'ख' व त्याचे कारण दोन्हीही चूक

ड) विधान 'ख' चूक व त्याचे कारण मात्र बरोबर

११७७) गरीब व विकसनशील राष्ट्रातील समाजात झालेल्या बदलासाठी आज कोणती संज्ञा वापरली जाते?

अ) आधुनिकता ब) उदारीकरण क) सामाजिक विकास ड) प्रादेशिक विकास

११७८) साम्यवादी विकास प्रक्रियेत खालीलपैकी कोणत्या बाबी समाविष्ट आहेत?

I) उत्पादन साधनांवर सरकारची मालकी II) खासगी संपत्तीचा लोप

III) उदारीकरणास प्राधान्य IV) समाजात आर्थिक व सामाजिक समानता प्रस्थापित करणे.

V) धर्मनिरपेक्ष तत्त्वांना विरोध VI) शोषणाचा अभाव

उत्तराचा खालीलपैकी कोणता पर्याय हा तुम्हास बरोबर वाटतो?

अ) (I) (II) (IV) (V) ब) (I) (II) (IV) (VI)

क) (III) (IV) (V) (VI) ड) (I) (III) (IV) (V)

११७९) महात्मा गांधी यांची विकासाची संकल्पना कोणत्या त्रिसूत्रीवर आधारित आहे?

अ) शोषण, विद्वेष,राजकारण ब) हिंसा, अत्याचार व धर्मद्वेष

क) सत्य, अहिंसा व सत्याग्रह ड) जातीवाद, अस्पृश्यता, श्रीमंती

११८०) विकासाचे अत्यावश्यक अंग म्हणून आज विकसित राष्ट्रे कशाला प्राधान्य देतात?

अ) उत्पादन साधनांचे सरकारीकरण ब) सर्वक्षेत्राचे खासगीकरण

क) व्यापारावर निर्बंध ड) स्वातंत्र्याचा अभाव

११८१) काही तज्ज्ञांच्या मताने विकास हा गुणात्मक असतो तर वृद्धी (Growth) ही कशी असते?

अ) सामाजिक ब) धार्मिक क) संख्यात्मक ड) आर्थिक

११८२) स्वातंत्र्य प्राप्तीनंतर भारताने कोणत्या प्रकारच्या आर्थिक व्यवस्थेचा स्वीकार केला होता?

अ) भांडवलशाहीवादी (Capitalist) ब) साम्यवादी (Communist)

क) मुक्त (Free) ड) संमिश्र (Mixed Economy)

११८३) विकासाचे मार्ग म्हणून आज जगातील बहुसंख्य राष्ट्रे कोणत्या दोन प्रक्रियांना महत्त्व देतात?

अ) आधुनिकीकरण व जागतिकीकरण ब) साम्यवादीकरण व समाजवादीकरण

क) सरंजामशाहीवादी व साम्राज्यवादी ड) तार्किकता व अतार्किकता

११८४) ख) भारताच्या राज्यघटनेनुसार विकासाचे साधन म्हणून कोणत्या प्रकारच्या मार्गाचा अवलंब केला होता?

अ) भांडवलशाहीवादी ब) साम्यवादी

क) समाजवादी/धर्मनिरपेक्ष ड) धर्माधिष्ठित

११८५) समाजशास्त्रज्ञांच्या मताने सामाजिक विकास प्रक्रियेत कोणती विकास प्रक्रिया अंतर्भूत आहे?

अ) राजकीय विकास ब) आर्थिक विकास

क) जातीय विकास ड) धार्मिक विकास

११८६) ख) 'सत्याग्रह' हा साम्यवादी राष्ट्रांच्या विकासाचा एक मार्ग होय.

ग) जागतिकीकरणामुळे विकसित राष्ट्रांना अविकसित व विकसनशील राष्ट्रांची बाजारपेठ उपलब्ध झाली.

वरील दोन विधानांसाठी उत्तराचा कोणता पर्याय तुम्हास बरोबर वाटतो?

अ) 'ख' व 'ग' दोन्ही बरोबर   ब) 'ख' व 'ग' दोन्ही चूक

क) 'ख' चूक 'ग' बरोबर   ड) 'ख' बरोबर 'ग' चूक

११८७) महात्मा गांधी यांनी 'सत्याग्रह' या साधनाचे खालीलपैकी कोणते प्रकार प्रतिपादन केले होते?

(I) उपवास (Fast) (II) संप (Strike) (III) अ–सहयोग (Non-Cooperation)

(IV) मोर्चा (March) (V) सामूहिक सत्याग्रह (Collective Satyagraha)

उत्तराचा खालीलपैकी कोणता पर्याय तुम्हास बरोबर वाटतो?

अ) (I) (II) (III)   ब) (II) (III) (IV)   क) (III) (IV) (V)   ड) (I) (III) (V)

११८८) विकासाचे अंतिम ध्येय म्हणून महात्मा गांधी यांनी कोणत्या प्रकारच्या राज्याची संकल्पना केली होती?

अ) भांडवलशाही   ब) रामराज्य   क) साम्राज्यशाही   ड) साम्यवादी

११८९) साम्यवादाचे ध्येय गाठण्यासाठी व संपूर्ण समानता प्रस्थापित होण्यासाठी मार्क्स यांनी कोणता मार्ग सूचविला होता?

अ) क्रांती   ब) उत्क्रांती   क) सविनयन कायदेभंग   ड) सत्याग्रह

११९०) विकास प्रक्रियेचा विचार करता समाजशास्त्रज्ञ प्रामुख्याने कोणत्या प्रकारच्या विकास प्रक्रियेच्या अभ्यासावर भर देतात?

अ) आर्थिक विकास ब) सामाजिक विकास क) राजकीय विकास   ड) धार्मिक विकास

११९१) (ख) मध्ये एक विधान प्रतिपादन केले असून (ग) मध्ये त्याचे कारण विशद केले आहे. योग्य जोड्या लावा.

विधान

ख) भारतीय समाज संरचना ही जातीवर आधारलेली असल्याने भारतात विकासाचा समतोल साधणे अवघड जाते.

कारण

ग) कारण व्यवस्था विषमतेवर आधारलेली असून त्याला धर्माचा आधार आहे म्हणून विधान व कारणे यासाठी उत्तराचा कोणता पर्याय तुम्हास बरोबर वाटतो?

अ) 'ख' विधान चूक व त्याचे कारणही चूक आहे.

ब) 'ख' बरोबर व 'ग' मध्ये दिलेले त्याचे कारणही अचूक आहे.

क) 'ख' बरोबर व कारण चूक

ड) 'ख' चूक व कारण बरोबर

११९२) भारतात सामाजिक विकासाचे एक साधन म्हणून कोणत्या कार्यक्रमांवर भर दिला जातो?

अ) राजकीय नेतृत्व विकास   ब) अस्पृश्यता निर्मूलन

क) सामाजिक कल्याण कार्यक्रम   ड) खासगीकरण

११९३) भारतात सामाजिक विकासात येणारा महत्त्वाचा अडथळा कोणता?

अ) पक्षीय राजकारण
ब) विविध क्षेत्रातील सामाजिक विषमता

क) धर्मनिरपेक्षता
ड) स्त्री अत्याचार

११९४) चिरंतन किंवा शाश्वत विकासात १९८० नंतर प्रामुख्याने कोणत्या विकास घटकांचा समावेश होतो?

(I) आर्थिक घटक (II) धार्मिक घटक (III) पर्यावरणात्मक घटक (IV) सांप्रदायिक घटक
(V) सामाजिक घटक

उत्तराचा खालीलपैकी कोणता पर्याय तुम्हास बरोबर वाटतो?

अ) (II) (III) (IV)
ब) (I) (II) (III)

क) (III) (IV) (V)
ड) (I) (III) (V)

११९५) भारताचा विचार करता भारतीय सामाजिक संरचनेतील कोणते घटक सामाजिक विकासात अडथळा आणतात अथवा अडचण निर्माण करतात.

(I) राजकीय घटक (II) जातीची संरचना (III) धर्माचा आत्यंतिक प्रभाव
(IV) सांप्रदायिकता (V) आर्थिक घटक

उत्तराचा खालीलपैकी कोणता पर्याय तुम्हास बरोबर वाटतो?

अ) (I) (II) (III)
ब) (II) (III) (IV)
क) (III) (IV) (V)
ड) (I) (IV) (V)

११९६) काही तज्ज्ञांच्या मताने विकासाचा एक परिणाम काय झाला?

अ) सामाजिक-आर्थिक विकासात विषमता व असमानता (Disparity) निर्माण झाली.

ब) सांस्कृतिकीकरणात वाढ झाली.

क) राजकीय पक्ष दुर्बळ झाले.

ड) सरंजामशाहीचा प्रभाव वाढला.

११९७) भारतीय सामाजिक संरचनेत आज कोणत्या प्रकारची विषमता आढळते?

I) जन्मावर आधारित जातीव्यवस्था
II) कतृत्वावर आधारित वर्ग व्यवस्था

III) धर्माधर्मातील भेद
IV) राजकीय पक्ष नेतृत्व

अ) (II) (III)
ब) (III) (IV)
क) (I) (II)
ड) (II) (IV)

११९८) काही समाजशास्त्रज्ञांच्या मताने कशाशिवाय विकास शक्य नाही?

अ) विस्थापनाशिवाय ब) स्थिर संरचनेशिवाय क) सांस्कृतिकतेशिवाय ड) निरक्षरतेमुळे

११९९) समाजाची विकास प्रक्रिया ही अनिष्ट परंपरांचे काय केल्याशिवाय गतिमान होऊ शकत नाही?

अ) परिवर्तन
ब) विस्थापन
क) प्रतिष्ठापना
ड) यांपैकी एकही नाही.

१२००) विकास प्रक्रियेत स्त्रियांचा सहभाग पुरुषांच्या तुलनेने कमी असण्याचे कारण काय?

अ) स्त्रियांचा कनिष्ठ सामाजिक दर्जा
ब) धर्माचा प्रभाव

क) नेतृत्वाचा अभाव
ड) यांपैकी एकही नाही.

१२०१) समाजातील वाईट प्रथा, परंपरा यांचे निर्मूलन करण्याची पद्धती ही कोणत्या संज्ञेने संबोधली जाते?

अ) सामाजिक परिवर्तन
ब) सामाजिक विस्थापन

क) सामाजिक स्तरीकरण
ड) सामाजिक संरचना

१२०२) भारताने नियोजनबद्ध आर्थिक-सामाजिक विकासासाठी कोणती योजना राबविली ?

अ) आर्थिक विभेदीकरण योजना   ब) अस्पृश्यता निर्मूलन योजना

क) पंचवार्षिक योजना   ड) हरित क्रांती योजना

१२०३) भारतादी विकसनशील राष्ट्रात सामाजिक विकासाबरोबर कोणत्या घटकात वाढ झाल्याचे दिसते ?

अ) साम्यवादी विचारधारेत   ब) सामाजिक समानतेत

क) धर्मांधतेत   ड) सामाजिक विषमतेत

१२०४) स्तंभ (I)मध्ये काही विधाने दिली असून स्तंभ (II)मध्ये त्याचे स्पष्टीकरण दिले आहे. त्यांच्या योग्य
जोड्या लावा.

स्तंभ (I)   स्तंभ (II)

अ) सत्य-अहिंसा ही तत्त्वे   I) विस्थापनाचा एक प्रकार

ब) अस्पृश्यता निर्मूलनाची चळवळ   II) नियोजनबद्ध विकासाचे एक साधन

क) स्त्रियांना पुरुषांपेक्षा त्याच कामासाठी कमी III) महात्मा गांधी
   वेतन देण्याची प्रथा   IV) लिंगभावावर आधारित विभेदीकरण

ड) पंचवार्षिक योजना   V) स्तरीकरण

उत्तराचा खालीलपैकी कोणता पर्याय बरोबर आहे ?

	(a)	(b)	(c)	(d)
अ)	(V)	(III)	(II)	(IV)
ब)	(II)	(I)	(IV)	(III)
क)	(I)	(IV)	(V)	(II)
ड)	(III)	(II)	(I)	(V)

१२०५) ख) काही समाजशास्त्रज्ञांच्या मताने सामाजिक विकास म्हणजे एक प्रकारचे सामाजिक परिवर्तन
      होय.

ग) भारतात अस्पृश्यतेच्या प्रथेचे संपूर्ण निर्मूलन झाले आहे ?

वरील दोन विधानांसाठी उत्तराचा खालीलपैकी कोणता पर्याय बरोबर आहे असे तुम्हास वाटते ?

अ) 'ख' बरोबर 'ग' चूक   ब) 'ख' चूक 'ग' बरोबर

क) 'ख' व 'ग' दोन्हीही चूक   ड) 'ख' व 'ग' दोन्हीही बरोबर

१२०६) सामाजिक-आर्थिक विकासाचा महत्त्वपूर्ण अडथळा विशेषत: नागरी समुदायात काय आहे ?

अ) लिंगभावावर आधारित सामाजिक संरचना ब) सामाजिक स्तरीकरण व्यवस्था

क) शहरातील धोकादायक पर्यावरण प्रदूषण ड) सामाजिक संतुलन

१२०७) ग्रामीण लोकांमध्ये व प्रामुख्याने पुरुषांमध्ये होणारे स्थलांतर हे प्रामुख्याने कोणत्या प्रकारचे असते ?

अ) शहराकडून-खेड्याकडे   ब) खेड्याकडून-शहराकडे

क) भारतातून-पाकिस्तानकडे   ड) श्रीलंकेतून-भारताकडे

१२०८) भारतातील स्त्रियांच्या स्थलांतराचे प्रमुख कारण काय आहे ?

अ) नोकरी   ब) विवाह   क) शिक्षण   ड) व्यवसाय

१२०९) शहरांचा नियोजनबद्ध विकास व्हावा म्हणून कोणत्या विकास योजनेची निर्मिती केली होती?

अ) जिल्हा परिषदा (Zilla Parishad)

ब) भूविकास बँका (Land Development Bank)

क) शहर विकास महामंडळ (City Development Corporation - CIDCO)

ड) शहर नियोजन (City Planning)

१२१०) जगात सर्वत्र प्रामुख्याने स्त्रियांचा दर्जा पुरुषांपेक्षा कमी असण्याच्या प्रक्रियेसाठी कोणती संज्ञा वापरली जाते?

अ) सामाजिक स्तरीकरण व्यवस्था   ब) सामाजिक न्याय व्यवस्था

क) महिला आयोगाची निर्मिती   ड) लिंगभाव विभेदीकरण

१२११) खालीलपैकी कोणत्या गोष्टी ग्रामीण विकासात अडथळा निर्माण करतात?

I) भांडवलाची कमतरता II) लिंगभाव समानता III) उत्पादनात झालेली घट

IV) आर्थिक जीवनातील अस्थिरता V) अस्पृश्यता निर्मूलन प्रक्रिया VI) वितरणातील असमानता

उत्तराचा खालीलपैकी कोणता पर्याय तुम्हास बरोबर वाटतो?

अ) (I) (III) (IV) (VI)   ब) (II) (III) (IV) (V)

क) (III) (IV) (V) (VI)   ड) (I) (II) (IV) (V)

१२१२) मानवी परिसर म्हणजे काय?

अ) केवळ पर्यावरणाचा अभ्यास   ब) केवळ परिसराचा अभ्यास

क) मानव व पर्यावरण यांच्या परस्पर संबंधांचा अभ्यास

ड) पृथ्वी भोवतालच्या वातावरणाचा अभ्यास

१२१३) पर्यावरणाचे समाजशास्त्र (Sociology of Environment) ही समाजशास्त्राची शाखा कशाचा अभ्यास करते?

अ) पर्यावरणात्मक संबंधांचा

ब) मानवा–मानवातील, मानव व समाज यांच्या परिसरशास्त्रीय संबंधांचा अभ्यास

क) पर्यावरणात्मक बदलांचा अभ्यास

ड) बदलत्या परिसराचा अभ्यास

१२१४) स्वतःच्या संस्कृतीचा अत्याधिक अभिमान समाजाच्या सामाजिक संरचनेत काय करतो?

अ) सामाजिक विकासात अडथळा आणते.   ब) सामाजिक विकासाला प्रोत्साहन देतात.

क) पाश्चिमात्यीकरणास चालना देतात.   ड) नागरिकीकरणास गतिमान करतात.

१२१५) ख) विकासाची प्रक्रिया परंपरांच्या विस्थापनास कारणीभूत ठरते.

ग) समाजातून 'सतीची प्रथा' नष्ट होण्याची प्रक्रिया एक प्रकारचे विस्थापनच होय.

वरील दोन विधानांसाठी उत्तराचा कोणता पर्याय तुम्हास बरोबर वाटतो?

अ) 'ख' व 'ग' दोन्हीही चूक   ब) 'ख' व 'ग' दोन्हीही बरोबर

क) 'ख' बरोबर 'ग' चूक   ड) 'ख' चूक 'ग' बरोबर

१२१६) उदारीकरणाचा महत्त्वाचा तोटा (Dis-advantage) हा की राज्य स्त्रियांसाठी नोकऱ्या निर्माण करण्यास काय ठरले?

अ) समर्थ   ब) असमर्थ   क) स्वतंत्र   ड) पारंपरिक

१२१७) ख) **विधान**

स्त्रिया आज शिकल्या असल्या, सर्व क्षेत्रात त्यांनी त्यांचे कर्तृत्व सिद्ध केले असले तरी नोकरीतील स्त्रियांचे प्रमाण पुरुषांपेक्षा कमीच आहे.

ग) **कारण**

आजही समाज स्त्रियांच्या घरकामाला त्यांच्या नोकरीपेक्षा प्राधान्य देतो हे आहे.

वरीलसाठी उत्तराचा कोणता पर्याय तुम्हास बरोबर वाटतो?

अ) विधान 'ख' बरोबर असून 'ग'मध्ये दिलेले कारणही अचूक आहे.

ब) विधान 'ख' बरोबर असले तरी 'ग'मध्ये दिलेले कारण अचूक नाही.

क) 'ख' व 'ग' दोन्हीही चूक

ड) 'ख' चूक 'ग' बरोबर

१२१८) विकासाच्या प्रक्रियेमुळे वांशिक चळवळीच्या कशास चालना मिळाली?

अ) वाढीस (Increase)   ब) घट होण्यात (Decrease)

क) परिवर्तनास (Change)   ड) अवनतीस (Decline)

१२१९) 'निग्रो हक्क लढा' हे कशाचे प्रतीक आहे?

अ) जातीय द्वेषाचे   ब) राजकीय स्वरूपाचे   क) वंश चळवळीचे   ड) सांप्रदायिकतेचे

१२२०) विकासामुळे सामाजिक–आर्थिक विषमता काय झाली?

अ) कमी झाली   ब) वाढली

क) कोणताही बदल नाही   ड) भांडणास कारणीभूत ठरली.

वस्तुनिष्ठ प्रश्नांची उत्तरे

११२१ अ	११२२ ब	११२३ क	११२४ ड	११२५ क	११२६ ड	११२७ ब	११२८ ब
११२९ क	११३० ड	११३१ अ	११३२ क	११३३ ड	११३४ क	११३५ अ	११३६ अ
११३७ ब	११३८ क	११३९ ब	११४० अ	११४१ ब	११४२ क	११४३ ड	११४४ अ
११४५ क	११४६ ब	११४७ ड	११४८ अ	११४९ ब	११५० क	११५१ ड	११५२ अ
११५३ ब	११५४ ड	११५५ क	११५६ ब	११५७ क	११५८ ड	११५९ अ	११६० ब
११६१ ड	११६२ क	११६३ ब	११६४ ड	११६५ ब	११६६ ब	११६७ क	११६८ ड
११६९ अ	११७० ब	११७१ क	११७२ क	११७३ ड	११७४ अ	११७५ ब	११७६ अ

११७७ क	११७८ ब	११७९ क	११८० ब	११८१ क	११८२ ड	११८३ अ	११८४ क
११८५ ब	११८६ क	११८७ ड	११८८ ब	११८९ अ	११९० ब	११९१ ब	११९२ क
११९३ ब	११९४ ड	११९५ ब	११९६ अ	११९७ क	११९८ अ	११९९ ब	१२०० अ
१२०१ ब	१२०२ क	१२०३ ड	१२०४ ब	१२०५ अ	१२०६ क	१२०७ ब	१२०८ ब
१२०९ क	१२१० ड	१२११ अ	१२१२ क	१२१३ ब	१२१४ अ	१२१५ ब	१२१६ ब
१२१७ अ	१२१८ अ	१२१९ क	१२२० ब				

पेपर : ३ (ब)

४

लोकसंख्या व समाज

(Population and Society)

(वस्तुनिष्ठ प्रश्न १००)

१२२१) लोकसंख्याशास्त्रानुसार समाजाचा महत्त्वाचा घटक म्हणून कशाला महत्त्व देतात?

    अ) व्यक्ती (Individual)   ब) लोक (People)

    क) निसर्ग (Nature)   ड) धर्म (Religion)

१२२२) एडमंड हॅले (Edmond Halle) यांनी लोकसंख्याशास्त्राच्या अभ्यासाचा एक घटक म्हणून कोणत्या संकल्पनेला जन्म दिला होता?

    अ) जन्म (Birth)   ब) मृत्यू (Death)

    क) जीवन वा आयुर्मान सारिणी (Life Table)ड) परिवर्तन (Change)

१२२३) लोकसंख्येच्या अभ्यासाचे सिद्धान्त मांडणाऱ्या सिद्धान्तकारात खालीलपैकी कोणता शास्त्रज्ञ येतो?

    अ) थॉमस माल्थस (Thomas Malthus)   ब) ऑगस्त कॉम्त (Auguste Comte)

    क) चार्ल्स कुले (Charles Cooley)   ड) रॉबर्ट मर्टन (Robert Merton)

१२२४) कार्ल मार्क्स यांनी लोकसंख्येच्या अभ्यासाचा सिद्धान्त मांडताना लोकसंख्येचे कोणते तीन प्रकार प्रतिपादन केले होते?

    (I) हिंदू लोकसंख्या   (II) तरती लोकसंख्या

    (III)सुप्त लोकसंख्या   (IV) इस्लाम धर्मीय लोकसंख्या

    (V) साठलेली लोकसंख्या   (VI) स्वदेशी लोकसंख्या

उत्तराचा खालीलपैकी कोणता पर्याय तुम्हास बरोबर वाटतो?

अ) (I) (II) (III)   ब) (IV) (V) (VI)   क) (III) (IV) (V)   ड) (II) (III) (V)

१२२५) थॉमस माल्थस (Thomas Malthus) यांनी मांडलेल्या लोकसंख्येच्या अभ्यासाच्या सिद्धान्तानुसार कोणत्याही देशातील लोकसंख्येची वाट कशा प्रकारे होते?

अ) गणिती पद्धतीने   ब) भूमिती पद्धतीने   क) समाजशास्त्रीय पद्धतीने   ड) भौगोलिक पद्धतीने

१२२६) लोकसंख्याशास्त्र (Demography) ही संज्ञा कोणत्या दोन शब्दांचा संकर होय?

अ) डेमॉस (Demos) व ग्राफी (Graphy)   ब) सोशिअस (Socius) व लॉगस (Logos)

क) सोशिअस (Socius) व ग्राफी (Graphy)   ड) इको (Eco) व लॉगस (Logos)

१२२७) 'लोकसंख्याशास्त्राचा जनक' म्हणून कोणत्या शास्त्रज्ञाचा उल्लेख केला जातो?

अ) ऑगस्त कॉम्त (Auguste Comte)   ब) जॉन ग्रांट (John Grant)

क) के. रामाराव (K. Ramarao)   ड) हॅरी जॉन्सन (Hurry Johnson)

१२२८) खालीलपैकी कोणते घटक हे लोकसंख्येचे निर्धारक घटक म्हणून संबोधले जातील?

(I) लोकसंख्येचा आकार   (II) साक्षरतेचे प्रमाण

(III) भ्रष्टाचार   (IV) वयोगट

(V) गुन्हेगारी प्रवृत्ती   (VI) लोकसंख्येची घटना

उत्तराचा खालीलपैकी कोणता पर्याय तुम्हास बरोबर वाटतो?

अ) (I) (II) (III) (IV)   ब) (III) (IV) (V) (VI)

क) (I) (II) (IV) (VI)   ड) (II) (III) (IV) (V)

१२२९) २००१ ते २०११ या दशवर्षात भारताच्या लोकसंख्या वाढीचा दर किती टक्के होता?

अ) २५.१५%   ब) २१.१५%   क) ३०.२०%   ड) १७.६४%

१२३०) २००१ ते २०११ या दशकातील लोकसंख्या वाढीच्या दराचे वेगळेपण काय?

अ) लोकसंख्या वाढीच्या दरात घट झाली.

ब) लोकसंख्या वाढीच्या दरात वाढ झाली.

क) लोकसंख्या वाढीची दरवाढ कायम राहिली.

ड) लोकसंख्या वाढीच्या दरात कोणताच बदल झाला नाही.

१२३१) २०११ सालच्या जनगणना अहवालानुसार भारताच्या लोकसंख्येची घनता किती होती?

अ) ३२४   ब) ३८२   क) ५७६   ड) ४४५

१२३२) २०११ सालच्या जनगणना अहवालानुसार भारतात लोकसंख्येच्या साक्षरतेचे प्रमाण काय आहे?

अ) ८०%   ब) ९५%   क) ७४%   ड) ६५%

१२३३) २००१ ते २०११ या दशवर्षात भारताच्या लोकसंख्येत किती कोटी लोकसंख्येची भर पडली आहे?

अ) १८ कोटी १४ लाख   ब) २५ कोटी १७ लाख

क) २० कोटी १० लाख   ड) ४० कोटी ५ लाख

१२३४) कोणत्याही देशाच्या लोकसंख्येच्या आत्याधिकतेचा महत्त्वाचा निर्धारक घटक कोणता?

अ) घनता   ब) वय व लिंग   क) धर्म   ड) साक्षरता

१२३५) मर्त्यतेच्या विश्लेषणातील सर्वांत महत्त्वाचा घटक कोणता?

अ) जन्मदर   ब) लिंग   क) वय   ड) पंथ

१२३६) मृत्युघटनेशी संबंधित असलेल्या प्राथमिक बाबींमध्ये खालीलपैकी कोणत्या बाबींचा समावेश होतो?

(I) व्यक्तीचा धर्म   (II) मृत्युची तारीख
(III) व्यक्तीचा परिसर   (IV) मृत्युचे कारण
(V) मृत्यु जेथे घडला ते ठिकाण

खालीलपैकी उत्तराचा कोणता पर्याय तुम्हास बरोबर वाटतो?

अ) (I) (II) (III)   ब) (III) (IV) (V)   क) (II) (III) (IV)   ड) (II) (IV) (V)

१२३७) ख) भारतात दर हजार पुरुषांमागे स्त्रियांचे प्रमाण १०८५ एवढे आहे.

ग) भारताची लोकसंख्या आत्याधिक आहे असे लोकसंख्याशास्त्रज्ञ मानतात.

वरील विधानांसाठी उत्तराचा कोणता पर्याय तुम्हास बरोबर वाटतो?

अ) 'ख' व 'ग' दोन्ही चूक   ब) 'ख' व 'ग' दोन्ही बरोबर
क) 'ख' बरोबर 'ग' चूक   ड) 'ख' चूक 'ग' बरोबर

१२३८) ख) २०११च्या जनगणना अहवालानुसार भारताची लोकसंख्या ही १२१ कोटींपेक्षा जास्त आहे?

ग) २०११च्या जनगणना अहवालानुसार भारतात महाराष्ट्र प्रांताची लोकसंख्या अन्य सर्व प्रांतांपेक्षा अधिक आहे.

वरील दोन विधानांसाठी उत्तराचा कोणता पर्याय तुम्हास बरोबर वाटतो?

अ) 'ख' बरोबर 'ग' चूक   ब) 'ख' चूक 'ग' बरोबर
क) 'ख' व 'ग' दोन्हीही चूक   ड) 'ख' व 'ग' दोन्हीही बरोबर

१२३९) भारतात स्त्री-पुरुष प्रमाणात स्त्रियांची संख्या कमी असण्याचे कारण कोणते?

अ) साक्षरतेचे स्त्रियांचे कमी प्रमाण   ब) स्त्री भ्रूणहत्या
क) पुरुषांच्यापेक्षा स्त्रियांचा दर्जा श्रेष्ठ   ड) यांपैकी एकही नाही

१२४०) भारतात उत्पादक श्रमशक्ती कोणत्या वयोगटात आहे?

अ) १५ ते ६५ वयोगट   ब) १८ ते ६५ वयोगट
क) १३ ते ६५ वयोगट   ड) १५ ते ४५ वयोगट

१२४१) राष्ट्रीय लोकसंख्याविषयक धोरणात २०००मध्ये कोणत्या बाबींची दखल घेतली नाही?

अ) बालमृत्युदर ३०पर्यंत घटविणे   ब) स्त्रियांवरील अत्याचारांवर नियंत्रण
क) स्त्रियांची विवाह मर्यादा १८ वर्षे करणे   ड) सुरक्षित गर्भपाताच्या सुविधा वाढविणे

१२४२) भारतीय लोकसंख्येच्या इतिहासातील 'महाविभाजन वर्ष' खालीलपैकी कोणते आहे?

अ) १९११   ब) १९२१   क) १९५१   ड) १९७१

१२४३) विसाव्या शतकात लोकसंख्यावाढीच्या कालावधीचे किती विभागात विभाजन करण्यात आले होते?

अ) पाच   ब) सात   क) तीन   ड) चार

१२४४) लोकसंख्या परिवर्तनाचे अंगभूत घटक कोणते आहेत?

(I) मर्त्यता (Mortality)   (II) जीवशास्त्र (Biology)
(III) जननक्रिया (Fertility)   (IV) आर्थिकता (Economics)
(V) स्थलांतर (Migration)

उत्तराचा कोणता पर्याय तुम्हास बरोबर आहे असे वाटते?

अ) (I) (II) (III)   ब) (II) (III) (IV)   क) (I) (III) (V)   ड) (III) (IV) (V)

१२४५) एक स्त्री किंवा स्त्रियांच्या गटाची प्रत्यक्ष उत्पादन पात्रता असणाऱ्या जीवशास्त्रीय व शरीरशास्त्रीय क्षमतेला काय म्हणतात?

अ) जनन पात्रता (Fertility) ब) जननक्षमता (Fecundity)

क) लैंगिकता (Sexuality) ड) वय (Age)

१२४६) लैंगिकतेच्या आधारे लोकसंख्येचे विभाजन कोणत्या दोन गटात केले जाते?

अ) तरुण व वृद्ध लोक ब) स्त्री व पुरुष

क) ग्रामीण व नागरी ड) शिक्षित व अशिक्षित

१२४७) कोणत्याही देशाच्या लोकसंख्येच्या वाढीला आळा घालण्यासाठी कोणत्या कार्यक्रमाला प्राधान्य दिले होते?

अ) विवाहावर नियंत्रण ब) धर्मावर नियंत्रण

क) कुटुंब नियोजन ड) आर्थिक नियोजन

१२४८) लोकसंख्या रचनेचे (Composition of Population) महत्त्वाचे दोन घटक कोणते?

अ) धर्म व अर्थ ब) काम व मोक्ष क) वय व लिंग ड) शिक्षण व प्रशिक्षण

१२४९) भारतातील लोकसंख्या वाढीची खालीलपैकी कोणती कारणे कारणीभूत आहेत?

(I) जन्मदरात वाढ व मृत्युदरात घट (II) अल्पवयात विवाह करण्याची प्रथा

(III) स्त्री साक्षरतेच्या प्रमाणात झालेली वाढ (IV) कुटुंब नियोजनाकडे पाहण्याचा धार्मिक दृष्टिकोन

(V) स्त्री-पुरुषांचे व्यस्त प्रमाण

उत्तराचा खालीलपैकी कोणता पर्याय तुम्हास बरोबर वाटतो?

अ) (I) (III) (V) ब) (II) (IV) (V) क) (I) (II) (IV) ड) (I) (II) (III)

१२५०) स्तंभ (I)मध्ये काही बाबी नमूद केल्या आहेत तर स्तंभ (II)मध्ये त्याचे स्पष्टीकरण दिले आहे. त्यांच्या योग्य जोड्या लावा.

स्तंभ (I)	स्तंभ (II)
अ) माल्थस यांचा लोकसंख्या विषयक सिद्धान्त	(I) वय व लिंग
ब) मर्त्यता	(II) जन्मदराशी संबंधित घटक
क) लोकसंख्येचा अंगभूत घटक	(III) मृत्युदराशी संबंधित घटक
ड) जननक्षमता	(IV) लोकसंख्येची वाढ भूमिती श्रेणीने होते.

उत्तराचा कोणता पर्याय बरोबर आहे?

	(a)	(b)	(c)	(d)
अ)	(II)	(I)	(III)	(IV)
ब)	(I)	(II)	(IV)	(III)
क)	(IV)	(III)	(II)	(I)
ड)	(III)	(IV)	(I)	(II)

१२५१) भारतीय लोकसंख्या अभ्यासाच्या विविध बाजू खालीलपैकी कोणत्या आहेत?

(I) लोकसंख्येतील साक्षरतेचे प्रमाण (II) लोकसंख्येतील आर्थिकता

(III) लोकसंख्येतील स्त्री-पुरुष प्रमाण (IV) लोकसंख्येतील ग्रामीण/नागरी विभागणी

(V) लोकसंख्येतील स्वदेशी/परदेशी प्रमाण   (VI) धर्मानुसार लोकसंख्येचे विभाजन

उत्तराचा खालीलपैकी कोणता पर्याय तुम्हास बरोबर वाटतो?

अ) (I) (III) (IV) (VI)   ब) (III) (IV) (V) (VI)

क) (I) (II) (III) (IV)   ड) (II) (III) (IV) (V)

१२५२) २०११च्या खानेसुमारीनुसार भारतात स्त्री-पुरुषांचे प्रमाण किती आहे?

अ) १०००/८८३ ब) १०००/९४०   क) १०००/९२७   ड) १०००/१०१५

१२५३) भारतात सर्वाधिक लोकसंख्या असलेला प्रांत कोणता आहे? २०११च्या जनगणना अहवालानुसार.

अ) महाराष्ट्र   ब) तमिळनाडू   क) उत्तरप्रदेश   ड) बिहार

१२५४) मानवी लोकसंख्येतील नैसर्गिक जननपात्रता (Natural Fertility) या संकल्पनेचा नेमका अर्थ कोणता?

अ) संतती नियमनांच्या साधनांचा वापर करणे

ब) जन्म प्रक्रियेवर जाणीवपूर्वक कोणत्याही मर्यादा न घालणे

क) मृत्युदरात वाढ करणे

ड) स्त्री जन्मावर बंधन घालणे

१२५५) भारतात कोणत्या प्रांतात १००० पुरुषांमागे स्त्रियांचे प्रमाण त्यापेक्षा जास्त आहे?

अ) महाराष्ट्र   ब) तमिळनाडू   क) केरळ   ड) आंध्रप्रदेश

१२५६) लोकसंख्याशास्त्राच्या अध्ययनानुसार लोकसंख्यावाढीस कारणीभूत ठरणारा महत्त्वाचा घटक कोणता?

अ) वाढता जन्मदर ब) वाढता मृत्युदर   क) घटता जन्मदर   ड) संतती नियमन

१२५७) मर्त्यतेचे निर्धारक घटक कोणते आहेत?

अ) मृत्युदर व जन्मदर (Death rate and Birth rate)

ब) आजारपण (Morbidity) व मृतबालक जन्म प्रकरणे (Case Fatality)

क) साक्षरता – निरक्षरता (Literacy - Illiteracy)

ड) वयोगट (Age group)

१२५८) स्त्री-भ्रूणहत्येमुळे कशाचा समतोल बिघडतो?

अ) मर्त्यतेचा व जननक्षमतेचा   ब) लिंग व वयोगट

क) स्त्री-पुरुष प्रमाणाचा   ड) नागरीकरण व स्थलांतरणाचा

१२५९) गेल्या दशकात (म्हणजे २००१ ते २०१०) महाराष्ट्र राज्यातील लोकसंख्या वाढीचा दर किती टक्क्यांवरून किती टक्क्यांपर्यंत गेला?

अ) २५ टक्क्यांवरून ३० टक्क्यांवर   ब) २४ टक्क्यांवरून १७ टक्क्यांवर

क) २० टक्क्यांवरून २५ टक्क्यांवर   ड) २२ टक्क्यांवरून १६ टक्क्यांवर

१२६०) भारतात लोकसंख्येला आळा घालण्यासाठी प्रामुख्याने कशाचा वापर केला जातो?

अ) संतती नियमनाच्या साधनांचा   ब) शैक्षणिक उपदेशाचा

क) नवसायासांचा   ड) कर्मकांडांचा

१२६१) जेव्हा जननपात्रता (Fertility), मर्त्यता (Mortality) आणि स्थलांतर (Migration) बऱ्याच काळ स्थिर असते तेव्हा कशाचा उदय होतो?

अ) अस्थिरता   ब) स्थिर वयोगट रचना

क) नागरी लोकसंख्या रचना   ड) आदिवासींची लोकसंख्या रचना

१२६२) स्त्रीच्या जननक्षमतेचा संबंध कशाशी जोडला जातो?

   अ) लोकसंख्यावाढीशी   ब) लोकसंख्या घटनांशी

   क) मृत्युदराशी   ड) बालमृत्युशी

१२६३) गर्भातच झालेल्या मृत्युसाठी किंवा मृतबालक जन्मासाठी लोकसंख्यादी शास्त्रात कोणती संज्ञा वापरतात?

   अ) बालमृत्यु (Child Death)   ब) मृतजन्म (Still Death)

   क) अभ्रक मृत्यु (Infant Death)   ड) नैसर्गिक मृत्यु (Natural Death)

१२६४) स्त्री किंवा पुरुष यांची अपत्याला जन्म देण्याची अक्षमता किंवा असमर्थता यासाठी कोणती संज्ञा वापरतात?

   अ) जननपात्रता (Fertility)   ब) मर्त्यता ((Mortality)

   क) वंध्यता (Sterility)   ड) जननक्षमता (Fecundity)

१२६५) खालील (ख)मध्ये एक विधान दिले असून (ग)मध्ये त्याचे कारण प्रतिपादन केले आहे. विधान व कारण यांच्या योग्य जोड्या लावा.

   विधान

   ख) भारताची लोकसंख्या आत्याधिक आहे.

   कारण

   ग) भारतात मुला-मुलींचे विवाह कमी वयात केले जातात म्हणून
       खालीलपैकी उत्तराचा कोणता पर्याय तुम्हांस बरोबर वाटतो?

   अ) 'ख' विधान बरोबर पण 'ग' मधील कारण अचूक नाही

   ब) 'ख' विधान बरोबर आहे व तसेच 'ग' मधील कारण पण अचूक आहे.

   क) 'ख' विधान चूक, पण कारण अचूक

   ड) 'ख' व 'ग' दोन्हीही चूक.

१२६६) लोकसंख्येच्या परिवर्तनाचा एक घटक म्हणून कशाचा उल्लेख केला जातो?

   अ) नागरिकीकरण   ब) सामाजिकीकरण   क) स्थलांतरण   ड) सांस्कृतिकीकरण

१२६७) ख) 'कंडोम' हे पुरुषांनी वापरावयाचे संततीनियमनाचे एक साधन आहे.

      ग) वंध्यता ही फक्त स्त्रियांमध्येच असते.

      वरील दोन विधानांसाठी उत्तराचा कोणता पर्याय तुम्हास बरोबर वाटतो?

   अ) 'ख' व 'ग' दोन्हीही बरोबर   ब) 'ख' व 'ग' दोन्हीही चूक

   क) 'ख' चूक 'ग' बरोबर   ड) 'ख' बरोबर 'ग' चूक

१२६८) जगात सर्व राष्ट्रांपैकी कोणत्या राष्ट्राची लोकसंख्या सर्वाधिक आहे?

   अ) भारत   ब) चीन   क) अमेरिका   ड) रशिया

१२६९) लोकसंख्यावाढीस प्रोत्साहन देणाऱ्या घटकात कोणत्या घटकाचा प्रभाव जनमानसावर सर्वाधिक पडतो?

   अ) राजकीय नेते   ब) समाज   क) धर्म   ड) पंथ

१२७०) जन्मावर कायम स्वरूपाचे नियंत्रण ठेवण्यासाठी कोणत्या संतती नियमनांच्या साधनांचा अवलंब केला जातो?

   अ) संतती नियमन गोळ्या   ब) तांबी

क) कंडोम
ड) स्त्री/पुरुष संतती नियमन शस्त्रक्रिया

१२७१) स्तंभ (I)मध्ये काही बाबी दिल्या असून स्तंभ (II)मध्ये त्याचे स्पष्टीकरण दिले आहे. त्यांच्या योग्य जोड्या लावा.

स्तंभ (I)	स्तंभ (II)
अ) नोकरी वा कामधंद्यानिमित्त एका गावाहून दुसऱ्या गावाला जाणे	(I) वंध्यत्व
ब) मुलांना जन्माला घालण्याची असमर्थता	(II) नागरी/ग्रामीण लोकसंख्या
क) लोकसंख्या वाढीवर नियंत्रण	(III) स्थलांतर
ड) लोकसंख्या विभाजन	(IV) संतती नियमन

उत्तराचा खालीलपैकी कोणता पर्याय तुम्हास योग्य वा बरोबर वाटतो?

	(a)	(b)	(c)	(d)
अ)	(III)	(II)	(IV)	(I)
ब)	(I)	(III)	(II)	(IV)
क)	(IV)	(I)	(III)	(II)
ड)	(II)	(IV)	(I)	(III)

१२७२) स्थलांतराचे परिणाम एकूण लोकसंख्येवर काय होतात?

अ) लोकसंख्येत वाढ होते.
ब) लोकसंख्येत घट होते.
क) ज्या प्रदेशातून लोक स्थलांतर करतात तेथे लोकसंख्येत घट होते तर ज्या प्रदेशात लोक स्थलांतर करून येतात तेथे लोकसंख्येत वाढ होते.
ड) लोकसंख्या स्थिर राहते.

१२७३) जेव्हा ग्रामीण परिसरातील लोक मोठ्या प्रमाणात शहराकडे स्थलांतरित होऊन शहरात वास्तव्य करतात तेव्हा त्यास कोणत्या संज्ञेने संबोधले जाते?

अ) राज्यांतर्गत स्थलांतरण
ब) नागरिकीकरण
क) ग्रामिणीकरण
ड) सामाजिक परिवर्तन

१२७४) भारतातील विद्यार्थी अध्ययनासाठी जेव्हा परदेशी जातात व नंतर ते त्या देशातच कायमचे वास्तव्य करतात तेव्हा या प्रकारच्या स्थलांतरास काय म्हणतात?

अ) राष्ट्रांतर्गत स्थलांतर
ब) नागरी स्थलांतर
क) जिल्हा स्थलांतर
ड) आंतरराष्ट्रीय स्थलांतर

१२७५) काही लोकसंख्याशास्त्रज्ञांच्या मताने स्थलांतरास खालीलपैकी कोणती कारणे कारणीभूत असतात?

I) आत्याधिक लोकसंख्या
II) सांस्कृतिकीकरण
III) दुष्काळ
IV) लोकसंख्येच्या प्रमाणात शेतीयोग्य जमिनीचा अभाव
V) पाश्चिमात्यीकरण
VI) शत्रुच्या आक्रमणाची भीती

उत्तराचा खालीलपैकी कोणता पर्याय तुम्हास योग्य वाटतो?

अ) (I) (II) (III) (IV)
ब) (I) (III) (IV) (VI)
क) (III) (IV) (V) (VI)
ड) (II) (III) (IV) (V)

१२७६) ख) एका ग्रामीण परिसरातील लोक दुसऱ्या ग्रामीण परिसरात स्थलांतर करतात.

ग) भारतात बाळंतपणात होणाऱ्या स्त्रियांच्या मृत्युचे प्रमाण नगण्य आहे.

वरील दोन विधानांसाठी उत्तराचा खालीलपैकी कोणता पर्याय बरोबर वाटतो?

अ) 'ख' व 'ग' दोन्ही बरोबर ब) 'ख' व 'ग' दोन्ही चूक

क) 'ख' चूक व 'ग' बरोबर ड) 'ख' बरोबर 'ग' चूक

१२७७) विवाह झाल्यामुळे स्थलांतर होणाऱ्यात कोणाचे प्रमाण जास्त असते?

अ) पुरुषाचे ब) ग्रामीण लोकांचे क) स्त्रियांचे ड) नागरी लोकांचे

१२७८) खाली 'ख'मध्ये एक विधान केले असून 'ग'मध्ये त्याचे कारण विशद केले आहे. त्यांच्या योग्य जोड्या लावा.

विधान

ख) भारतात 'स्त्री' भ्रूणहत्येचे प्रमाण खूप आहे.

कारण

ग) भारतात पुत्रप्राप्तीची लालसा ही मोठ्या प्रमाणात असल्यामुळे गर्भातच स्त्री गर्भाची हत्या केली जाते.

खालीलपैकी उत्तराचा कोणता पर्याय तुम्हास बरोबर वाटतो?

अ) 'ख' विधान बरोबर व 'ग' मधील त्याचे कारण पण अचूक.

ब) 'ख' विधान चूक, पण 'ग' मधील कारण अचूक.

क) 'ख' विधान बरोबर, पण 'ग' कारण चूक.

ड) 'ख' व 'ग' दोन्ही चूक.

१२७९) स्तंभ (I) मध्ये काही बाबी नमूद केल्या असून स्तंभ (II)मध्ये त्याचे स्पष्टीकरण दिले आहे. कृपया योग्य जोड्या लावा.

स्तंभ (I)	स्तंभ (II)
अ) जगातील सर्वाधिक लोकसंख्येचा देश	I) जन्मदर
ब) एका जिल्ह्यातील एकाच गावातून दुसऱ्या गावात स्थलांतर करणे	II) ६२ वर्षे
क) जननक्षमतेचा संबंध कशाशी येतो	III) जिल्ह्यांतर्गत स्थलांतर
ड) भारतातील लोकांची सरासरी वयोमर्यादा	IV) चीन

उत्तराचा खालीलपैकी कोणता पर्याय बरोबर वाटतो.

	(a)	(b)	(c)	(d)
अ)	(III)	(IV)	(I)	(II)
ब)	(II)	(III)	(IV)	(I)
क)	(IV)	(I)	(II)	(III)
ड)	(I)	(II)	(III)	(IV)

१२८०) आत्याधिक लोकसंख्येच्यामुळे विकासांच्या उगमस्रोतांवर काय परिणाम होतो?

अ) विकासाचा समतोल बिघडतो ब) विकासाची गती वाढते

क) विकास थांबतो ड) फक्त शहरांचा विकास होतो

१२८१)अगदी अलीकडे भारताने नवीन लोकसंख्या धोरण कोणत्या साली मंजूर केले?

अ) १९९४   ब) २०००   क) २००७   ड) १९९०

१२८२)राष्ट्रीय लोकसंख्या धोरणात २०००मध्ये कोणत्या गोष्टीवर भर दिला होता?

I.   प्रत्येक खेड्यात बाळंतपणाच्या सेवा उपलब्ध करून देणे.

II. बाळंतपणातील स्त्रियांच्या मृत्युचे प्रमाण घटविणे.

III) जन्मदरात वाढ करणे.

IV) आरोग्य आणि सकस अन्न या संदर्भात स्त्रियांचे सबळीकरण करणे.

V) स्त्रियांच्या धार्मिकतेत वाढ करणे.

VI) बालकांच्या आरोग्याकडे जास्त लक्ष देणे.

उत्तराचा कोणता पर्याय तुम्हास योग्य वाटतो?

अ) (I) (II) (III) (IV)   ब) (III) (IV) (V) (VI)

क) (I) (II) (IV) (VI)   ड) (II) (III) (V) (VI)

१२८३)लोकसंख्येच्या आत्याधिक वाढीमुळे कशावर दबाव येतो?

अ) शेती व शेती उत्पादन   ब) ग्रामिणीकरणावर

क) शिक्षणावर   ड) सांस्कृतिकीकरणावर

१२८४)ख) हिंदू धर्मीयातील पुत्रप्राप्तीची हाव किंवा अभिलाषा लोकसंख्या वाढीला कारणीभूत ठरते.

ग) ग्रामीण भागातील लोक धंदा किंवा व्यवसायासाठी जेव्हा शहरात येतात तेव्हा त्यांना राहण्यासाठी घर नसते. ते मिळेल त्या जागेवर झोपड्या उभारून राहतात व त्यातूनच शहरात झोपडपट्ट्या निर्माण होतात.

वरील दोन विधानांसाठी उत्तराचा खालीलपैकी कोणता पर्याय तुम्हास बरोबर वाटतो?

अ) 'ख' व 'ग' दोन्हीही चूक   ब) 'ख' व 'ग' दोन्हीही बरोबर

क) 'ख' चूक 'ग' बरोबर   ड) 'ख' बरोबर 'ग' चूक

१२८५)भारतात लोकसंख्या भरमसाट वाढण्याची खालीलपैकी कोणती कारणे कारणीभूत आहेत?

I.   दुष्काळावर नियंत्रण प्रस्थापित झाल्यामुळे

II. भारतात मृत्युदरात घट व जन्मदरात वाढ झाल्यामुळे

III) भारतात मृत्युदरात वाढ आणि जन्मदरात घट झाल्यामुळे

IV) भारतात अल्प वयात विवाह झाल्यामुळे

V) साक्षरतेच्या प्रमाणात वाढ झाल्यामुळे

VI) कुटुंब नियोजन कार्यक्रमांकडे पाहण्याच्या धार्मिक दृष्टिकोनाच्या प्रभावामुळे

उत्तराचा खालीलपैकी कोणता पर्याय तुम्हास योग्य वा बरोबर वाटतो?

अ) (I) (III) (IV) (V)   ब) (III) (IV) (V) (VI)

क) (I) (II) (IV) (VI)   ड) (II) (III) (V) (VI)

१२८६)भारताचे लोकसंख्या विषयक धोरण २००० हे कोणत्या घोषवाक्यावर आधारित आहे?

अ) एक कुटुंब, एक मूल   ब) एक कुटुंब व कमीत कमी एक मुलगा

क) हम दो, हमारे दो   ड) कुटुंब नियोजनाला विरोध

१२८७) आत्याधिक लोकसंख्या त्या त्या राष्ट्राच्या कोणत्या घटकात अडथळा निर्माण करते?

अ) राष्ट्राच्या विकासात ब) राष्ट्राच्या अवनतीस

क) अंधश्रद्धा प्रक्रियेत ड) बालमृत्युचे प्रमाण रोखण्याच्या

१२८८) २०११च्या लोकसंख्या जनगणना अहवालानुसार भारतात दर एक हजार पुरुषांमागे स्त्रियांचे सर्वांत कमी प्रमाण कोणत्या प्रांतात आहे व किती?

अ) महाराष्ट्र ९२५ ब) पंजाब ८१३ क) हरियाणा ८७७ ड) दमण व दीव ६१८

१२८९) २००० सालच्या राष्ट्रीय लोकसंख्या धोरणाच्या उद्दिष्टानुसार बालमृत्युदर कितीपासून-कितीपर्यंत घटविण्याचे निर्धारित केले होते?

अ) ७२ पासून ५०पर्यंत ब) ७२ पासून ३०पर्यंत

क) ७२ पासून १८पर्यंत ड) ७२ पासून ४५पर्यंत

१२९०) २००० सालच्या भारताच्या राष्ट्रीय लोकसंख्याविषयक धोरणानुसार स्त्रियांचे विवाहाचे कमीत कमी वय किती निर्धारित करण्यात आले होते?

अ) २२ ब) १६ क) १८ ड) १४

१२९१) तज्ज्ञांच्या मताने २००० सालच्या राष्ट्रीय धोरणामुळे कोणत्या समस्येचा सामना भारताला करावा लागेल?

अ) स्त्रियांच्या शिक्षणाचा ब) सामाजिक परिवर्तनाचा

क) धोरणाच्या अंमलबजावणीचा ड) पुरुषप्रधान परंपरेचा

१२९२) 'ख'मध्ये एक विधान दिले असून 'ग'मध्ये त्याचे कारण प्रतिपादन करण्यात आले आहे. त्यांच्या योग्य जोड्या लावा.

विधान

ख) भारताची लोकसंख्या ही आत्याधिक आहे.

कारण

ग) भारतातील बहुसंख्य धर्मांचा कुटुंब नियोजनाला विरोध आहे.

उत्तराचा कोणता पर्याय तुम्हास बरोबर वाटतो?

अ) विधान 'ख' चूक व त्याचे कारणही चूक.

ब) विधान 'ख' बरोबर व त्याचे 'ग' कारणही अचूक.

क) विधान 'ख' बरोबर पण त्याचे 'ग' कारण चूक.

ड) विधान 'ख' चूक, पण 'ग' कारण बरोबर किंवा अचूक.

१२९३) स्थलांतराचा दर (Migration Rate) काढण्याचे सिद्धान्तसूत्र (Formula) खालीलपैकी कोणता आहे?

अ) $M = \frac{m}{p} \times k$ ब) $m = \frac{M}{P} \times k$ क) $p = \frac{m}{M} \times k$ ड) $K = \frac{P}{M} \times m$

१२९४) मर्त्यता व जननपात्रता (Mortality and Fertility) यांच्या समवेत लोकसंख्येचा तिसरा अंगभूत घटक कोणता?

अ) परिवर्तन ब) चळवळ क) स्थलांतर ड) धर्मपरंपरा

१२९५)लोकसंख्या वाढीची प्रक्रिया ही पूर्णपणे कशावर अवलंबून आहे?

अ) मानवी मर्त्यता ब) मानवी स्थलांतर

क) मानवी चळवळी ड) मानवी जननपात्रता (Human Fertility)

१२९६)भारतातून अमेरिकेत कायम स्थलांतर करणाऱ्या लोकांमध्ये कोणाचा भरणा अधिक आहे?

अ) व्यापारी ब) विद्यार्थी

क) राजकीय नेते ड) खेळाडू

१२९७)संसाधनांच्या विकासात कशामुळे अडथळा निर्माण होतो?

अ) आत्याधिक लोकसंख्या वाढ ब) धार्मिकता

क) राजकीय सुविधांचा अभाव ड) स्त्रियांचे शिक्षण

१२९८)तज्ज्ञांच्या मताने कोणत्याही देशाची आत्याधिक लोकसंख्या लोकांच्या कोणत्या घटकावर परिणाम करते?

अ) स्त्री-पुरुष प्रमाणात समानता आणते.

ब) लोकांचे राहणीमान वा त्यांचा जीवनस्तर (Standard of Living)

क) लोकांच्या आयुष्यात वाढ होते.

ड) स्त्रियांना स्वातंत्र्य प्राप्त होते.

१२९९)लोकसंख्याशास्त्राचा अभ्यास करणाऱ्या तज्ज्ञांच्या मताने, जी राष्ट्रे कृषीप्रधान आहेत, तेथे लोकसंख्या वाढीबरोबरच लोकांच्या दरडोई उत्पन्नात व राष्ट्रीय उत्पन्नात काय होते?

अ) प्रचंड वाढ होते ब) स्थिर राहतो

क) घट होते ड) किंचित वाढ होते

१३००)भारतात कोणत्या प्रांतात साक्षरतेचे प्रमाण सर्वाधिक आहे?

अ) महाराष्ट्र ब) बिहार क) पंजाब ड) केरळ

१३०१)ख) लोकसंख्या व उपलब्ध संसाधने यांचा विचार करता भारताची गणना विकसित राष्ट्रात केली जाते.

ग) भारतात सर्वाधिक बालमृत्यु ग्रामीण परिसराचा विचार करता ओरिसा (ओडिशा) प्रांतात होतात. वरील विधानांसाठी उत्तराचा कोणता पर्याय तुम्हास बरोबर वाटतो?

अ) 'ख' चूक 'ग' बरोबर ब) 'ख' बरोबर 'ग' चूक

क) 'ख' व 'ग' दोन्ही बरोबर ड) 'ख' व 'ग' दोन्ही चूक

१३०२)२०११च्या जनगणना अहवालानुसार सर्वाधिक लोकसंख्येची घनता असलेला प्रांत व केंद्रशासित प्रदेश कोणता?

अ) महाराष्ट्र ब) दिल्ली

क) उत्तरप्रदेश ड) आंध्रप्रदेश

१३०३)भारतात लोकसंख्या वाढीवर परिणाम करणारे सामाजिक - सांस्कृतिक घटक कोणते?

I) अजूनही संयुक्त कुटुंबाचे प्राबल्य II) आत्याधिक साक्षरता

III) रूढिप्रियता IV) आर्थिक सुबत्ता

V) पुत्र प्राप्तीची लालसा VI) आत्यंतिक अंधश्रद्धाळूपणा

उत्तराचा खालीलपैकी कोणता पर्याय तुम्हास बरोबर वाटतो?

अ) (I) (II) (III) (IV)   ब) (II) (III) (IV) (V)

क) (III) (IV) (V) (VI)   ड) (I) (III) (V) (VI)

१३०४) स्तंभ (I) मध्ये काही गोष्टी नमूद केल्या असून स्तंभ (II) मध्ये त्याचे स्पष्टीकरण दिले आहे. त्यांच्या योग्य जोड्या लावा.

स्तंभ (I)	स्तंभ (II)
अ) २०११च्या जनगणनेनुसार भारताची लोकसंख्येची घनता	I) ७४.०६%
ब) २०११च्या जनगणना अहवालानुसार केरळ प्रांतात १००० पुरुषांच्या तुलनेने स्त्रियांचे प्रमाण	II) अरुणाचल प्रदेश
क) भारतात २०११ प्रमाणे साक्षरतेचे एकूण प्रमाण	III) ३८२ प्रति चौ. किलोमीटर
ड) भारतात २०११च्या जनगणना अहवाला- नुसार सर्वांत कमी लोकसंख्येची घनता असलेला प्रांत	IV) १०८४ स्त्रिया

उत्तराचा खालीलपैकी कोणता पर्याय बरोबर आहे असे तुम्हांस वाटते?

	(a)	(b)	(c)	(d)
अ)	(II)	(III)	(IV)	(I)
ब)	(III)	(IV)	(I)	(II)
क)	(IV)	(I)	(II)	(III)
ड)	(I)	(II)	(III)	(IV)

१३०५) जेव्हा जननक्षमता (Fecundity) असलेली स्त्री बालकाला गर्भधारणेच्या कालावधीनंतर प्रत्यक्ष जन्म देते तेव्हा त्यास कोणत्या संज्ञेने संबोधले जाते?

अ) गर्भपात (Abortion)   ब) मृतजन्म (Still birth)

क) जीवित जन्म (Live birth)   ड) मुलाचा जन्म (Boy's birth)

१३०६) लोकसंख्या वाढीसाठी कारणीभूत ठरणारा कोणता सामाजिक – सांस्कृतिक घटक कार्यरत असतो?

अ) पितृसत्ताक कुटुंब पद्धती   ब) बहुपतिक कुटुंब पद्धती

क) मातृसत्ताक कुटुंब पद्धती   ड) केंद्र कुटुंब पद्धती

१३०७) ख) लोकसंख्या वाढीला आळा घालण्यासाठी भारत सरकारने १९७१ साली गर्भपाताला काही विशिष्ट परिस्थितीत कायदेशीर मान्यता दिली.

ग) लोकसंख्या धोरणाचा एक भाग म्हणून सरकारने जन्मदरात वाढ करण्याचा निर्णय घेतला.

वरील दोन विधानांसाठी खालीलपैकी उत्तराचा कोणता पर्याय तुम्हास बरोबर वाटतो?

अ) 'ख' व 'ग' दोन्हीही बरोबर   ब) 'ख' व 'ग' दोन्हीही चूक

क) 'ख' चूक व 'ग' बरोबर   ड) 'ख' बरोबर 'ग' चूक

१३०८)ख) तोंडाने घ्यावयाच्या गोळ्या हे पुरुषांसाठी संतती नियमनाचे एक साधन होय.

ग) नवोदित बालकांच्या आरोग्याच्या रक्षणासाठी सार्वत्रिक लसीकरण मोहीम राबविण्याच्या कार्याला २००० सालच्या लोकसंख्या धोरणात स्थान देण्यात आले आहे.

वरील विधानांसाठी खालीलपैकी उत्तराचा कोणता पर्याय तुम्हास बरोबर वाटतो?

अ) 'ख' चूक 'ग' बरोबर ब) 'ख' बरोबर 'ग' चूक

क) 'ख' व 'ग' दोन्हीही बरोबर ड) 'ख' व 'ग' दोन्हीही चूक

१३०९)लोकसंख्येच्या अवाजवी वाढीची जाणीव जनतेत व्हावी म्हणून कोणत्या प्रकारच्या शिक्षणाची वा प्रशिक्षणाची आवश्यकता आहे?

अ) सामाजिक जीवन पद्धतीच्या ब) धार्मिक रूढीबद्ध जीवनाची

क) लोकसंख्या शिक्षणाची ड) जागतिकीकरणाची

१३१०)भारताच्या राष्ट्रीय लोकसंख्या विषयक आयोग २०००चे अध्यक्ष कोण होते?

अ) के. सी. पंत ब) पंतप्रधान क) राष्ट्रपती ड) सोनिया गांधी

१३११)जेव्हा एखादी मुलगी गर्भवती असताना, ती मुलाला जन्म देण्याऐवजी त्याचा गर्भपात करते, तेव्हा त्यास कोणत्या संज्ञेने संबोधले जाते?

अ) गर्भमृत्यू ब) मृतबालकजन्म क) जीवितजन्म ड) जन्म

१३१२)स्तंभ (I)मध्ये काही गोष्टी नमूद केल्या आहेत व स्तंभ (II)मध्ये त्यांचे स्पष्टीकरण दिले आहे. त्यांच्या योग्य जोड्या लावा.

स्तंभ (I) स्तंभ (II)

अ) संतती नियमनाचे कायमचे साधन I) पुरुषांनी वापरावयाचे संतती नियमनाचे एक साधन

ब) लूप किंवा तांबी II) लोकसंख्या धोरण २००० मधील एक तरतूद

क) निरोध किंवा कंडोम III)स्त्रियांनी वापरावयाचे संतती नियमनाचे एक साधन

ड) जन्मदरात घट IV)स्त्री/पुरुष यांवरची संतती नियमन शस्त्रक्रिया

उत्तराचा खालीलपैकी कोणता पर्याय बरोबर आहे असे तुम्हांस वाटते?

	(a)	(b)	(c)	(d)
अ)	(II)	(III)	(II)	(I)
ब)	(IV)	(I)	(III)	(II)
क)	(III)	(II)	(I)	(IV)
ड)	(I)	(IV)	(II)	(III)

१३१३)बालकांचे जन्मानंतरचे जीवन हे आरोग्यपूर्ण जाण्यासाठी इ.स. २००० लोकसंख्या विषयक धोरणात कोणती तरतूद केली होती?

अ) प्राथमिक आरोग्य केंद्र ब) स्त्री आरोग्य रक्षिकेची नेमणूक

क) लसीकरण मोहीम ड) मृत्युदरात घट

१३१४)'लोकसंख्या शिक्षण' हा कोणत्या प्रकारचा उपक्रम आहे?

अ) विद्यार्थ्यांसाठी शैक्षणिक उपक्रम ब) राष्ट्रीय कार्यक्रम

क) आर्थिक वृद्धीसाठी ड) मृत्युदरात घट करण्यासाठी

१३१५) लोकसंख्या शिक्षणाच्या उद्दिष्टात खालीलपैकी कोणती उद्दिष्टे समाविष्ट होतात?

(I) लोकसंख्येचा आकार
(II) लोकसंख्येची रचना
(III)स्त्री शिक्षणाच्या समस्या
(IV) लोकसंख्येत होणारी वाढ
(V) लोकसंख्यावाढ व आर्थिक विकास
(VI) भारतीय लोकसंख्येचे पाश्चिमात्यीकरण

उत्तराचा खालीलपैकी कोणता पर्याय तुम्हास बरोबर वाटतो?

अ) (I) (II) (III) (IV)
ब) (III) (IV) (V) (VI)
क) (I) (II) (IV) (V)
ड) (II) (III) (IV) (V)

१३१६) लोकसंख्येच्या विविध पैलूंची जाणीव तरुण पिढीत निर्माण होण्यासाठी लोकसंख्या शास्त्रज्ञांच्यामध्ये कशाची आवश्यकता आहे?

अ) झोपडपट्टीच्या समस्येचा अभ्यास करण्यासाठी

ब) राजकीय नेतृत्वाच्या कार्यक्षमतेचा आढावा घेण्यासाठी

क) सामाजिकीकरणाचा अभ्यास करण्यासाठी

ड) लोकसंख्या शिक्षणाची

१३१७) लोकसंख्यावाढीवर नियंत्रण ठेवण्यासाठी भारतात कोणत्या संतती नियमन उपायांचा किंवा साधनांचा प्रत्यक्ष वापर केला जातो?

(I) निरोध किंवा कंडोम
(II) गर्भनिरोधक गोळ्या
(III)लिंबाचा रस कानांत घालणे
(IV) स्त्री-पुरुष शस्त्रक्रिया
(V) मृत्युदर व जन्मदर यात वाढ करणे
(VI) लूप वा तांबी बसविणे

उत्तराचा खालीलपैकी कोणता पर्याय तुम्हास बरोबर वाटतो?

अ) (I) (II) (III) (IV)
ब) (I) (II) (IV) (VI)
क) (III) (IV) (V) (VI)
ड) (III) (IV) (I) (II)

१३१८) २०००च्या लोकसंख्या विषयक धोरणात खालीलपैकी कशाचा समावेश आहे?

अ) अंगणवाडी शिक्षिकांना प्रशिक्षण देणे.

ब) बाळंतपणात होणाऱ्या मृत्यूचे प्रमाण दर हजारी ४३७ वरून १०० वर आणणे.

क) बचत गटाची स्थापना करणे.

ड) महिला आयोग स्थापन करणे.

१३१९) स्थलांतर प्रक्रियेचा परिणाम म्हणून नागरिकीकरणाची प्रक्रिया गतिमान होते व त्यातून शहरात कोणती महत्त्वाची समस्या निर्माण होते?

अ) शेतीव्यवसायात वाढ
ब) ग्रामीण बेकारीत वाढ
क) झोपडपट्ट्यांची निर्मिती
ड) भूप्रदूषणात वाढ

१३२०) ख) लोकसंख्येच्या आकाराचा विचार करता भारताची लोकसंख्या सर्वाधिक आहे.

ग) २०००च्या लोकसंख्या विषयक धोरणानुसार स्त्रियांचे विवाहाचे वय किमान १८ वर्षे करण्यात आले.

वरील दोन विधानांसाठी उत्तराचा कोणता पर्याय तुम्हास बरोबर वाटतो?

अ) 'ख' चूक 'ग' बरोबर
ब) 'ख' बरोबर 'ग' चूक
क) 'ख' व 'ग' दोन्हीही बरोबर
ड) 'ख' व 'ग' दोन्हीही चूक

वस्तुनिष्ठ प्रश्नांची उत्तरे

१२२१ ब	१२२२ क	१२२३ अ	१२२४ ड	१२२५ ब	१२२६ अ	१२२७ ब	१२२८ क
१२२९ ड	१२३० अ	१२३१ ब	१२३२ क	१२३३ अ	१२३४ अ	१२३५ क	१२३६ ड
१२३७ ड	१२३८ अ	१२३९ ब	१२४० अ	१२४१ ब	१२४२ क	१२४३ ड	१२४४ क
१२४५ अ	१२४६ ब	१२४७ क	१२४८ क	१२४९ क	१२५० ड	१२५१ अ	१२५२ ब
१२५३ क	१२५४ ब	१२५५ क	१२५६ अ	१२५७ ब	१२५८ क	१२५९ ड	१२६० अ
१२६१ ब	१२६२ अ	१२६३ ब	१२६४ क	१२६५ ब	१२६६ क	१२६७ ड	१२६८ ब
१२६९ क	१२७० ड	१२७१ अ	१२७२ क	१२७३ ब	१२७४ ड	१२७५ ब	१२७६ ड
१२७७ क	१२७८ अ	१२७९ ब	१२८० अ	१२८१ ब	१२८२ क	१२८३ अ	१२८४ ब
१२८५ क	१२८६ क	१२८७ अ	१२८८ ड	१२८९ ब	१२९० क	१२९१ क	१२९२ ब
१२९३ ब	१२९४ क	१२९५ ड	१२९६ ब	१२९७ अ	१२९८ ब	१२९९ क	१३०० ड
१३०१ अ	१३०२ ब	१३०३ ड	१३०४ ब	१३०५ क	१३०६ अ	१३०७ ड	१३०८ अ
१३०९ क	१३१० ब	१३११ अ	१३१२ क	१३१३ क	१३१४ अ	१३१५ क	१३१६ ड
१३१७ ब	१३१८ ब	१३१९ क	१३२० अ				

पेपर : ३ (ब)

५

लिंगभाव व समाज
(Gender and Society)

(वस्तुनिष्ठ प्रश्न १००)

१३२१) लिंग निर्धारण ही प्रक्रिया जरी जीवशास्त्रीय संरचनात्मकतेत मोडत असली तरी लिंगभाव ही संरचना कोणत्या प्रकारची आहे?

     अ) पारंपरिक   ब) धार्मिक   क) सामाजिक   ड) आर्थिक

१३२२) लिंगभाव विभेदीकरण ही प्रक्रिया कोणत्या सामाजिक प्रक्रियेवर आधारित आहे?

     अ) सामाजिकीकरण   ब) पाश्चिमात्यीकरण   क) रूढीबंधता   ड) अंधश्रद्धा

१३२३) जगातल्या बहुसंख्य राष्ट्रात स्त्री/पुरुष समानतेचे तत्त्व कायद्याने मान्य केले असले तरी प्रत्यक्ष सामाजिक जीवनात 'स्त्री'चा दर्जा हा पुरुषांपेक्षा नेहमीच कसा असतो?

     अ) उच्चतम   ब) श्रेष्ठ   क) समान   ड) कनिष्ठ

१३२४) स्त्री-पुरुषात असमानता निर्माण करण्यात कोणत्या सामाजिक संस्थेचा वाटा महत्त्वाचा आहे?

     अ) धर्मसंस्थेचा   ब) अर्थसंस्थेचा   क) राज्यसंस्थेचा   ड) शिक्षणसंस्थेचा

१३२५) लिंगभाव सामाजिकीकरण म्हणजे नेमके काय?

     I)   पुरुषांना सतत त्यांच्या श्रेष्ठत्वाची जाणीव करून देणे.

     II)   स्त्रियांना त्यांच्या गौणत्वाची जाणीव सतत देणे.

     III)   स्त्रिया या पुरुषांपेक्षा श्रेष्ठ आहे हे सांगणे.

     IV)   स्त्रियांच्या दिव्यरूपाची व तिच्यातील देवत्वाची जाणीव करून देणे.

V) सामाजिकीकरण प्रक्रियेत स्त्री/पुरुष विभेदीकरणावर भर देणे.

VI) धर्माचा आधार घेऊन स्त्रियांचे कनिष्ठत्व मुलींच्या मनावर बिंबविणे.

उत्तराचा खालीलपैकी कोणता पर्याय तुम्हास बरोबर वाटतो?

अ) (III) (IV) (V) (VI) ब) (I) (II) (V) (VI)

क) (I) (II) (III) (IV) ड) (II) (III) (IV) (V)

१३२६) सर्वसामान्य सामाजिक भूमिकांचा विचार करता 'स्त्री' ला पार पाडावी लागणारी महत्त्वाची भूमिका कोणती?

अ) नोकरी करून घर चालविणे. ब) मोलकरीण म्हणून काम करणे.

क) स्वयंपाक व अन्य घरकाम सांभाळणे. ड) शिक्षण घेणे.

१३२७) भारतातील विवाहित हिंदू स्त्रियांच्या दृष्टीने सांस्कृतिक प्रतीकवादाचे उदाहरण कोणते?

अ) शिक्षणात आघाडी घेणे.

ब) पुरुषाच्या खांद्याला-खांदा लाऊन काम करणे.

क) धर्माच्या विरोधी आचरण करणे.

ड) गळ्यात मंगळसूत्र घालणे व कपाळावर कुंकू लावणे.

१३२८) ख्रिस्ती धर्मात नवोदित वधू ही पांढऱ्या रंगाचा पायघोळ पोशाख करते हे कशाचे प्रतीक होय?

अ) सांस्कृतिक प्रतीकवाद ब) आर्थिक प्रतीकवाद

क) कौटुंबिक प्रतीकवाद ड) शैक्षणिक प्रतीकवाद

१३२९) ख) लिंगभाव ही संकल्पना प्रामुख्याने सामाजिक-सांस्कृतिक स्वरूपाची असल्याचे समाजशास्त्रज्ञ मानतात.

ग) याउलट लिंग ही संकल्पना मानसशास्त्रीय स्वरूपाची आहे.

वरील विधानांसाठी उत्तराचा कोणता पर्याय तुम्हास बरोबर वाटतो?

अ) 'ख' चूक 'ग' बरोबर ब) 'ख' बरोबर 'ग' चूक

क) 'ख' व 'ग' दोन्हीही बरोबर ड) 'ख' व 'ग' दोन्हीही चूक

१३३०) समाजशास्त्रात लिंगभाव ही संकल्पना कोणत्या शास्त्रज्ञाने प्रथम वापरली होती?

अ) मायकेल फुको (Michel Foucault) ब) ॲन्थोनी गिडन्स (Anthony Giddens)

क) ॲन ओकले (Ann Oakley) ड) जेसी बर्नार्ड (Jassie Bernard)

१३३१) लिंगभाव म्हणजे कोणत्या भावनेवर आधारित सामाजिक असमानता होय?

अ) राजकीय व आर्थिक असमानता. ब) पुरुषत्व व स्त्रीत्व यामधील असमानता.

क) धर्माधर्मातील असमानता. ड) शैक्षणिक असमानता.

१३३२) लिंगभाव असमानतेवर आधारित सामाजिक संरचनेचा आधार कोणती कुटुंब व्यवस्था आहे?

अ) मातृसत्ताक कुटुंब ब) केंद्र कुटुंब क) पितृसत्ताक कुटुंब ड) बहुपतिक कुटुंब

१३३३) ज्या समाजात वा सामाजिक गटात मातृसत्ताक कुटुंब पद्धती कार्यरत आहे तेथे तत्त्वत: जरी सत्ता मातेच्या हातात असली तरी प्रत्यक्ष सत्ता कोण गाजवितो?

अ) मातेचा पती ब) मातेची मुलगी क) स्वत:माता ड) मातेचा भाऊ (मामा)

१३३४) पितृसत्ताक कुटुंब पद्धतीत स्त्रियांच्या दर्जा हा नेहमीच पुरुषांपेक्षा कसा आहे?
अ) बरोबरीचा ब) पुरुषापेक्षा श्रेष्ठ क) पुरुषापेक्षा कनिष्ठ ड) समान

१३३५) कोणत्याही समाजाच्या पितृसत्ताक कुटुंब पद्धतीत स्त्रियांना कोणती भूमिका पार पाडावी लागते?
अ) कुटुंबाचा चरितार्थ चालविण्यासाठी नोकरी करणे.
ब) घरकाम व मुलांचे संगोपन.
क) शिक्षण घेणे.
ड) धर्मरक्षण करणे.

१३३६) हिंदू स्त्रियांना कुटुंबाच्या मालमत्तेत समान अधिकार देणारा कायदा किती साली मंजूर झाला?
अ) १९५६ ब) १९५५ क) १९७७ ड) २०१४

१३३७) समान काम-समान वेतन हे तत्त्व सरकारने स्वीकारून तसा कायदा जरी केला असला तरी काही क्षेत्रात आजही स्त्रियांना व स्त्री कामगारांना वेतन वा मजुरी किती मिळते?
अ) पुरुष कामगारांच्या इतकेच ब) पुरुष कामगारांपेक्षा जास्त
क) पुरुष कामगारांपेक्षा कमी ड) माहिती नाही

१३३८) भारतातील मुस्लीम वारसाहक्क कायद्यानुसार स्त्रियांना वारसाहक्क प्राप्त झाला असला तरी स्त्री वारसदारांच्या तुलनेने पुरुष वारसदाराचा मालमत्तेत किती वाटा मिळतो?
अ) पुरुष वारसदारांइतकाच. ब) स्त्री वारसदारापेक्षा दुप्पट वाटा पुरुषांना मिळतो.
क) स्त्रियांपेक्षा पुरुषाला कमी वाटा मिळतो. ड) पुरुषांचा मालमत्ता हक्क नाकारला जातो.

१३३९) ख) भारतीय समाज रचनेतील कुटुंबात स्त्रियांचा दर्जा हा पुरुषांपेक्षा सातत्याने कनिष्ठ स्वरूपाचा आहे.
ग) भारतातील हिंदू स्त्रीला घटस्फोटाचा अधिकार प्रदान करण्यात आलेला नाही.
वरील दोन विधानांसाठी उत्तराचा कोणता पर्याय तुम्हास योग्य वाटतो?
अ) 'ख' बरोबर 'ग' चूक ब) 'ख' चूक 'ग' बरोबर
क) 'ख' व 'ग' दोन्हीही चूक ड) 'ख' व 'ग' दोन्हीही बरोबर

१३४०) भारतीय समाज संरचनेत स्त्रियांच्या सामाजिक दर्जाचे कोणते दोन पैलू आहेत?
अ) व्यावसायिक दर्जा व कौटुंबिक दर्जा ब) मातेचा दर्जा व पत्नीचा दर्जा
क) पती-पत्नी संबंधांचे स्वरूप ड) राजकारण व अर्थकारण

१३४१) हिंदू धर्मातील कोणती प्रथा स्त्रियांचा दर्जा खालविण्यास कारणीभूत ठरली?
अ) आर्थिक स्वातंत्र्य ब) शैक्षणिक दर्जात सुधारणा
क) हुंडा देण्याची प्रथा ड) वैवाहिक स्थिती

१३४२) काही तज्ज्ञांच्या मताने मुस्लीम स्त्रियातील बुरखा पद्धती त्या त्या स्त्रियांच्या कशाचे प्रतीक आहे?
अ) त्यांच्या कनिष्ठ स्थानाचे ब) त्यांच्या श्रेष्ठ स्थानाचे
क) त्यांच्या सुरक्षिततेचे ड) धर्म मान्यतेचे

१३४३) ईस्लाम धर्मानुसार 'तलाकचा' (म्हणजे घटस्फोटाचा) अधिकार कोणाला आहे?
अ) स्त्री व पुरुष या दोघांनाही ब) फक्त स्त्रीला
क) फक्त पुरुषांनाच ड) मुल्ला व मौलवींनाच

१३४४) भारतातील घटता लिंगदर हा कशाचा परिणाम आहे?

    I)   स्त्रियांचे सांस्कृतिक दुय्यमत्व   II) हुंड्याविषयी ऐहिकतावादी धारणा

    III) स्त्रियांवरील लैंगिक हल्ले   IV) पुत्र अग्रक्रम

    उत्तराचा खालीलपैकी कोणता पर्याय तुम्हास बरोबर वाटतो?

    अ) (I) (II) (IV)   ब) (I) (IV)   क) (II) (III) (I)   ड) (II) (IV) (III)

१३४५) खाली 'ख'मध्ये एक विधान केले आहे व 'ग'मध्ये त्याचे कारण दिले आहे. त्यांच्या योग्य जोड्या लावा.

विधान

ख) स्त्रियांच्या औपचारिक नोकऱ्यातील प्रवेश आधुनिकतेमुळे होतो असे मानले जाते, परंतु त्यांच्या सांस्कृतिक व्यवहाराला असणाऱ्या योगदानाची दखल घेतली जात नाही.

कारण

भारतीय समाजाचे अध्ययन करणाऱ्या बहुसंख्य विद्वानांनी भारतीय समाजाचे विश्लेषण 'द्वैती पद्धतीने' परंपरा व आधुनिकता या पद्धतीने केले होते, उत्तराचा खालीलपैकी कोणता पर्याय तुम्हास योग्य वाटतो?

    अ) 'ख' व 'ग' दोन्हीही बरोबर आहेत व 'ग' हे 'ख' चे अचूक स्पष्टीकरण होय.

    ब) 'ख' व 'ग' दोन्ही बरोबर परंतु 'ग' हे 'ख' चे अचूक स्पष्टीकरण नाही.

    क) 'ख' बरोबर पण 'ग' चूक

    ड) 'ख' चूक व 'ग' बरोबर

१३४६) भारतात सर्वत्र 'गर्भपूर्व निदान तंत्र कायदा' (Pre-natal Diagnostic Techniques Act) किती साली लागू करण्यात आला?

    अ) २०१५   ब) १९९४   क) १९७६   ड) २०००

१३४७) खैरलांजी अत्याचाराची घटना ही कशाचे स्पष्टीकरण देते?

    I) जातीचे स्तरीकरण व लिंगभाव स्तरीकरण   II) दलितांची मानखंडना

    III) ऐहिक पातळीवरचे शत्रुत्व   IV) स्त्रियांच्या प्रतिष्ठेवर हल्ला, दमन व हिंसा

    उत्तराचा खालीलपैकी कोणता पर्याय बरोबर आहे असे तुम्हास वाटते?

    अ) (I) (IV)   ब) (I) (II) (III) (IV)

    क) (I) (II) (IV)   ड) (II) (IV)

१३४८) 'पुत्रप्राप्तीशिवाय मोक्ष प्राप्ती नाही' हा धार्मिक विचार कशास कारणीभूत ठरतो?

    अ) स्त्रीवरील अत्याचारास   ब) स्त्री-भ्रूण हत्येस

    क) मातृसत्ताक कुटुंबाच्या निर्मितीस   ड) लिंगभाव वाढीस

१३४९) महिला कामगारांचा विचार करता त्यांचे रोजगाराच्या समस्येनुसार कोणत्या दोन गटात विभाजन करण्यात आले आहे?

    अ) पगारी व बिनपगारी स्त्री कामगार

    ब) श्रेष्ठ व कनिष्ठ जातीतील स्त्री कामगार

क) संघटित व असंघटित क्षेत्रातील स्त्री कामगार

ड) शिक्षित व अशिक्षित स्त्री कामगार

१३५०)ख) मातृसत्ताक कुटुंब पद्धतीत तत्त्वत: स्त्री जरी सत्ताधीश असली तरी व्यवहारात मात्र पुरुषाच्याच हातात सत्ता असते.

ग) भारतात पुरुषांच्या तुलनेने स्त्रियांच्या प्रमाणात वाढ होत आहे?

वरील दोन विधानांसाठी खालीलपैकी कोणता पर्याय बरोबर आहे असे तुम्हास वाटते?

अ) 'ख' व 'ग' दोन्हीही बरोबर   ब) 'ख' व 'ग' दोन्हीही चूक

क) 'ख' चूक 'ग' बरोबर   ड) 'ख' बरोबर 'ग' चूक

१३५१)खाली स्तंभ (I)मध्ये काही बाबी नमूद केल्या आहेत तर स्तंभ (II)मध्ये त्याचे स्पष्टीकरण आहे. त्यांच्या योग्य जोड्या लावा.

स्तंभ (I)   स्तंभ (II)

अ) इस्लाम धर्मात घटस्फोटाचा अधिकार   I) १९५६

ब) हिंदू वारसा हक्क कायदा   II) १९९४

क) नवोदित वधूचा छळ करण्याचे एक साधन   III) फक्त पतीलाच.

ड) स्त्री-भ्रूण हत्या विरोधी कायदा किंवा गर्भपूर्व   IV) हिंदू व अन्यधर्मातील हुंडा पद्धती
   निदान तंत्र कायदा   V) १९५५

उत्तराचा खालीलपैकी कोणता पर्याय तुम्हास बरोबर वाटतो?

अ) (III) (I) (IV) (II)   ब) (V) (III) (II) (I)

क) (IV) (V) (I) (III)   ड) (II) (IV) (III) (V)

१३५२)आजही कृषी क्षेत्रातील स्त्री कामगारांना पुरुष कामगारांच्या तुलनेने मिळणारे वेतन कसे असते?

अ) जास्त   ब) समान   क) कमी   ड) समांतर

१३५३)गेल्या काही दशकात 'स्त्री' साक्षरतेत वाढ झाली असून २०११ साली स्त्री साक्षरतेचे प्रमाण किती टक्के होते?

अ) ८७.१३   ब) ८२.१२   क) ६४.४६   ड) ७५.२६

१३५४)'स्त्री-वाद' म्हणजे नेमके काय?

अ) पुरुषांनी पुरुषी दृष्टिकोनातून केलेला स्तरीकरणात्मक अभ्यास होय.

ब) स्त्रियांवर होणाऱ्या अत्याचारांचा अभ्यास होय.

क) 'स्त्री' साक्षरतेचा अभ्यास होय.

ड) 'स्त्री' ला मध्यवर्ती ठेवून तिच्या सामाजिक जीवनाचा व मानवी अनुभवांचा अभ्यास होय.

१३५५)स्त्रीत्व (Feminity) आणि पुरुषत्व (Masculinity) हे कोणत्या संकल्पनेच्या अध्ययनाचे पैलू होत?

अ) लिंगभेद (Sex Differentiation)   ब) लिंगभाव (Gender)

क) स्तरीकरण (Stratification)   ड) राजकारण (Politics)

१३५६)भारतीय विवाह पद्धतीतील 'कन्यादान' हा विधी कशाचे प्रतीक आहे?

अ) पुरुषसत्ताक (पितृसत्ताक) कुटुंब पद्धतीचे ब) मातृसत्ताक कुटुंब पद्धतीचे

क) केंद्र कुटुंब पद्धतीचे   ड) बहुपतिक विवाहाचे

१३५७) स्त्री-पुरुष लिंगभावाचा विचार करता स्त्रियांचा दर्जा हा सर्वच समाजात कसा आहे?

अ) समानतेचा   ब) विषमतेचा   क) कनिष्ठ   ड) श्रेष्ठ

१३५८) ख) स्त्रीच्या सामाजिक जीवनाचा समग्र सैद्धान्तिक अभ्यास म्हणजे 'स्त्री वादी' सिद्धान्त होय.

ग) अमेरिकेत व्यवहारातही 'स्त्री' दर्जा पुरुषाइतकाच समान असतो.

वरील दोन विधानांसाठी खालीलपैकी उत्तराचा कोणता पर्याय तुम्हास बरोबर वाटतो?

अ) 'ख' व 'ग' दोन्ही बरोबर.   ब) 'ख' व 'ग' दोन्हीही चूक.

क) 'ख' चूक 'ग' बरोबर.   ड) 'ख' बरोबर 'ग' चूक होय.

१३५९) स्त्रियांच्या मानवी हक्कांचे जतन करण्याच्या उद्देशाने भारतात राष्ट्रीय महिला आयोगाची निर्मिती किती साली करण्यात आली?

अ) २००५   ब) १९८७   क) १९९२   ड) २००८

१३६०) भारतात व अन्य देशातही तिच्या व्यावसायिक भूमिकेपेक्षा तिच्या कोणत्या भूमिकेला प्राधान्य दिले जाते?

अ) पदवीशी निगडित भूमिका

ब) कौटुंबिक भूमिका (पत्नी/आई)

क) व्यावसायिक भूमिका (प्राध्यापिका/उद्योजक)

ड) कायदेविषयक भूमिका

१३६१) ग्रामीण स्त्रियांचे सबलीकरण व्हावे म्हणून भारताने कोणता कार्यक्रम राबविला आहे?

अ) स्व-मदत केंद्र व बचतगट निर्मिती   ब) स्त्री-आरक्षण

क) कृषी विकास योजना   ड) समुदाय विकास योजना

१३६२) आजही भारतातील बहुसंख्य स्त्रियांना कशाची जाणीव नाही?

I) महिलांसाठी 'महिला आयोग' स्थापन केल्याची.

II) महिलांचे हक्क जतन करणाऱ्या विविध कायद्यांची.

III) राजकीय इच्छाशक्तीची.

IV) पुरुषांच्या विरोधात तक्रार न करण्याची.

V) महिला सबलीकरण उपायांची.

खालीलपैकी उत्तराचा कोणता पर्याय तुम्हास बरोबर वाटतो?

अ) (I) (II) (III)   ब) (II) (III) (IV) क) (I) (II) (V)   ड) (III) (IV) (V)

१३६३) स्तंभ (I)मध्ये काही विधाने असून स्तंभ (II)मध्ये त्यांचे स्पष्टीकरण दिले आहे. त्यांच्या योग्य जोड्या लावा.

स्तंभ (I)	स्तंभ (II)
अ) महिलांच्या प्रश्नांवर विचार करण्यासाठी महिला आयोगाची स्थापना.	I) १९९३
ब) महिला सबलीकरण उपाय.	II) २००१

क) महिलांसाठी राष्ट्रीय आहार योजना. III) महिला बचत गटाची स्थापना
ड) महिला सबलीकरण धोरणाची निर्मिती IV) १९९२
V) १९५३

उत्तराचा खालीलपैकी कोणता पर्याय तुम्हास बरोबर वाटतो?

	(a)	(b)	(c)	(d)
अ)	(V)	(III)	(II)	(IV)
ब)	(I)	(V)	(V)	(III)
क)	(III)	(II)	(IV)	(I)
ड)	(IV)	(I)	(III)	(II)

१३६४) १९५६च्या हिंदू वारसा हक्काचे वैशिष्ट्य काय?
अ) मालमत्तेत फक्त पुरुषांचाच हक्क मान्य करण्यात आला.
ब) मालमत्तेत फक्त महिलांचाच हक्क मान्य करण्यात आला.
क) मालमत्तेत स्त्री/पुरुषांचा समान हक्क मान्य केला.
ड) घटस्फोटित स्त्रियांचा पतीच्या मालमत्तेतील हक्क नाकारला.

१३६५) भारतीय संसदेत स्त्रियांसाठी ३३% जागा आरक्षित करण्याचे विधेयक अजूनही मंजूर होत नाही. हे कोणत्या प्रवृत्तीचे प्रतीक आहे?
अ) राजकारणांच्या पुरुषी मनोवृत्तीचे
ब) लिंगभावाचे
क) श्रमविभाजनाचे
ड) सामाजिक स्तरीकरणाचे

१३६६) 'तू मुलगी आहे, तू बाई आहे, बाईच्या जातीला असे वागणे शोभत नाही' इत्यादी विचारांचा मारा मुलींवर करणे म्हणजे काय?
अ) सामाजिकीकरण
ब) सदोष सामाजिकीकरण
क) आत्मसातीकरण
ड) अनुकरण

१३६७) लिंगभावाचा विचार करता निसर्गाने स्त्रियांवर कोणती कामे सोपविली आहेत?
I) साक्षरता प्रसार II) गर्भारपण III) बाळंतपण IV) राजकारण
V) बालसंगोपन VI) बालसंवर्धन
खालीलपैकी उत्तराचा कोणता पर्याय तुम्हास बरोबर वाटतो?
अ) (I) (II) (III) (IV)
ब) (III) (IV) (V) (VI)
क) (II) (III) (V) (VI)
ड) (II) (III) (IV) (V)

१३६८) 'पितृसत्ताक कुटुंब' हे कशाचे समर्थन करते?
अ) सांस्कृतिकीकरणाचे
ब) पाश्चिमात्यीकरणाचे
क) सामाजिकीकरणाचे
ड) लिंगभाव विभेदीकरणाचे

१३६९) खाली 'ख'मध्ये एक विधान दिले असून 'ग'मध्ये त्याचे कारण विशद केले आहे. विधान व कारण यांच्या योग्य जोड्या लावा.

विधान

ख) भारतात स्त्रियांचा दर्जा हा पुरुषांपेक्षा फारच कनिष्ठ आहे?

कारण

ग) भारतातील हिंदू धर्मातील अनेक तरतुदी व पितृसत्ताक कुटुंब पद्धती त्यास कारणीभूत आहे.

खालीलपैकी उत्तराचा कोणता पर्याय तुम्हास बरोबर वाटतो?

अ) विधान 'ख' बरोबर परंतु त्याचे कारण मात्र अचूक नाही.

ब) विधान 'ख' बरोबर व त्याचे कारणही अगदी अचूक आहे.

क) विधान 'ख' चूक व त्याचे कारणही चूक.

ड) विधान 'ख' चूक, पण कारण मात्र बरोबर.

१३७०) लिंगभावाशी संबंधित खालीलपैकी कोणते सिद्धान्त मांडले गेले?

I) संरचनात्मक–कार्यात्मक स्त्रीवादी सिद्धान्त (Structural Functional Theory of Feminism)

II) उदारमतवादी किंवा मवाळ स्त्रीवादी सिद्धान्त (Liberal Feminist Theory)

III) जहाल स्त्रीवादी सिद्धान्त (Radical Feminist Theory)

IV) संघर्षात्मक स्त्रीवादी सिद्धान्त (Conflict Theory of Feminism)

V) समाजवादी स्त्रीवाद (Socialist Feminism.)

VI) आधुनिकोत्तर स्त्रीवादी सिद्धान्त (Post-Modernist Feminism)

खालीलपैकी उत्तराचा कोणता पर्याय तुम्हास बरोबर वाटतो?

अ) (I) (II) (III) (IV)   ब) (II) (III) (V) (VI)

क) (III) (IV) (V) (VI)   ड) (I) (IV) (V) (VI)

१३७१) मवाळ वा उदारमतवादी सिद्धान्ताचे समर्थन करणारा 'विवाहाचे भवितव्य' (The Future of Marriage) हा ग्रंथ कोणी लिहिला होता?

अ) जेसी बर्नार्ड (Jassie Bernard)   ब) विद्युत भागवत (Vidyut Bhagwat)

क) हॉकचाईल्ड (Hochchild)   ड) लीला दुबे (Leela Dube)

१३७२) मवाळ स्त्रीवादी सिद्धान्तकार हे असमानतेच्या स्पष्टीकरणाचा प्रारंभ हा कशापासून झाला असे मानतात?

अ) रूढिप्रियतेमुळे   ब) धर्मनिरपेक्ष विचारांमुळे

क) लिंग विभेदीकरणामुळे   ड) मवाळतेमुळे

१३७३) जॉर्ज रिटझर यांच्या मताने स्त्रीवादी सिद्धान्त हे कसे असतात?

अ) पुरुष केंद्रित   ब) स्त्री केंद्रित

क) स्त्री–पुरुष समानतेवर   ड) पुरुषांचे श्रेष्ठत्व मान्य करण्यावर

१३७४) जहाल स्त्रीवादी सिद्धान्तकार त्यांच्या विचारात कोणत्या बाबींवर भर देत आहेत?

अ) स्त्रियांचा छळ, आत्यंतिक छळ   ब) स्त्रियांना सन्माननीय वागणूक

क) स्त्रीचे श्रेष्ठत्व मान्य करणे   ड) धार्मिक जबरदस्तीवर

१३७५) जहाल स्त्रीवादी सिद्धान्तकाराच्या मताने स्त्रियांवर होणाऱ्या अत्याचारात खालीलपैकी कोणत्या अत्याचारांचा समावेश होतो?

I) सौंदर्याच्या नावे चालणारी स्त्री देहाची विटंबना.

II) मातृत्वाच्या जुलमी प्रतिमांचे प्रकटीकरण (उदा. कालीमाता, चंडिकामाता इत्यादी)

III) विषमलिंगी संभोगाची जबरदस्ती.

IV) स्त्री शिक्षणाला प्राधान्य.

V) स्त्रियांचा दर्जा उंचावण्यास प्राधान्य.

VI) स्त्रियांच्या निष्कलंक चारित्र्याची अपेक्षा.

उत्तराचा खालीलपैकी कोणता पर्याय तुम्हास बरोबर वाटतो?

अ) (I) (II) (III) (IV)   ब) (III) (IV) (V) (VI)

क) (I) (II) (III) (VI)   ड) (II) (III) (IV) (V)

१३७६) जहाल 'स्त्रीवादी' सिद्धान्तकारानुसार लिंगभाव व्यवस्था ही मूलभूत अशी कोणती व्यवस्था आहे?

अ) संरचनात्मक व्यवस्था   ब) कार्यात्मक व्यवस्था

क) नियंत्रणात्मक व्यवस्था   ड) दबाव संरचनात्मक व्यवस्था

१३७७) समाजवाद्यांच्या मताने स्त्रीवादी सिद्धान्ताची बीजे कशात आहे?

अ) वर्ग व्यवस्थेच्या मूलभूत संरचनेत   ब) समाजवादी समाज संरचनेत

क) धार्मिकतेत   ड) सांस्कृतिकीकरणात

१३७८) इ.स.१६०० पर्यंत स्त्री ही युद्धात विजय मिळविलेल्या राजाच्या दृष्टीने काय होती?

अ) मांडलिक   ब) युद्धातील बक्षीस

क) पुरुषप्रधान संस्कृतीचे प्रतीक   ड) माता

१३७९) महाराष्ट्रातील शनीशिंगणापूर गावातील शनीच्या चौथऱ्यावर स्त्रियांना प्रवेश नाकारणे, हे कशाचे प्रतीक आहे?

अ) सामाजिक विभेदीकरण   ब) सामाजिक स्तरीकरण

क) लिंगभाव विभेदीकरण   ड) समानतेचे

१३८०) खाली स्तंभ (I) मध्ये काही बाबी नमूद केल्या असून स्तंभ (II) मध्ये त्याचे स्पष्टीकरण दिले आहे. त्यांच्या योग्य जोड्या लावा.

स्तंभ (I)	स्तंभ (II)
अ) स्त्रीवादी सिद्धान्ताची पहिली पायरी कशापासून आकाराला आली.	I) गुलामांची गुलाम
ब) 'काळे ते सुंदर' (Blak is beautiful) ही घोषणा कोणी दिली.	II) १८३० पासून
क) जहाल स्त्रीवादी सिद्धान्तकारांच्या मताने स्त्रियांवर होणाऱ्या अत्याचारांची बीजे कशात आहेत?	III) आफ्रिकन अमेरिकन
ड) समाजवादी वा मार्क्सवादी सिद्धान्तानुसार स्त्री काय होती?	IV) मातृसत्ताक कुटुंब पद्धती
	V) पितृसत्ताक पद्धती

वरीलसाठी उत्तराचा कोणता पर्याय तुम्हास बरोबर वाटतो?

	(a)	(b)	(c)	(d)
अ)	(III)	(IV)	(V)	(II)
ब)	(I)	(V)	(II)	(III)
क)	(IV)	(II)	(III)	(V)
ड)	(V)	(III)	(IV)	(I)

१३८१)ख) भांडवलशाही व्यवस्थेत मध्यमवर्गीय स्त्रिया त्यांच्या पतीची मालमत्ता समजली जात होत्या.

ग) 'काळे ते सुंदर' (Black is beautiful) ही घोषणा आफ्रिकन नेते नेल्सन मंडेला यांनी दिली होती.

वरील दोन विधानांसाठी उत्तराचा कोणता पर्याय तुम्हास बरोबर वाटतो?

अ) 'ख' बरोबर 'ग' चूक   ब) 'ख' चूक 'ग' बरोबर

क) 'ख' व 'ग' दोन्हीही चूक   ड) 'ख' व 'ग' दोन्हीही बरोबर

१३८२) कोणत्या विचारवंताच्या मताने सर्व स्त्रीवादी सिद्धान्त कसे आहेत?

अ) आधुनिकोत्तर (Post modern)   ब) समाजवादी (Socialistics)

क) मवाळवादी/उदारमतवादी (Liberalist)   ड) मनोविश्लेषणात्मक (Psychological Feminism)

१३८३) जेसी बर्नार्ड (Jassie Bernard) यांच्या दृष्टीने विवाह हे कशाचे प्रतीक आहे?

अ) सांस्कृतिक सम्मीलनाचे

ब) स्त्री-स्वातंत्र्याचे

क) पुरुषांकडून स्त्रियांवर होणाऱ्या विविध अत्याचारांचे

ड) स्त्री/पुरुष सहकार्याचे.

१३८४) इस्लाम धर्मानुसार इस्लाम विवाहाचे सर्वांत महत्त्वाचे वैशिष्ट्य काय आहे. असे तुम्हास वाटते?

अ) स्त्री-स्वातंत्र्य   ब) घटस्फोट प्रक्रियेत पुरुषांचा एकाधिकार

क) पडदा पद्धती   ड) समानाधिकार

१३८५) समाजवादी किंवा मार्क्सवादी स्त्रीवादी विचारवंतांच्या मताने लिंगभेद ही जीवशास्त्रीय प्रक्रियेतून आकाराला आलेली विभेदीकरणाची घटना नसून कशाचा परिणाम होय?

अ) धार्मिक अंधश्रद्धेचा   ब) आधुनिकतेचा

क) वर्ग व्यवस्थेच्या संरचनात्मक भेदाचा   ड) राजकीय जुलूमशाहीचा

१३८६) सर्व समाजात घरकाम व बाल संगोपन हे स्त्रियांचेच काम असून त्याचे स्वरूप कसे असते?

अ) पगारी स्वरूपाचे (Paid in nature)   ब) दडपशाही स्वरूपाचे (Coercive in nature)

क) बिनपगारी स्वरूपाचे (Unpaid in nature)   ड) धार्मिक स्वरूपाचे (Religious in nature)

१३८७) अमेरिकेसारख्या विकसित देशातदेखील स्त्री-पुरुष समानतेत कोणते अडथळे आहेत?

अ) रूढी-परंपरा   ब) धार्मिक श्रद्धा

क) आधुनिकता   ड) लिंगभेदवाद व वंशवाद

१३८८) स्तंभ (I)मध्ये काही सिद्धान्ताची नावे दिली असून स्तंभ (II)मध्ये त्याचे स्पष्टीकरण दिले आहे. त्यांच्या योग्य जोड्या लावा.

स्तंभ (I)

अ) उदारमतवादी स्त्रीवाद
ब) समाजवादी स्त्रीवाद
क) जहालमतवादी स्त्रीवाद
ड) परिसर शास्त्रीय स्त्रीवाद

स्तंभ (II)

I) प्रजनन व हिंसा हे कळीचे आस्था विषय.
II) स्त्रिया म्हणजे एका अर्थाने शोषित वर्ग.
III) स्त्री/पुरुषांना समान दर्जा व संधी.
IV) स्त्रियांकडे निसर्ग व समाजाचे भरणपोषण करण्याची क्षमता असते.
V) आर्थिक सबलीकरण सर्वांत महत्त्वाचे असते.

उत्तराचा खालीलपैकी कोणता पर्याय तुम्हास बरोबर वाटतो?

	(a)	(b)	(c)	(d)
अ)	(III)	(II)	(IV)	(V)
ब)	(II)	(IV)	(V)	(I)
क)	(I)	(V)	(II)	(III)
ड)	(IV)	(III)	(III)	(IV)

१३८९) घरगुती श्रमाविषयीचे वादविवाद खालीलपैकी कशाशी संबंधित आहेत?

अ) श्रमविभागणी   ब) उत्पादनाशी संबंध   क) लैंगिकता   ड) सामाजिक पुनरुत्पादन

१३९०) महिला आयोगाची स्थापना करण्याचा भारत सरकारचा हेतू काय होता?

अ) पुरुष हक्काची पायमल्ली करणे.
ब) लिंगभेद नष्ट करणे.
क) स्त्रियांकरता धोरणे व कार्यक्रम निश्चित करणे.
ड) रूढिप्रियतेला प्रोत्साहन देणे.

१३९१) महिला सबलीकरण म्हणजे नेमके काय?

अ) 'स्त्री'च्या मातृत्वाला प्रोत्साहन देणे.
ब) लैंगिक अत्याचाराला विरोध करणे.
क) 'स्त्री'च्या सुप्तशक्तीला वाव देऊन तिच्यातील आत्मविश्वास व स्वावलंबन वाढविणे.
ड) स्त्रीचा दुय्यम दर्जा कायम ठेवणे.

१३९२) स्त्री देहाचे हिडीस प्रदर्शन करण्यास स्त्रियांना भाग पाडणे हा कशाचा एक प्रकार होय?

अ) आधुनिक विचारांचा   ब) पारंपरिक विचारांचा
क) लिंगभेदाचा   ड) स्त्रियांवर होणाऱ्या अत्याचारांचा.

१३९३) स्त्रियांवर पुरुषांकडून होणाऱ्या अत्याचारात सातत्याने वाढ होण्यास काय जबाबदार आहेत?

अ) धार्मिक व सामाजिक परंपरा पितृसत्ताक पद्धतीचे समर्थन करतात.
ब) राजकारण   क) अर्थकारण   ड) धर्मकारण

१३९४) मध्ययुगात धर्माचे स्तोम, राजसत्तेचे प्राबल्य, पितृसत्ताक, पितृवंशीय कुटुंब इत्यादींमुळे काय झाले?

    अ) पुरुषांचे प्राबल्य वाढले.   ब) स्त्रियांच्या दर्जात मोठ्या प्रमाणात घसरण झाली.

    क) स्त्री-पुरुषांना समानाधिकार प्राप्त झाले.   ड) स्त्री स्वावलंबी झाली.

१३९५) ख) भारतात आजही बालविवाहाची प्रथा अस्तित्वात आहे.

    ग) 'स्त्री' हक्काचे जतन करणारे अनेक कायदे अस्तित्वात असूनही बऱ्याच स्त्रियांना या कायद्याची माहितीच नाही.

वरील दोन विधानांसाठी खालीलपैकी उत्तराचा योग्य पर्याय निवडा.

    अ) 'ख' चूक 'ग' बरोबर   ब) 'ख' बरोबर 'ग' चूक

    क) 'ख' व 'ग' दोन्हीही बरोबर   ड) 'ख' व 'ग' दोन्हीही चूक.

१३९६) आज २१व्या शतकातही भारतातच नव्हे, तर जगातील अनेक देशात कोणत्या प्रकारच्या मुस्लीम स्त्रियांची संख्या वाढत आहे?

    अ) निरक्षर   ब) परंपरावादी

    क) जातीवादी   ड) बुरखाधारी

१३९७) भारतात व इतरत्रही स्त्रियांवर होणारे अत्याचार प्रामुख्याने कोणाकडून होतात?

    अ) दरोडेखोरांकडून   ब) घरातील पुरुष नातेवाइकांकडून

    क) राजकीय नेत्यांकडून   ड) गावगुंडांकडून

१३९८) भारतीय मुस्लिमांसाठी 'मुस्लीम विवाह विच्छेद अधिनियम' किती साली मंजूर झाला व त्याचे वेगळेपण काय?

    अ) १९५५ साली स्त्रियांना पण घटस्फोटाचा अधिकार मिळाला.

    ब) १९३९ साली काही अटींवर मुस्लीम स्त्रियांना घटस्फोटाचा अधिकार मिळाला.

    क) १९४५ साली फक्त पुरुषांना घटस्फोटाचा अधिकार मिळाला.

    ड) १९५६ साली फक्त स्त्रियांनाच घटस्फोटाचा अधिकार मिळाला.

१३९९) लिंगभाव आणि विकास यांच्या दृष्टिकोनात कशाकशाचा समावेश होतो?

    (I) कल्याणकार्यांचा (II) वंशवादाचा (III) विकासवाद्यांचा (IV) सबलीकरणवाद्यांचा

    (V) धार्मिकतेचा

खालीलपैकी उत्तराचा कोणता पर्याय तुम्हास बरोबर वाटतो?

    अ) (I) (II) (III)   ब) (II) (III) (IV)

    क) (I) (III) (IV)   ड) (III) (IV) (V)

१४००) विकासात्मक धोरणाचा लिंगभाव संबंधांवर काय परिणाम झाला असावा?

    अ) स्त्रियांच्या सामाजिक दर्जात वाढ झाली.   ब) स्त्रियांचा सामाजिक दर्जा खालावला.

    क) स्त्रियांच्या परंपरा प्रक्रियेत वाढ झाली.   ड) स्त्रीभ्रूण हत्यांचे प्रमाण वाढले.

१४०१) स्त्रियांच्या विकास प्रक्रियेत स्त्रियांच्या दर्जाचे निर्देशकात्मक घटक कोणते?

    (I) राजकीय (II) लोकसंख्याशास्त्रात्मक (III) सामाजिक स्तरीकरणात्मक (IV) सामाजिक व सांस्कृतिक

    (V) आर्थिक (VI) कुटुंबविषयक

उत्तराचा खालीलपैकी कोणता पर्याय तुम्हास बरोबर वाटतो?

अ) (I) (II) (III) (IV) ब) (II) (IV) (V)

क) (IV) (V) (VI) ड) (III) (IV) (V)

१४०२) भारतातील हिंदू समाजात प्रत्येक विवाहित स्त्रीने पती जिवंत असेपर्यंत कपाळावर कुंकू व गळ्यात मंगळसूत्र घातलेच पाहिजे, हा विचार कोणत्या घटकाचा निर्देशांक आहे?

अ) लोकसंख्यात्मक ब) शैक्षणिक क) सांस्कृतिक ड) आर्थिक

१४०३) महाराष्ट्रातील स्त्रियांसाठी स्थापन करण्यात आलेले विविध बचतगट हा स्त्री-विकासाचा कोणता निर्देशक घटक आहे?

अ) राजकीय ब) शैक्षणिक क) स्थानिक ड) आर्थिक

१४०४) आपल्या गावातील पुरुषांना दारूपासून दूर ठेवण्यासाठी 'गाव तेथे दारूबंदी'यावर केलेले ग्रामीण स्त्रियांचे आंदोलन कशाचे प्रतीक आहे?

अ) ग्रामीण स्त्री-जागृतीचे ब) धार्मिक रूढी बद्धतेचे

क) पुरुष विरोधाचे ड) समानतेच्या मागणीचे

१४०५) आपल्या पतीच्या किंवा कुटुंबाच्या व्यवसायात त्यांना मदत म्हणून त्या कुटुंबातील स्त्रिया जी कामे करतात, ते काम कोणत्या प्रकारचे?

अ) पगारी स्त्री कामगार ब) बिनपगारी काम क) आर्थिक काम ड) राजकीय काम

१४०६) स्त्रियांच्या विकासात अडथळा आणणारे घटक कोणते?

I) पुन्हा-पुन्हा येणारे गरोदरपण. II) शारीरिक कष्टात मिळणाऱ्या सुटीचा अभाव.

III) पुरुषी अहंकार. IV) शिक्षणाचा अभाव.

V) आर्थिक स्वावलंबनाचा अभाव. VI) समाजातील स्त्री-विषयक पूर्वग्रह.

उत्तराचा खालीलपैकी कोणता पर्याय तुम्हास बरोबर वाटतो?

अ) (I) (II) (III) (IV) ब) (III) (IV) (V) (VI)

क) (I) (II) (IV) (V) (VI) ड) (II) (III) (IV) (V) (VI)

१४०७) स्त्रीचा शारीरिक आरोग्य विषयक विकास साधण्यासाठी भारत सरकारने राष्ट्रीय आरोग्य धोरणाची निर्मिती किती साली केली?

अ) १९९२ ब) २००२ क) १९९६ ड) १९८३

१४०८) परिसरशास्त्रीय स्त्रीवाद (Eco-feminism) म्हणजे काय?

अ) स्त्री-शिक्षणाचा अभ्यास.

ब) स्त्री व तिची आर्थिक स्थिती यांचा अभ्यास.

क) स्त्रीचा परिसर व तेथील पर्यावरण यांच्या परस्पर संबंधांचा अभ्यास.

ड) कुटुंब व्यवस्थेचा अभ्यास.

१४०९) आजच्या जागतिकीकरणाच्या काळातही कौटुंबिक संबंधांचा विचार करता स्त्री व पुरुष यांचा दर्जा कसा आहे, असे तुम्हास वाटते?

अ) असमान (Unequal)

ब) समान (Equal)

क) स्त्रियांचा श्रेष्ठ दर्जा (Superior Status of Women)

ड) मातृवंशीय (Matrilineal)

१४१०) स्त्री-पुरुष यांच्या पगारी कामाचा विचार करता वारंवार येणाऱ्या मातृत्वामुळे स्त्री-पुरुष जीवनभराच्या कमाईचा विचार करता पाश्चिमात्य देशातही स्त्रियांची कमाई पुरुषांपेक्षा कशी आहे?

अ) पुरुषांपेक्षा जास्त | ब) पुरुषांपेक्षा कमी

क) दोघांचीही समसमान | ड) माहिती नाही.

१४११) जागतिकीकरण व औद्योगिकीकरणाचा विचार करता पगारी नोकरी करणाऱ्या स्त्रियांना कोणती जबाबदारी टाळता येत नाही?

अ) घरकाम व बालसंगोपन | ब) औद्योगिक कामगार

क) शिक्षिका | ड) परिचारिका

१४१२) ख) काही स्त्रीवादी अभ्यासकांच्या मताने वारंवार येणाऱ्या मातृत्वामुळे स्त्रीच्या पगारी उत्पन्नात वाढ होते.

ग) स्त्री-पुरुष समानता ही फक्त कागदावर आहे प्रत्यक्षात मात्र नाही.

वरील दोन विधानांसाठी उत्तराचा खालीलपैकी कोणता पर्याय तुम्हास बरोबर वाटतो?

अ) 'ख' बरोबर 'ग' चूक | ब) 'ख' चूक 'ग' बरोबर

क) 'ख' व 'ग' दोन्हीही चूक | ड) 'ख' व 'ग' दोन्हीही बरोबर

१४१३) स्त्रियांच्या घराबाहेरच्या पगारी कामात वाढ होणाऱ्या प्रक्रियेसाठी कोणती संज्ञा वापरण्यात येते?

अ) कामाचे पुरुषीकरण | ब) कामाचे स्त्रीवादीकरण

क) कामाचे तटस्थीकरण | ड) कामाचे समानीकरण

१४१४) विकसित आणि विकसनशील राष्ट्रातही नोकरी करणाऱ्या स्त्रियांनासुद्धा कोणती कामे करावी लागतात?

अ) घरकाम, बालसंगोपन व बालसंवर्धन | ब) व्यावसायिक काम

क) कंत्राटी काम | ड) बाग काम

१४१५) जगातील बहुसंख्य स्त्रिया या त्यांच्या घरकामादी कामात अडथळा येऊ नये म्हणून कोणत्या प्रकारच्या नोकरीला प्राधान्य देतात?

अ) पूर्णवेळ पगारी नोकरी | ब) अर्धवेळ पगारी नोकरी

क) बिनपगारी काम | ड) धार्मिक काम

१४१६) भारतात महिलांसाठी कार्यरत असलेल्या स्त्री-संघटना कोणत्या?

(I) जनवाडी महिला समिती | (II) आर्थिक महिला आघाडी

(III) महिला दक्षता समिती | (IV) महिला मुक्ती मोर्चा

(V) महिला राजकीय पक्ष | (VI) समग्र महिला आघाडी

(VII) स्त्री-शक्ती संघटना

उत्तराचा खालीलपैकी कोणता पर्याय तुम्हास बरोबर वाटतो?

अ) (I) (II) (III) (IV) (V) | ब) (III) (IV) (V) (VI) (VII)

क) (I) (III) (IV) (VI) (VII) ड) (III) (IV) (V) (VI) (VII)

१४१७) स्तंभ (I)मध्ये काही गोष्टी दिल्या असून स्तंभ (II)मध्ये त्याचे स्पष्टीकरण दिले आहे. त्यांच्या योग्य जोड्या लावा.

स्तंभ (I)	स्तंभ (II)
अ) परिसर स्त्रीवाद (Eco feminism)	I) स्त्री अत्याचाराचा एक प्रकार
ब) आजही स्त्रियांच्या महत्त्वाच्या भूमिका ऐच्छिक व त्यांचे स्वरूप.	II) महिला सबलीकरणासाठी स्थापन झालेली संघटना.
क) पत्नीला पतीतर्फे होणारी मारहाण.	III) घरकाम, बालसंगोपन व संवर्धन - बिनपगारी काम.
ड) 'स्त्री शक्ती' संघटना.	IV) स्त्री व तिच्या सभोवतालचे पर्यावरण यांचा अभ्यास.

उत्तराचा खालीलपैकी कोणता पर्याय तुम्हास बरोबर वाटतो?

	(a)	(b)	(c)	(d)
अ)	(II)	(III)	(I)	(IV)
ब)	(IV)	(I)	(II)	(III)
क)	(III)	(II)	(IV)	(I)
ड)	(I)	(IV)	(III)	(II)

१४१८) भारतातील स्त्रियांचा सर्वांगीण आणि समयबद्ध विकास होण्यासाठी कोणती योजना आखली होती?

अ) राष्ट्रीय महिला सक्षमीकरण किंवा सबलीकरण धोरण २००१

ब) मानवी हक्क संरक्षण कायदा १९९३

क) मानवी हक्क आयोगाची स्थापना

ड) मानवी हक्क न्यायालयाची स्थापना

१४१९) जागतिकीकरण प्रक्रियेचा एक भाग म्हणून महिलांच्या कशास चालना मिळाली?

अ) विभेदीकरणास ब) स्तरीकरणास क) विकास प्रक्रियेस ड) स्थलांतरास

१४२०) घरकाम व बालसंगोपन या जबाबदाऱ्या सक्षमपणे पार पाडणे शक्य व्हावे म्हणून बहुसंख्य स्त्रिया कोणत्या प्रकारच्या कामास प्राधान्य देतात?

अ) पगारी काम ब) पूर्णवेळ काम क) अर्धवेळ काम ड) मजुरीकाम

वस्तुनिष्ठ प्रश्नांची उत्तरे

१३२१ क	१३२२ अ	१३२३ ड	१३२४ अ	१३२५ ब	१३२६ क	१३२७ ड	१३२८ अ
१३२९ ब	१३३० क	१३३१ ब	१३३२ क	१३३३ ड	१३३४ क	१३३५ ब	१३३६ अ
१३३७ क	१३३८ ब	१३३९ अ	१३४० अ	१३४१ क	१३४२ अ	१३४३ क	१३४४ ब
१३४५ अ	१३४६ ब	१३४७ क	१३४८ ब	१३४९ क	१३५० ड	१३५१ अ	१३५२ क
१३५३ क	१३५४ ड	१३५५ ब	१३५६ अ	१३५७ क	१३५८ ड	१३५९ क	१३६० ब
१३६१ अ	१३६२ क	१३६३ ड	१३६४ क	१३६५ अ	१३६६ ब	१३६७ क	१३६८ ड
१३६९ ब	१३७० ब	१३७१ अ	१३७२ क	१३७३ ब	१३७४ अ	१३७५ क	१३७६ ड
१३७७ अ	१३७८ ब	१३७९ क	१३८० ड	१३८१ अ	१३८२ अ	१३८३ क	१३८४ ब
१३८५ क	१३८६ क	१३८७ ड	१३८८ अ	१३८९ ड	१३९० क	१३९१ क	१३९२ ड
१३९३ अ	१३९४ ब	१३९५ क	१३९६ ड	१३९७ ब	१३९८ ब	१३९९ क	१४०० अ
१४०१ ब	१४०२ क	१४०३ ड	१४०४ अ	१४०५ ब	१४०६ क	१४०७ ड	१४०८ क
१४०९ अ	१४१० ब	१४११ अ	१४१२ ब	१४१३ ब	१४१४ अ	१४१५ ब	१४१६ क
१४१७ ड	१४१८ अ	१४१९ क	१४२० क				

प्रा. प्रभाकर काशिनाथ कुलकर्णी

लेखक-परिचय

समाजशास्त्र विभागप्रमुख (सेवानिवृत्त),
महाराष्ट्र उदयगिरी महाविद्यालय, उदगीर, जि. लातूर.
सह. प्राध्यापक, सिद्धिविनायक कला व वाणिज्य महिला महाविद्यालय, पुणे.
सह. प्राध्यापक, स्वाध्याय महाविद्यालय, पुणे.
विविध संमेलनांचे व परिषदांचे आयोजन; तसेच विविध राष्ट्रीय, आंतरराष्ट्रीय परिषदांमध्ये सहभाग.

प्रकाशित साहित्य/पुस्तके

- विविध समाजशास्त्रीय विषयांवर संशोधनप्रकल्प प्रसिद्ध.

- 'सामाजिक विचारप्रवाह', 'उद्योगाचे समाजशास्त्र', 'प्रगत समाजशास्त्रीय सिद्धान्त', 'वस्तुनिष्ठ समाजशास्त्र', 'औद्योगिक समाजशास्त्र' असे विविध प्रकारचे ग्रंथ प्रसिद्ध.

- 'ॲन इंट्रोडक्शन टू सोशिऑलजी' (डॉ. विद्याभूषण व डॉ. डी. आर. सचदेव) या ग्रंथाचा 'समाजशास्त्र परिचय' या शीर्षकाने मराठी अनुवाद. (सहअनुवादक – डॉ. सुधाताई काळदाते)

- समाजशास्त्र व मानवशास्त्र संज्ञाकोश (डॉ. बी. आर. जोशी (संपा.), डॉ. सु. दा. गोरे व डॉ. शौनक कुलकर्णी.) यामध्ये सहलेखक म्हणून सहभाग.

www.ingramcontent.com/pod-product-compliance
Lightning Source LLC
Chambersburg PA
CBHW082355270326
41935CB00013B/1627
9789386401021